മാന്ദ്യം

തൊഴിലില്ലായ്മ

പ്രതിരോധം

mandhyam, thozhilillayma, prathirodham

•

editors
dr. k n harilal
dr. k s pradeep kumar

•

first edition
december 2019

•

typesetting & published
chintha publishers, thiruvananthapuram

•

cover
vinod mangoes

Distribution

DESHABHIMANI BOOK HOUSE

H O Thiruvananthapuram 695035
phone: 0471-2303026, 6063026
Email: chinthapublishers@gmail.com
Website: www.chinthapublishers.com

Branch

Head Office Kunnukuzhi • Statue Thiruvananthapuram • KSRTC Bus Station Alappuzha • KSRTC Bus Station Ernakulam • Machingal Lane Thrissur • IG Road Kozhikode • Mavoor Road Kozhikode • NGO Union Building Kannur • Central Bus Terminal Complex Thavakkara Kannur

CO - 2896 / 5186
ISBN - 978-93-89410-54-9

മാന്ദ്യം
തൊഴിലില്ലായ്മ
പ്രതിരോധം

എഡിറ്റേഴ്സ്

ഡോ. കെ എൻ ഹരിലാൽ

ഡോ. കെ എസ് പ്രദീപ്കുമാർ

ചിന്ത പബ്ലിഷേഴ്സ്

തിരുവനന്തപുരം-695 035

ഡോ. കെ എൻ ഹരിലാൽ

പത്തനംതിട്ടയിലെ കലഞ്ഞൂരിൽ ജനനം.

അച്ഛൻ: പി കെ നാരായണപ്പണിക്കർ. അമ്മ: രാധാമണി അമ്മ.

കേരള സർവ്വകലാശാലയിൽനിന്നും സാമ്പത്തിക ശാസ്ത്രത്തിൽ മാസ്റ്റർ ബിരുദം. സി ഡി എസ്/ ജെ എൻ യു വിൽനിന്നും സാമ്പത്തിക ശാസ്ത്രത്തിൽ പി എച്ച് ഡി. ഇപ്പോൾ തിരുവനന്തപുരത്തെ സെന്റർ ഫോർ ഡെവലപ്മെന്റ് സ്റ്റഡീസിൽ അദ്ധ്യാപകൻ.

ഭാര്യ : ഷൈല
മക്കൾ : പാർവ്വതി, ശാലിനി

ഡോ. കെ എസ് പ്രദീപ്കുമാർ

1978 ൽ എൻ കരുണാകരൻനായരുടെയും ബി ശാന്തമ്മയുടെയും മകനായി ശൂരനാട്ട് ജനിച്ചു. കേരള യൂണിവേഴ്സിറ്റിയിൽനിന്നും കൊമേഴ്സിൽ ബിരുദാനന്തര ബിരുദം. വൻകിട ചില്ലറ വ്യാപാരം എങ്ങനെ ചെറുകിട ചില്ലറ വ്യാപാരികളെയും ഉപഭോക്താക്കളെയും ബാധിക്കുന്നുവെന്ന വിഷയത്തിൽ ഡോക്ടറേറ്റ് നേടി. മയ്യനാട് ഹയർ സെക്കന്ററി സ്കൂൾ കൊമേഴ്സ് അദ്ധ്യാപകനാണ്. വഴിയോരക്കച്ചവട തൊഴിലാളി ഫെഡറേഷൻ (സി ഐ ടി യു) സംസ്ഥാന പ്രസിഡന്റായി പ്രവർത്തിക്കുന്നു. *പഠനത്തിന്റെ കല പരീക്ഷയുടെയും വഴിയോരക്കച്ചവടം* എന്നീ പുസ്തകങ്ങൾ പ്രസിദ്ധീകരിച്ചിട്ടുണ്ട്. ആനുകാലിക പത്രമാധ്യമങ്ങളിൽ ലേഖനങ്ങൾ എഴുതാറുണ്ട്. 2014 ലെ നാഷണൽ സർവ്വീസ് സ്കീം മികച്ച ജില്ലാ പ്രോഗ്രാം ഓഫീസറിനുള്ള ഹയർ സെക്കന്ററി അവാർഡ് നേടിയിട്ടുണ്ട്.

ഭാര്യ : കവിത രവി
മകൾ : ഭദ്ര പ്രദീപ്
വിലാസം : 'ശ്രീപദം', 51/2351 (1)
പാപ്പനംകോട് പി ഒ
തിരുവനന്തപുരം.
ഫോൺ : 9447076390
E-mail : pradeepkssooranad@gmail.com

ഉള്ളടക്കം

പ്രസാധകക്കുറിപ്പ്

ഇന്ത്യ കടുത്ത മാന്ദ്യത്തെയും തൊഴിലില്ലായ്മയെയും അഭിമുഖീകരിക്കുന്നു. ചാക്രികമായി വന്നുപോകുന്ന ഒരു പ്രതിഭാസമായല്ല സ്ഥായിയായ ചില സവിശേഷതകളുള്ള പ്രതിസന്ധിയാണിതെന്ന് ലോകപ്രസിദ്ധ അർത്ഥശാസ്ത്രകാരന്മാർ ചൂണ്ടിക്കാണിക്കുന്നു. സാർവ്വദേശീയ സാഹചര്യങ്ങളിൽനിന്നും പിറവിയെടുത്തതും ഇന്ത്യൻ സവിശേഷതകൾ ഏറെയുള്ളതുമായ ഈ പ്രതിസന്ധി അടിത്തട്ടിലെ മനുഷ്യരുടെ ജീവിതത്തെ ഞെരിച്ചമർത്തുന്നു. പൊതുമേഖലയെ സ്വകാര്യവല്ക്കരിക്കുന്ന പ്രക്രിയ ശക്തമായി. കാർഷികമേഖലയുടെ തകർച്ചയും വ്യാവസായിക തകർച്ചയും പൊതുവിലുള്ള മാന്ദ്യവും തൊഴിൽമേഖലയെ തകർക്കുകയാണ്. ഈ നയങ്ങളുടെ ഉള്ളറകളിലൂടെ സഞ്ചരിക്കുകയാണ് പ്രമുഖ അർത്ഥശാസ്ത്രജ്ഞന്മാരും രാഷ്ട്രീയ സാമൂഹ്യ നിരീക്ഷകരും, ഈ ഗ്രന്ഥത്തിൽ. പ്രതിരോധം സൃഷ്ടിക്കാൻ തയ്യാറാകുന്നവർക്കുള്ള ഒരു കൈപ്പുസ്തകമാണിത്. ഇതിൽ വന്നിട്ടുള്ള ലേഖനങ്ങളിലെ അഭിപ്രായങ്ങൾ ലേഖകരുടെ സ്വതന്ത്ര അഭിപ്രായങ്ങളാണ്. ഉദാരവല്ക്കരണ നയങ്ങൾക്ക് തുടക്കമിട്ട ഡോ. മൻമോഹൻ സിങ്ങിന്റെ ലേഖനം അതിലുള്ള സവിശേഷമായ നിരീക്ഷണങ്ങൾ കണക്കിലെടുത്ത് ഇതിൽ ഉൾപ്പെടുത്തിയിട്ടുണ്ട്. ഈ ലേഖനങ്ങൾ സമാഹരിച്ച് എഡിറ്റ് ചെയ്ത ഡോ. കെ എൻ ഹരിലാലിനും ഡോ. കെ എസ് പ്രദീപ്കുമാറിനും ചിന്തയുടെ കൃതജ്ഞത.

ചിന്ത പബ്ലിഷേഴ്സ്

ആമുഖം

ആയിരത്തിത്തൊള്ളായിരത്തി നാല്പത്തിയേഴ് ആഗസ്ത് മാസം 14-ാം തീയതി അർദ്ധരാത്രി പുതിയ ദിനം പിറക്കുന്ന മുഹൂർത്തത്തിൽ വിധിക്കു മുഖാമുഖം നിന്നു നാം ഏറ്റുവാങ്ങിയ നമ്മുടെ രാജ്യത്തിന്റെ സ്വാതന്ത്ര്യം ഒരു നൂറ്റാണ്ടെത്തുന്നതിനു മുൻപ് തന്നെ നഷ്ടമാവുന്നതിന്റെയും പരാശ്രയത്വത്തിന്റെയും പാരതന്ത്ര്യത്തിന്റെയും നാളുകൾ തിരിച്ചു വരുന്നതിന്റെയും ആശങ്കയിലാണ് ഇപ്പോൾ ഇന്ത്യയിലെ ജനങ്ങൾ. സ്വാതന്ത്ര്യത്തിന്റെ ഔപചാരിക ചിഹ്നങ്ങൾ ഇനിയും നഷ്ടമായിട്ടില്ല എന്നതു സത്യമാണ്. പക്ഷേ, സ്വയം നിർണ്ണയാവകാശത്തിന്റെ പ്രഭ പ്രതിദിനം മങ്ങിക്കൊണ്ടിരിക്കുന്നു എന്നതാണ് യാഥാർത്ഥ്യം. പരാശ്രയത്വത്തിന്റെയും അസ്വാതന്ത്ര്യത്തിന്റെയും വഴിയിലേക്കു ഇന്ത്യ തിരിച്ചുവിടപ്പെട്ടത് 1990 കളുടെ തുടക്കത്തിൽ നവഉദാരവല്ക്കരണ നയങ്ങളിലേക്കു ചുവടു മാറിയതോടെയാണ് എന്നത് ശരിതന്നെ. പക്ഷേ നവഉദാരവല്ക്കരണവാദികളുടെ സ്വപ്നമായ 'വിദേശാധിപത്യത്തിന്റെ സുരക്ഷയിലേക്ക്' രാജ്യത്തെ നയിക്കുക എന്ന ലക്ഷ്യം യാഥാർത്ഥ്യമാവാൻ കുറച്ചു വൈകി. ആ ദൗത്യം പൂർത്തിയാക്കുന്നതിനുള്ള നിയോഗം ഹിന്ദുത്വവാദികൾക്കാണ് കൈവന്നിരിക്കുന്നത് എന്നതിനെ വിധിവൈപരീത്യം എന്നേ പറയാനാവൂ. ഇന്ത്യയിൽ സ്വാതന്ത്ര്യസമരം കൊടുമ്പിരിക്കൊള്ളുമ്പോൾ അതിന്റെ മുഖ്യധാരയിലേക്കു വരാൻ മടിച്ചു നിന്നവരാണല്ലോ ഇന്നത്തെ ഹിന്ദുത്വവാദികളുടെ മുൻതലമുറക്കാർ. വിദേശാധിപത്യം അവസാനിപ്പിക്കുന്നതിനേക്കാൾ പ്രധാനമായി അന്ന് അവർ കണ്ടത് രാജ്യത്തിനകത്തെ അപരവല്ക്കരിക്കപ്പെട്ട ശത്രുക്കളെ അവസാനിപ്പിക്കുന്നതാണ്. അന്യമതക്കാരേയും ബ്രാഹ്മണ മേധാവിത്വത്തെ എതിർക്കുന്ന സ്വന്തം മതക്കാരെയുമെല്ലാം അവർ കണ്ടത് വിദേശ

കോയ്മകളേക്കാൾ വലിയ ശത്രുക്കളായാണ്. ആ വിചാരം തീവ്രമായതാണല്ലോ രാഷ്ട്രപിതാവായ മഹാത്മാവിന്റെ രക്തസാക്ഷിത്വത്തിൽ കലാശിച്ചത്. ഹിന്ദുത്വവാദികൾ അധികാരത്തിൽ എത്തിയിട്ടും അതിനിടയിൽ ലോകം ഏറെ മാറിയിട്ടും സ്വാതന്ത്ര്യപൂർവ്വ കാലത്തെ പഴയ നിലപാടുകളിൽ തങ്ങൾ ഉറച്ചുനില്ക്കുകയാണ് എന്നു വ്യക്തമാക്കുന്നതാണ് നരേന്ദ്രമോദിയുടെ നേതൃത്വത്തിലുള്ള ആദ്യത്തെയും രണ്ടാമത്തെയും സർക്കാരിന്റെ ചെയ്തികൾ.

സ്വാതന്ത്ര്യത്തിന്റെ അടിസ്ഥാന ശിലകൾ ഓരോന്നായി എണ്ണിയെടുത്ത് നശിപ്പിക്കുന്നതിന്റെ തിരക്കിലാണ് കേന്ദ്രസർക്കാർ. ഇന്ത്യൻ ദേശീയതയുമായി ബന്ധപ്പെട്ട അടിസ്ഥാന മൂല്യങ്ങൾ, ഭരണഘടനാ തത്ത്വങ്ങൾ, ഭരണഘടനാ സ്ഥാപനങ്ങൾ എന്നിവയെയെല്ലാം ആസൂത്രിതമായി തകർക്കാനുള്ള ശ്രമമാണ് ഇടതടവില്ലാതെ നടക്കുന്നത്. ഈ പ്രക്രിയ അഭംഗുരം നടക്കുമ്പോൾ അവശേഷിക്കുന്ന ഒരു സംശയം ഹിന്ദുത്വവാദികളുടെ ആദ്യ പ്രതിബദ്ധത വിദേശികളുടെ ആധിപത്യത്തിനോടാണോ അതോ രാജ്യത്തിനകത്തെ അപരവല്ക്കരിക്കപ്പെട്ട ശത്രുക്കളുടെ നാശത്തിനോടാണോ എന്നതു മാത്രമാണ്. രാജ്യത്തെ സ്നേഹിക്കുന്ന പൗരന്മാരെ സംബന്ധിച്ചിടത്തോളം ഈ രണ്ടു കാര്യങ്ങളും ഒരുപോലെ വർജ്ജ്യമാണ്. അവർക്കു പാരതന്ത്ര്യം മൃതിയേക്കാൾ ഭയാനകമാണ്. മതത്തിന്റെ പേരിൽ സ്വന്തം രാജ്യത്തെ സഹോദരന്മാരെ ദ്രോഹിക്കുന്നതും ഒരുപോലെ അസ്വീകാര്യമാണ്.

ലോകത്തെ വിവിധ മതതീവ്രവാദ പ്രസ്ഥാനക്കാരെ സംബന്ധിച്ചിടത്തോളം അവരുടെ സ്വസമുദായ സ്നേഹവും ഭക്തിയും ഇതര മത ജാതിഭാഷാ വിഭാഗങ്ങളോടുള്ള ശത്രുതയും കേവലം പുറംപൂച്ചും മറയും മാത്രമാണ്. ദൈവവും വിശ്വാസവും അതിനെ അടിസ്ഥാനമാക്കി മറ്റുള്ളവരോടു പ്രകടിപ്പിക്കുന്ന വിദ്വേഷവുമെല്ലാം അവരെ ഫണ്ടു ചെയ്യുന്ന മൂലധന ഗ്രൂപ്പുകളുടെ താല്പര്യ സേവയ്ക്കുള്ള ഒരു മറ മാത്രമാണ്. മുസ്ലീം തീവ്രവാദ ഗ്രൂപ്പുകൾക്കും ഹിന്ദുത്വവാദികൾക്കും ഇത്തരം രഹസ്യ താല്പര്യങ്ങളുണ്ട് എന്നത് കൂടുതൽ കൂടുതൽ വ്യക്തമായി കൊണ്ടിരിക്കുകയാണ്. ഇതിനു ഏറ്റവും നല്ല ഉദാഹരണം ഇന്ത്യയിലെ ഹിന്ദുത്വവാദികളും അവരുടെ ചെയ്തികളുമാണ്. ഇന്ത്യയുടെ സ്വാതന്ത്ര്യത്തിന്റെ നഷ്ടം രാജ്യത്തെ എല്ലാ മതജാതി ഭാഷാ വിഭാഗങ്ങൾക്കും ഒരുപോലെ നഷ്ടവും ദുഃഖവുമാണ്. മഹാഭൂരിപക്ഷം വരുന്ന ഹിന്ദുക്കളും ഈ നഷ്ടത്തിൽനിന്നും മുക്തമല്ല. സാമ്രാജ്യത്വ കേന്ദ്രങ്ങൾ ആവശ്യപ്പെടുന്നതിനനുസരിച്ചുള്ള സാമ്പത്തിക നയങ്ങൾ നടപ്പിലാക്കുമ്പോഴുണ്ടാകുന്ന വളർച്ചാ മുരടിപ്പും അതിന്റെ ഭാഗമായുണ്ടാകുന്ന നഷ്ടവും വേദനകളും ജാതിമതവിവേചനമില്ലാതെ എല്ലാവരേയും ബാധിക്കുകയാണ്. മഹാഭൂരിപക്ഷം വരുന്ന ഹിന്ദുക്കളും നവഉദാരവല്ക്കരണ നയങ്ങളുടെ തിക്തഫലം പേറുന്നവരാണ്.

നവഉദാരവല്ക്കരണ നയങ്ങളുടെ നേട്ടം കൊയ്യുന്നതോ?

സ്വദേശിയും വിദേശിയുമായ കോർപ്പറേറ്റ് കുത്തകകളാണ്; അന്തർദ്ദേശീയ പണമൂലധനമാണ്. വൻകിട മൂലധനത്തിനു സ്വദേശിയായാലും പരദേശിയായാലും എന്തു ഹിന്ദുത്വം? ലാഭത്തിനു മുന്നിൽ മൂലധനത്തിനു മറ്റു പരിഗണനകളൊക്കെ നിസ്സാരമെന്നത് കുപ്രസിദ്ധമാണ്. ലാഭം വർദ്ധിപ്പിക്കാൻ ഏതുതരം തീവ്രവാദത്തേയും പ്രോത്സാഹിപ്പിക്കാൻ മൂലധനം ശ്രമിക്കും എന്നതിനപ്പുറം ഒരു തരം വിശ്വാസസംരക്ഷണവും മൂലധനത്തെ ഭരിക്കാൻ ഇടയില്ല. ചുരുക്കിപ്പറഞ്ഞാൽ ഹിന്ദുത്വത്തിന്റെ പേരിൽ കാണിക്കുന്ന തെരുവു ചട്ടമ്പി പ്രകടനമെല്ലാം തങ്ങളുടെ യഥാർത്ഥ യജമാനന്മാരുടെ താല്പര്യ സംരക്ഷണാർത്ഥം നടത്തുന്ന വേഷം കെട്ടലുകൾ മാത്രമാണ്.

പൗരത്വബിൽ, ഗോരക്ഷാ നാടകങ്ങൾ, തുകൽപ്പണി ചെയ്യുന്നവർക്കെതിരായ ആക്രമണം, ബീഫ് തിന്നുന്നവർക്കെതിരായ ആൾക്കൂട്ട കൊലപാതകം, ഗോഡ്സെ പൂജ, ഒരു രാഷ്ട്രം ഒരു ഭാഷ തുടങ്ങിയവയിലൂടെ കലാപാന്തരീക്ഷം സൃഷ്ടിക്കുന്നതും ജനങ്ങളെ വിഭജിക്കുന്നതും കോർപ്പറേറ്റ് കൊള്ളയ്ക്കു മറയിടാനാണ്. രാജ്യത്തിന്റെ സ്വാതന്ത്ര്യം അപകടപ്പെടുത്തുന്ന നടപടികളിൽനിന്നും ജനശ്രദ്ധ അകറ്റാനാണ്. രാജ്യത്തെ പാരതന്ത്ര്യത്തിന്റെ ഇരുട്ടിലേക്കു നയിക്കാൻ ഇത്തരം മറവുകൾ ആവശ്യമാണ്. പക്ഷേ, പാരതന്ത്ര്യത്തിന്റെ ചങ്ങലക്കെട്ടുകൾ മുറുകുന്ന മുറയ്ക്കും കോർപ്പറേറ്റു ചൂഷണവും അസമത്വവും പെരുകുന്നതിനനുസരിച്ചും ജനജീവിതം ദുസ്സഹമാകുന്നതിനനുസരിച്ചും കള്ളി വെളിച്ചത്താവാതെ തരമില്ല. സത്യം പുറത്തു കൊണ്ടുവരുന്നതിനും ചെറുത്തുനില്പ് സംഘടിപ്പിക്കുന്നതിനും വിവിധ വിഭാഗം ജനങ്ങൾ വിഭാഗീയതയുടെ വിലക്കുകൾ പൊട്ടിച്ചു മുന്നോട്ടു വരും. അത്തരമൊരു ചെറുത്തുനില്പ് പരിപാടിയുടെ ഒരുക്കത്തിന്റെ ഭാഗമാണ് ഈ പുസ്തകം. രാജ്യത്തെ തൊഴിലാളികൾ 2020 ജനുവരി 8 ന് നടത്തുന്ന ദേശീയ പണിമുടക്കു സമരം മാറ്റം അകലെയല്ല എന്നതിന്റെ സൂചനയാണ്. ദേശീയ പണിമുടക്കിന്റെ പശ്ചാത്തലം വിശദീകരിക്കുന്ന ലേഖനങ്ങളാണ് ഈ പുസ്തകത്തിന്റെ ഉള്ളടക്കം.

ദേശീയ പണിമുടക്കു സമരത്തിന്റെ അനിവാര്യത വിശദീകരിച്ചു കൊണ്ട് അതിന്റെ പ്രമുഖ നേതാക്കളിലൊരാളായ സ. എളമരം കരീം എഴുതിയ ലേഖനമാണ് ഒന്നാമതായി നല്കിയിരിക്കുന്നത്. രാജ്യത്തെ തൊഴിലാളികളുടെ പ്രസ്ഥാനങ്ങൾ ഹിന്ദുത്വവാദം ഉയർത്തുന്ന മായാമറയ്ക്കപ്പുറം കടന്നു യാഥാർത്ഥ്യങ്ങൾ തികഞ്ഞ വ്യക്തതയോടെ മനസ്സിലാക്കിയിരിക്കുന്നു എന്നതിനു തെളിവാണ് ദേശീയ പണിമുടക്കു സമരം. ഈ തിരിച്ചറിവ് രാജ്യത്തെ കോടിക്കണക്കായ തൊഴിലാളികളിലേക്കും ജനസാമാന്യത്തിലേക്കും എത്തിക്കാൻ സമരം സഹായകമാവും. ഓരോ സമരവും വലിയ ബഹുജന വിദ്യാഭ്യാസത്തിനും ബോധവല്ക്കരണത്തിനുമുള്ള അവസരമാണ്.

രണ്ടാമതായി ഉൾക്കൊള്ളിച്ചിരിക്കുന്ന ലേഖനം പ്രൊഫസർ പ്രഭാത്

പട്നായിക്കിന്റേതാണ്. ഹിന്ദുത്വവും രാജ്യത്തു നടക്കുന്ന കോർപ്പറേറ്റ് കൊള്ളയും തമ്മിലുള്ള അഭേദ്യമായ ബന്ധം അർത്ഥശാസ്ത്രത്തിന്റെ സങ്കേതങ്ങൾ ഉപയോഗിച്ചു മറമാറ്റി പുറത്തുകൊണ്ടുവരുന്ന ലേഖനമാണ് ഇത്. ഹിന്ദുത്വത്തിന്റെ തണൽ ഇന്ത്യൻ കോർപ്പറേറ്റുകളുടെ മൂലധനസമാഹരണ തന്ത്രങ്ങളെ സംബന്ധിച്ചിടത്തോളം എത്രത്തോളം വിലപ്പെട്ടതാണ് അഥവാ ഒഴിവാക്കാനാവാത്തതാണ് എന്ന കാര്യം ഇവിടെ വ്യക്തമാവുന്നു.

പ്രൊഫ. ജോമോ സുന്ദരം എഴുതിയ സൈദ്ധാന്തിക തലങ്ങളുള്ള ലേഖനമാണ് മൂന്നാമത് നല്കിയിരിക്കുന്നത്. നവഉദാരവല്ക്കരണ നയങ്ങൾ എവിടെ നടപ്പിലാക്കിയാലും അത് ഹിന്ദു തീവ്രവാദികളുടെ ഒത്താശയിലാണെങ്കിലും ഇതര തീവ്രവാദങ്ങളുടെ പിന്തുണയിലാണെങ്കിലും ഒരു പ്രധാനപ്പെട്ട ഘടകം പൊതുമേഖലാ സ്ഥാപനങ്ങളുടെ സ്വകാര്യവല്ക്കരണമായിരിക്കും. സ്വകാര്യവല്ക്കരണത്തിനായി ഉദാരവല്ക്കരണവാദികൾ എപ്പോഴും ഉന്നയിക്കുന്ന വാദങ്ങളുടെ ഒരു സൈദ്ധാന്തിക പരിശോധനയാണ് ഈ ലേഖനം നടത്തുന്നത്. സ്വകാര്യവല്ക്കരണം മത്സരം വളർത്തും എന്നു തുടങ്ങിയ വാദങ്ങൾ എത്രമാത്രം ബാലിശമാണെന്നു തുറന്നുകാണിക്കുന്നു ഈ ലേഖനം. സ്വകാര്യവല്ക്കരണം തന്നെയാണ് നാലാമത്തെ ലേഖനത്തിന്റെയും പ്രമേയം. ഇന്ത്യയിലെ പൊതുമേഖലാ സ്വകാര്യവല്ക്കരണവും നവഉദാരവല്ക്കരണ വാദികൾ അടിച്ചേല്പിച്ച ധനക്കമ്മിയുടെ പരിധിയും തമ്മിലുള്ള ബന്ധമാണ് പ്രൊഫ. സി പി ചന്ദ്രശേഖർ എഴുതിയ ഈ ലേഖനം പ്രതിപാദിക്കുന്നത്. കോർപ്പറേറ്റുകൾക്കു വലിയ അളവിൽ നികുതി ഇളവുകൾ നല്കുന്ന കേന്ദ്രസർക്കാരിനെ സംബന്ധിച്ചിടത്തോളം ധനക്കമ്മി കുറച്ചു നിർത്താനുള്ള എളുപ്പമാർഗ്ഗം പൊതു ആസ്തികളുടെ വില്പനയാണ്. എന്നാൽ, സാമ്പത്തിക തകർച്ചയുടെ പശ്ചാത്തലത്തിൽ പൊതുസ്വത്തിന്റെ വില്പനപോലും എളുപ്പമല്ലാതായിരിക്കുകയാണ്. കഴിഞ്ഞ കുറെ വർഷങ്ങളായി വിറ്റു തുലയ്ക്കലിന്റെ ലക്ഷ്യം നേടിയെടുക്കാൻ മോദി സർക്കാരിനു കഴിയാതെ വരുന്നതിന് കാരണം ഇതാണ്. ഈ വൈഷമ്യത്തെ മറികടക്കാൻ വില്ക്കാൻ വെച്ച പൊതുമേഖലാ സ്ഥാപനത്തിന്റെ ഓഹരി മറ്റു പൊതുമേഖലാ സ്ഥാപനങ്ങളെക്കൊണ്ട് വാങ്ങിപ്പിക്കുകയും അതിനുവേണ്ടി ആവശ്യമില്ലാത്ത കടമെടുക്കാൻ അവയെ പ്രേരിപ്പിക്കുകയും അതുവഴി അത്തരം പൊതു സ്ഥാപനങ്ങളെക്കൂടി കഷ്ടത്തിലാക്കുകയും ചെയ്യുന്നതിന്റെ കഥയാണ് ഇവിടെ ഉരുത്തിരിയുന്നത്.

അഞ്ചാമത്തെ ലേഖനത്തിന്റെ പ്രമേയവും പൊതുമേഖലാ സ്ഥാപനങ്ങളുടെ സ്വകാര്യവല്ക്കരണമാണ്. സൈദ്ധാന്തിക തലം വിട്ട് കൂടുതൽ മൂർത്തമായ അനുഭവങ്ങളിലേക്കു വന്നുകൊണ്ട് ഇന്ത്യൻ റിപ്പബ്ലിക്കിന്റെയും സ്വാതന്ത്ര്യത്തിന്റെയും കോട്ടകൊത്തളങ്ങളായി വർത്തിച്ച പൊതുമേഖലാ സ്ഥാപനങ്ങളുടെ സ്വകാര്യവല്ക്കരണത്തിന്റെ

നാൾവഴിയും ഇതര വിശദാംശങ്ങളും അവതരിപ്പിക്കുന്ന ലേഖനമാണ് സ. എ കെ പത്മനാഭന്റേത്. സ്വകാര്യവല്ക്കരണം പൊതുമേഖലയിലെ തൊഴിലാളികൾക്കുണ്ടാക്കുന്ന വലിയ ദുരിതത്തോടൊപ്പം പൊതുജനങ്ങളെയും രാജ്യത്തിന്റെ പരമാധികാരത്തെത്തന്നെയും എങ്ങനെ അപായപ്പെടുത്തുന്നു എന്നു ഈ ലേഖനം വിശദീകരിക്കുന്നു. ഒപ്പം കേരളത്തിലെ സംസ്ഥാന സർക്കാർ പൊതുമേഖലാ സംരക്ഷണത്തിന്റെ കാര്യത്തിൽ എന്തുകൊണ്ട് വ്യത്യസ്തത പുലർത്തുന്നു എന്നതും വ്യക്തമാക്കുന്നു.

ഇന്ത്യൻ റിപ്പബ്ലിക്കിന്റെ സ്വാതന്ത്ര്യത്തിന്റെയും സ്വാശ്രയത്വത്തിന്റെയും നിർണ്ണായക ഉയരങ്ങളായാണ് ഒരുകാലത്ത് നമ്മുടെ പൊതുമേഖലാ സ്ഥാപനങ്ങളെ രാഷ്ട്രനേതാക്കൾ വിശേഷിപ്പിച്ചിരുന്നത്. സ്വകാര്യ കുത്തക താല്പര്യങ്ങളെ, വിശേഷിച്ചും വിദേശ കുത്തകകളെ രാജ്യ താല്പര്യം മുൻനിർത്തി നിയന്ത്രിച്ചു നിർത്താൻ പൊതുമേഖലാ സ്ഥാപനങ്ങളുടെ സാന്നിദ്ധ്യം ഏറെ സഹായകമായിരുന്നു. അതേ കാരണം കൊണ്ടുതന്നെ സ്വകാര്യ മൂലധനത്തിന്റെ വക്താക്കൾ നിരന്തരം പൊതുമേഖലയ്ക്കെതിരായ പ്രചരണത്തിൽ ഏർപ്പെടുകയും ചെയ്തിരുന്നു. അതെന്തായാലും ഏറ്റവും കാര്യക്ഷമമുള്ളതും നിരന്തരം ലാഭം ഉണ്ടാക്കിയിരുന്നതും ഖജനാവിലേക്കു വലിയ തുക ലാഭവിഹിതം നല്കിയിരുന്നതും ദേശീയ സുരക്ഷയ്ക്കുപോലും നിർണ്ണായകമായിരുന്നതുമായ പൊതുമേഖലാ സ്ഥാപനങ്ങളാണ് ഇറച്ചിവിലയ്ക്കു വിറ്റുകൊണ്ടിരിക്കുന്നത് എന്നാണ് ഇതുവരെ അവതരിപ്പിച്ച ലേഖനങ്ങൾ ചൂണ്ടിക്കാണിച്ചത്.

ഈ വില്പനയുടെ കൂടുതൽ ഗൗരവമുള്ള മറ്റൊരു വശമാണ് ടി നരേന്ദ്രന്റെ ലേഖനം വരച്ചുകാണിക്കുന്നത്. രാജ്യത്താകെ നടക്കുന്ന ഉല്പാദന പ്രവർത്തനങ്ങളിൽനിന്നും ഉണ്ടാകുന്ന സാമൂഹ്യമിച്ചം സമാഹരിച്ചു സ്വരുക്കൂട്ടി നിക്ഷേപകരിലേക്കു എത്തിക്കുക എന്ന നിർണ്ണായക ദൗത്യമാണ് ധനമേഖല നിർവ്വഹിക്കുന്നത്. ബാങ്കുകളും ഇൻഷുറൻസ് കമ്പനികളും മറ്റും ഉൾക്കൊള്ളുന്ന ഈ മേഖല രാജ്യത്തിന്റെ സ്വാതന്ത്ര്യ സംരക്ഷണത്തെ സംബന്ധിച്ചിടത്തോളം വളരെ പ്രധാനപ്പെട്ടതാണ് എന്നത് വ്യക്തമാണ്. അതുകൊണ്ടുതന്നെ ധനകാര്യമേഖല സ്വകാര്യവല്ക്കരിക്കണം എന്നതും ഈ രംഗത്തേക്ക് വിദേശകുത്തകകളെ ക്ഷണിച്ചു കൊണ്ടുവരണം എന്നതും ദീർഘകാലമായി നവഉദാരവല്ക്കരണവാദികൾ ആവശ്യപ്പെടുന്ന കാര്യമാണ്. ഈ ലക്ഷ്യം നിർവ്വഹിക്കണമെങ്കിൽ ആദ്യം പൊതുമേഖലാ ബാങ്കുകളെ ദുർബ്ബലപ്പെടുത്തണം പിന്നീട് സ്വകാര്യവല്ക്കരിക്കണം, ഒടുവിൽ ബഹുരാഷ്ട്ര കുത്തകകൾക്കു വെള്ളിത്തളികയിൽ വെച്ച് സമ്മാനിക്കണം. ധനകാര്യരംഗത്തെ ഈ ഗൂഢാലോചനയുടെ നടത്തിപ്പു എവിടെവരെ എത്തിയിരിക്കുന്നു എന്നതിന്റെ അന്വേഷണമാണ് ലേഖനം.

പുര കത്തുമ്പോഴേ വാഴവെട്ടാനും കഴുക്കോലൂരാനും കഴിയൂ. ഓരോ സാമ്പത്തിക തകർച്ചയും നവഉദാരവല്ക്കരണവാദികളേയും സംബന്ധി

ച്ചിടത്തോളം ഓരോ അവസരങ്ങളാണ്. തൊണ്ണൂറുകളുടെ തുടക്കത്തിലെ തകർച്ച അവർക്കു വലിയ ഒരു അവസരമാണ് നല്കിയത്. സമകാലീന തകർച്ചയെ പൊതുമേഖലയുടെ സ്വകാര്യവല്ക്കരണം അടക്കമുള്ള അജണ്ട നടപ്പിലാക്കാനുള്ള മറ്റൊരു സുവർണ്ണാവസരമായാണ് അവർ കാണുന്നത്. അതുകൊണ്ടുതന്നെ ഇപ്പോൾ രൂക്ഷമായിക്കൊണ്ടിരിക്കുന്ന സാമ്പത്തിക പ്രതിസന്ധിയുടെ അർത്ഥശാസ്ത്രം മനസ്സിലാക്കിയെടുക്കുക പ്രധാനമാണ്. പ്രൊഫ. നരസിംഹറെഡ്ഡി എം ബി രാജേഷ്, ഡോ. പ്രൊണാബ് സെൻ, കെ എൻ ഹരിലാൽ, ഡോ. കെ എസ് പ്രദീപ്കുമാർ എന്നിവരുടെ ലേഖനങ്ങൾ ഇന്ത്യ നേരിടുന്ന സാമ്പത്തിക തകർച്ചയുടെ കാരണം നവഉദാരവല്ക്കരണ നയങ്ങൾ തന്നെയാണ് എന്നു സ്ഥാപിക്കുകയാണ് ചെയ്യുന്നത്. ഈ ലേഖനങ്ങൾ സാമ്പത്തിക തകർച്ചയുടെ വിവിധ മാനങ്ങൾ വെളിച്ചത്തു കൊണ്ടുവരുന്നതിനോടൊപ്പം അതിന്റെ അടിസ്ഥാന കാരണങ്ങളും വെളിവാക്കുന്നു. സാമ്പത്തിക തകർച്ച സംഭവിക്കുന്നു എന്നതിനു തെളിവ് ദേശീയ ഉല്പാദനം, വിവിധ ഉപമേഖലകളിലെ ഉല്പാദനം, സമ്പാദ്യനിരക്ക്, നിക്ഷേപനിരക്ക്, ഉപഭോഗം, വായ്പാവിതരണം, നികുതിവരുമാനം എന്നിവയിൽ ഉണ്ടായിരിക്കുന്ന ഇടിവാണ്. അതുപോലെ തൊഴിലില്ലായ്മയുടെ നിരക്കിലുണ്ടായ വർദ്ധനവാണ്. സമ്പാദ്യഘടനയിൽ പ്രകടമായിരിക്കുന്ന തകർച്ചയെ കേവലം ചാക്രിക പ്രതിഭാസമായി കാണാനാവില്ല മറിച്ചു ഒന്ന് കൂടുതൽ ആഴത്തിലുള്ളതും ഘടനാപരവുമാണ് എന്നു തെളിയിക്കാനാണ് നരസിംഹ റെഡ്ഡിയുടെ ലേഖനം ശ്രമിക്കുന്നത്. നോട്ടുനിരോധനവും ജി എസ് ടി നടപ്പാക്കലും പ്രതിസന്ധിക്ക് കാരണമായെങ്കിലും കൂടുതൽ ആഴത്തിലുള്ള കാരണം സ്വത്തിന്റെയും വരുമാനത്തിന്റെയും വിതരണത്തിൽ നവഉദാരവല്ക്കരണ നയങ്ങൾ സൃഷ്ടിക്കുന്ന രൂക്ഷമായ അസമത്വമാണ് എന്നു എം ബി രാജേഷിന്റെ ലേഖനം തെളിവുകൾ നിരത്തി സമർത്ഥിക്കുന്നുണ്ട്. നവഉദാരവല്ക്കരണ നയങ്ങളും, അസമത്വത്തിന്റെ വർദ്ധനവും ബഹുഭൂരിപക്ഷം വരുന്ന സാധാരണക്കാരുടെ പാപ്പരീകരണവും സാമ്പത്തിക പ്രതിസന്ധിയും തമ്മിലുള്ള ബന്ധം കണ്ടെത്താനുള്ള ശ്രമമാണ് ഡോ. പ്രൊണാബ് സെന്നിന്റെ ലേഖനം നടത്തുന്നത്. അസമത്വം വർദ്ധിക്കുന്നതിന്റെയും ചോദനം ചുരുങ്ങുന്നതിന്റെയും മറ്റൊരു തെളിവാണ് ഡോ. കെ എസ് പ്രദീപ്കുമാറിന്റെ ലേഖനത്തിൽ ചൂണ്ടിക്കാണിക്കുന്ന ഉപഭോക്തൃ ഉല്പന്നങ്ങളുടെ വില്പനയിലെ ഇടിവ്. ജനദ്രോഹകരമായ നയങ്ങൾ ഒടുവിൽ എങ്ങനെ വ്യവസ്ഥയ്ക്കും കുത്തക മൂലധനശക്തികൾക്കു തന്നെയും ഭീഷണിയാവുന്നു എന്നാണ് ഇത് കാണിക്കുന്നത്. ഡോ. കെ എൻ ഹരിലാലിന്റെ ലേഖനം ആഗോളവല്ക്കരണകാലത്തെ മുതലാളിത്തവും ജനാധിപത്യവും തമ്മിലുള്ള വൈരുദ്ധ്യത്തിലേക്കാണ് വിരൽചൂണ്ടുന്നത്. ജനാധിപത്യമാണ് നിങ്ങൾ തെരഞ്ഞെടുക്കുന്നതെങ്കിൽ ആഗോളവല്ക്കരണ നയങ്ങളുടെ ബന്ധന

ത്തിൽനിന്നും പുറത്തുവരാതെ നിവൃത്തിയില്ല എന്നത് കൂടുതൽ കൂടുതൽ വ്യക്തമായിക്കൊണ്ടിരിക്കയാണ്.

സാമ്പത്തികശാസ്ത്രത്തിനുള്ള നോബൽ സമ്മാനം ഇത്തവണ ലഭിച്ചിരിക്കുന്നതിൽ രണ്ടുപേർ ഇന്ത്യക്കാരനായ അഭിജിത് ബാനർജിയും അദ്ദേഹത്തിന്റെ സഹപ്രവർത്തക എസ്തർ ഡുഫ്ലോയുമാണ്. അവരുടെ സമ്മാനാർഹമായ പഠനങ്ങളും അതിലൂടെ മുന്നോട്ടുവയ്ക്കുന്ന രീതിശാസ്ത്രവും വിപുലമായി ചർച്ചചെയ്യപ്പെടുകയാണ്. സാമ്പത്തിക പ്രശ്നങ്ങളോടുള്ള അവരുടെ സമീപനം പ്രശംസയ്ക്കും വിമർശനത്തിനും വിധേയമാവുന്നുണ്ട്. അതെന്തായാലും ഇന്ത്യയിലെ സാമ്പത്തിക നയങ്ങളെപ്പറ്റി പ്രത്യേകിച്ചും ദേശീയോല്പാദനത്തിന്റെ വളർച്ചയ്ക്കു നല്കുന്ന അമിത പ്രാധാന്യത്തേയും വിതരണത്തിന്റെ പ്രശ്നങ്ങളിൽ പുലർത്തുന്ന നിസ്സംഗതയെപ്പറ്റിയും അവർ നടത്തുന്ന നിരീക്ഷണങ്ങൾ ശ്രദ്ധേയമാണ്. നോബൽ ജേതാക്കളുടെ അഭിപ്രായ പ്രകടനത്തോടൊപ്പം ഗൗരവത്തോടുകൂടി കാണേണ്ടതാണ് ഡോ. മൻമോഹൻസിങ്ങിന്റെ നിരീക്ഷണങ്ങളും. മൻമോഹൻസിങ്ങാണ് ഇന്ത്യയിലെ നവഉദാരവല്ക്കരണ നയങ്ങൾ തുടങ്ങിവെച്ചത്. അദ്ദേഹം ഇന്ത്യയുടെ ധനമന്ത്രിയാവുന്നതിനു മുമ്പ് സൗത്ത് കമ്മീഷന്റെ അദ്ധ്യക്ഷനായിരുന്നപ്പോൾ പറഞ്ഞതിനു നേർവിപരീതമായിരുന്നു നവഉദാരവല്ക്കരണനയങ്ങൾ. മൻമോഹൻസിങ് അദ്ദേഹത്തിന്റെ നിലപാടു ഒരിക്കൽക്കൂടി മാറ്റുന്നു എന്നു തോന്നുന്ന അഭിപ്രായ പ്രകടനങ്ങളാണ് അദ്ദേഹത്തിൽനിന്നും അടുത്തകാലത്തു വരുന്നത്. ഈ പുസ്തകത്തിൽ ഉൾപ്പെടുത്തിയിരിക്കുന്ന കുറിപ്പിൽ അദ്ദേഹം ഇന്ത്യൻ സമ്പദ്ഘടനയെ ബാധിച്ചിരിക്കുന്ന വിശ്വാസത്തകർച്ചയെക്കുറിച്ചാണ് സൂചിപ്പിക്കുന്നത്. വിശ്വാസത്തകർച്ചയുണ്ടാവാൻ കാരണം നവഉദാരവല്ക്കരണ നയങ്ങളാണ് എന്ന തിരിച്ചറിവിലേക്കും കുറ്റസമ്മതത്തിലേക്കും എത്താൻ ഇനിയും വളരെ വൈകില്ല എന്നു കരുതാം. ഈ പുസ്തകത്തിൽ ഉൾപ്പെടുത്തിയിരിക്കുന്ന ഏറ്റവും അവസാനത്തേതും എന്നാൽ ഏറ്റവും പ്രധാനപ്പെട്ടതുമായ ഒരു ലേഖനം സ. ഹേമലതയുടേതാണ്. സാമ്പത്തികത്തകർച്ചയും തൊഴിലില്ലായ്മയും ബന്ധപ്പെട്ട ജീവിതപ്രയാസങ്ങളും ഇന്ത്യയിലെ തൊഴിലാളികളിൽ സൃഷ്ടിച്ചിരിക്കുന്ന പുതിയ അവബോധത്തെക്കുറിച്ചാണ് ലേഖനം സൂചിപ്പിക്കുന്നത്. ജാതിക്കും മതത്തിനും മറ്റു വിഭാഗീയചിന്തകൾക്കും അതീതമായി തൊഴിലാളികൾ ഒന്നിക്കുന്നു എന്നതിനും അവർ തൊഴിലാളി വർഗ്ഗബോധത്തിലേക്ക് വളരുന്നു എന്നതിനും സമീപകാല സമരങ്ങളെ സാക്ഷിനിർത്തി തെളിവു നിരത്തുകയാണ് സഖാവിന്റെ ലേഖനം ചെയ്യുന്നത്. അതുതന്നെയാണ് സാമ്പത്തികത്തകർച്ചയുടെ ടണലിന്റെ അറ്റത്തു കാണുന്ന വെളിച്ചവും.

ദേശീയ പണിമുടക്ക്

എളമരം കരീം

മോദി സർക്കാരിന്റെ തൊഴിലാളി വിരുദ്ധ ജനവിരുദ്ധ നയങ്ങൾക്കെതിരെ രാജ്യത്തെ തൊഴിലാളികൾ 2020 ജനുവരി 8 ന് പണിമുടക്കും. ദേശീയ ട്രേഡ് യൂണിയനുകളും, കേന്ദ്ര - സംസ്ഥാന സർക്കാർ ജീവനക്കാരുടെ സംഘടനകളും, ബാങ്ക് - ഇൻഷുറൻസ്- ബി എസ് എൻ എൽ ജീവനക്കാരുടെ സംഘടനകളും സംയുക്തമായിട്ടാണ് പണിമുടക്ക് ആഹ്വാനം നല്കിയിട്ടുള്ളത്. 2014 ൽ നരേന്ദ്ര മോദി പ്രധാനമന്ത്രിയായി ഭരണം ആരംഭിച്ചതിന് ശേഷം നടക്കുന്ന നാലാമത്തെ ദേശീയ പണിമുടക്കമാണിത്.

രാജ്യത്തെ 56 കോടിയോളം വരുന്ന തൊഴിലാളികൾ നേരിടുന്ന പ്രശ്നങ്ങൾക്ക് പരിഹാരം കാണണമെന്നാവശ്യപ്പെട്ട്, തൊഴിലാളി സംഘടനകൾ ഉന്നയിക്കുന്ന കാര്യങ്ങളിൽ ഒന്ന് പോലും പരിഹരിക്കാൻ സർക്കാർ സന്നദ്ധമാവുന്നില്ല. സമ്പത്തുല്പാദനത്തിൽ മുഖ്യപങ്ക് വഹിക്കുന്ന തൊഴിലാളികളെ തീർത്തും അവഗണിക്കുകയാണ് സർക്കാർ. കോർപ്പറേറ്റുകളുടെ താല്പര്യങ്ങൾക്ക് മാത്രമാണ് സർക്കാർ പരിഗണന നല്കുന്നത്. വ്യവസായ സംരംഭകർക്ക്, യാതൊരു തടസ്സവുമില്ലാതെ ലാഭം കൊയ്യാൻ പര്യാപ്തമായ നയങ്ങളാണ് സർക്കാർ സ്വീകരിക്കുന്നത്. തൽഫലമായി ജനങ്ങളുടെ വരുമാനം ഇടിയുകയും അവരുടെ ജീവിത നിലവാരം തകരുകയും ചെയ്യുന്നു. ജനങ്ങളുടെ ഉപഭോഗ കഴിവ് കുറയുന്നതിനാൽ കമ്പോളങ്ങൾ ശുഷ്കിക്കുകയും ഉല്പന്നങ്ങൾ വില്പന നടക്കാതെ കെട്ടിക്കിടക്കുകയും ചെയ്യുന്നു. തൽഫലമായി വ്യവസായ ഉല്പാദനം കുറയ്ക്കേണ്ടി വരുന്നു. വ്യവസായ ഉല്പാദന വളർച്ചാനിരക്ക് ഇടിയുന്നു. ഇത് ലക്ഷക്കണക്കിന് തൊഴിലാളികളുടെ തൊഴിൽ നഷ്ടപ്പെടാൻ ഇടയാവുന്നു. ഇപ്പോൾ രാജ്യം നേരിടുന്ന സാമ്പത്തിക പ്രതിസന്ധിയുടെ കാരണമിതാണ്.

സാമ്പത്തിക തകർച്ച

രാജ്യം സാമ്പത്തിക മാന്ദ്യത്തിലാണ്. ജിഡിപി വളർച്ച 5 ശതമാനമായി കുറഞ്ഞു. കഴിഞ്ഞ 15 വർഷത്തിനിടയിലെ ഏറ്റവും താഴ്ന്ന നിരക്കാണിത്. 2019 ജൂലൈ മാസത്തിൽ പുതിയ സർക്കാരിന്റെ ധനകാര്യമന്ത്രി പാർലമെന്റിൽ അവതരിപ്പിച്ച ബഡ്ജറ്റിൽ 2024 ആവുമ്പോഴേക്കും രാജ്യം 5 ട്രില്യൻ (1 ട്രില്യൻ - 1 ലക്ഷം കോടി) ഡോളർ സമ്പത്തുല്പാദിപ്പിക്കാൻ കഴിവു നേടുമെന്നായിരുന്നു അവകാശ വാദം. ഇത് സാദ്ധ്യമാവണമെങ്കിൽ വർഷം 8 ശതമാനം തോതിൽ ജിഡിപി വളരണം. ധനകാര്യമന്ത്രിയുടെ എല്ലാ പ്രതീക്ഷകളെയും അസ്ഥാനത്താക്കുന്നതാണ് യാഥാർത്ഥ്യം.

ഇന്ത്യയിലെ തൊഴിലില്ലായ്മ, കഴിഞ്ഞ അര നൂറ്റാണ്ടിലെ ഏറ്റവും ഉയർന്ന നിരക്കിലാണ്. ശരാശരി ഗാർഹിക ഉപഭോഗം, കഴിഞ്ഞ 40 വർഷത്തിനിടയിലെ ഏറ്റവും താഴ്ന്ന നിരക്കിലാണ്. ബാങ്കുകളുടെ കിട്ടാക്കടം എക്കാലത്തെയും ഉയർന്ന തുകയാണ്. വൈദ്യുതി ഉല്പാദന വളർച്ച കഴിഞ്ഞ 15 വർഷക്കാലത്തിനിടയിലെ താഴ്ന്ന നിരക്കിലാണ്. രാജ്യം അകപ്പെടാൻ പോകുന്ന ഗുരുതരമായ സാമ്പത്തിക പ്രതിസന്ധിയുടെ ലക്ഷണങ്ങളാണിവയെല്ലാം.

രാജ്യത്തിന്റെ സാമ്പത്തിക സ്ഥിതി പൗരന്മാരുടെ സാമ്പത്തിക നിലയുടെ പ്രതിഫലനമാണ്. ജനങ്ങളുടെ സാമൂഹ്യജീവിതവും ആത്മവിശ്വാസവും നഷ്ടപ്പെട്ടുകൊണ്ടിരിക്കുന്നു. ജനങ്ങൾ കടുത്ത ആശങ്കയിലാണ് ജീവിക്കുന്നത്. മിക്ക വ്യവസായങ്ങളും ഉല്പാദന ശേഷി പൂർണ്ണമായി ഉപയോഗിക്കാനാവാത്ത അവസ്ഥയിലാണ്. ഏറ്റവും വലിയ ആഘാതം ഏറ്റത് ഓട്ടോ മൊബൈൽ വ്യവസായ മേഖലയും റിയൽ എസ്റ്റേറ്റുമാണ്. രാജ്യത്തെ വൻകിട വാഹന നിർമ്മാണ കമ്പനികൾ- മാരുതി സുസുക്കി, ടാറ്റാ മോട്ടോർ, ടൊയോട്ട, അശോക് ലൈലന്റ്, മഹീന്ദ്ര& മഹീന്ദ്ര തുടങ്ങിയ കമ്പനികൾ ഉല്പാദനം കുറയ്ക്കാൻ നിർബ്ബന്ധിതമായി. പത്ത് ലക്ഷത്തോളം തൊഴിലാളികൾക്ക് ജോലി നഷ്ടപ്പെട്ടു. വാഹനങ്ങളുടെ 'കമ്പോണന്റ്സ്' ഉല്പാദിപ്പിക്കുന്ന കമ്പനികളും ഉല്പാദനം കുറച്ചു. മോട്ടോർ വാഹനങ്ങളുടെ വില്പന കുറഞ്ഞതിനാൽ, വില്പന ഷോറൂമുകൾ പലതും അടച്ചുപൂട്ടി. ടയർ കമ്പനികൾ ഉല്പാദനം കുറയ്ക്കാൻ നിർബ്ബന്ധിതരായി. കേരളത്തിലെ അപ്പോളോ ടയർ, എം ആർ എഫ് എന്നീ കമ്പനികളും ഉൽപാദനം കുറച്ചു.

വസ്ത്രങ്ങളും, ബിസ്കറ്റ് പോലുള്ള ഉല്പന്നങ്ങളും വില്പന കുറഞ്ഞവയിൽ പെടും. നിർമ്മാണം പൂർത്തിയായി വില്പനയ്ക്ക് വെച്ച 4 ലക്ഷത്തോളം ഫ്ളാറ്റുകൾ വില്ക്കാൻ കഴിഞ്ഞിട്ടില്ല. കേരളത്തിൽ റിയൽ എസ്റ്റേറ്റ് മേഖലയിലെ പ്രവൃത്തികൾ 30 ശതമാനം കുറഞ്ഞു. ജനങ്ങളുടെ ഉപഭോഗ കഴിവ് കുറഞ്ഞതാണ് ഈ അവസ്ഥയ്ക്ക് കാരണം. ഉദാരവല്ക്കരണ നയങ്ങൾ നടപ്പാക്കിയ എല്ലാ രാജ്യങ്ങളിലെയും അവസ്ഥ ഇത് തന്നെയാണ്.

പാക്കേജുകൾ

സാമ്പത്തിക മാന്ദ്യത്തിന് പരിഹാരമായി, കേന്ദ്ര ധനകാര്യവകുപ്പ് മന്ത്രി അഞ്ച് പാക്കേജുകൾ പ്രഖ്യാപിച്ചു. അതെല്ലാം കോർപ്പറേറ്റുകൾക്ക് നേട്ടമുണ്ടാക്കുന്ന വിധത്തിലുള്ളതാണ്. കോർപ്പറേറ്റുകൾക്ക് രണ്ട് ഘട്ട ങ്ങളിലായി 2.15 ലക്ഷം കോടി രൂപയുടെ നികുതിയിളവാണ് 2019-20 വർഷ ത്തേക്ക് നല്കിയത്. വ്യവസായ നിക്ഷേപം വർദ്ധിപ്പിക്കാനെന്ന പേരി ലാണ് ഈ നടപടി. വ്യവസായങ്ങൾ ഉല്പാദിപ്പിക്കുന്ന ഉല്പന്നങ്ങൾ വാങ്ങാൻ ജനങ്ങളുടെ കൈയിൽ പണമില്ലെങ്കിൽ പ്രതിസന്ധി എങ്ങിനെ തീരും? തൊഴിലാളികളുടെ വേതനം വർദ്ധിപ്പിക്കാനോ, കാർഷിക ഉല്പ ന്നങ്ങൾക്ക് ന്യായവില ഉറപ്പാക്കാനോ ഒരു നടപടിയും സർക്കാർ കൈക്കൊള്ളുന്നില്ല. കോർപ്പറേറ്റുകൾ ഇളവ് നൽകിയ പണം പശ്ചാത്ത ല-വികസന പദ്ധതികളിൽ നിക്ഷേപിച്ചിരുന്നുവെങ്കിൽ, ലക്ഷക്കണക്കിന് തൊഴിലവസരങ്ങൾ സൃഷ്ടിക്കാൻ കഴിയുമായിരുന്നു. മഹാത്മാഗാന്ധി തൊഴിലുറപ്പ് പദ്ധതി പ്രകാരമുള്ള തൊഴിൽ ദിനങ്ങൾ വർദ്ധിപ്പിക്കുകയും അവരുടെ വേതനം അല്പം വർദ്ധിപ്പിക്കുകയും ചെയ്തിരുന്നുവെങ്കിൽ ആ പണവും കമ്പോളങ്ങളിലെത്തുമായിരുന്നു. കമ്പോള മാന്ദ്യം പരിഹ രിക്കാനുള്ള പോംവഴി ഇത് മാത്രമാണ്. അതൊന്നും ചെയ്യാതെ കോർപ്പ റേറ്റുകളുടെ കീശ വീർപ്പിക്കുന്നനടപടികളാണ് കേന്ദ്ര സർക്കാർ കൈക്കൊ ണ്ടത്.

തൊഴിലില്ലായ്മ

രാജ്യത്തെ തൊഴിലില്ലായ്മ, കഴിഞ്ഞ അരനൂറ്റാണ്ടിനിടയിൽ ഏറ്റവും ഉയർന്ന നിരക്കിലാണ്. നാഷണൽ സാമ്പിൾ സർവേ റിപ്പോർട്ട് അനുസരിച്ച് രാജ്യത്തെ തൊഴിലില്ലായ്മ 8.5 ശതമാനമാണ്. സെന്റർ ഫോർ മോണിറ്ററിംഗ് ഇന്ത്യൻ ഇക്കോണമി (CMIE) റിപ്പോർട്ടിൽ പറയുന്നത്, 2016 ന് ശേഷമുള്ള ഏറ്റവും ഉയർന്ന തൊഴിലില്ലായ്മാ നിരക്കാണിത്. കഴിഞ്ഞ 6 വർഷത്തിനിടയിൽ 90 ലക്ഷം തൊഴിലുകൾ നഷ്ടപ്പെട്ടതായി അസീം പ്രേംജി സർവ്വകലാശാലയിലെ പഠന സംഘം തയ്യാറാക്കിയ റിപ്പോർട്ടിൽ പറയുന്നു. ഈ കാലയളവിൽ കാർഷിക മേഖലയിൽ വർഷംതോറും 45 ലക്ഷം വീതം തൊഴിലുകളാണ് നഷ്ടപ്പെട്ടത്. സാങ്കേ തിക വിദ്യാഭ്യാസത്തിൽ ബിരുദം നേടിയവർക്കിടയിലാണ് ഏറ്റവും കൂടു തൽ തൊഴിൽ രഹിതരുള്ളത്. 2014 ലെ തിരഞ്ഞെടുപ്പ് കാലത്ത് മോദി നൽകിയ വാഗ്ദാനം വർഷം തോറും 2 കോടി വീതം പുതിയ തൊഴിൽ സൃഷ്ടിക്കുമെന്നായിരുന്നു. നേരെ വിപരീതമാണ് സംഭവിച്ചത്. കാർഷിക - വ്യവസായ രംഗങ്ങളിലെ തകർച്ചയും നോട്ടു നിരോധനം- ജി എസ് ടി തുടങ്ങിയ നടപടികളും വൻ തോതിൽ തൊഴിൽ നഷ്ടപ്പെടുത്തുകയാ ണുണ്ടായത്.

തൊഴിൽ നിയമ ഭാദഗതികൾ

തൊഴിൽ മേഖല"അയവേറിയതാ" ക്കുക എന്നതാണ് നവ-ഉദാര വല്ക്കരണ കാലഘട്ടത്തിലെ ഭരണകൂട നയം. സ്ഥിരം ജോലികൾ കുറക്കുകയും, കരാർ- താല്ക്കാലിക ജോലി സമ്പ്രദായം വ്യാപിപ്പിക്കുകയും ചെയ്യുന്നു. ഇത് തൊഴിലാളികളുടെ വേതനം കുറയ്ക്കാനും മുതലാളി വർഗ്ഗത്തിന്റെ ലാഭം വർദ്ധിപ്പിക്കാനുമാണ്. ഈ നയമാണ് സാമ്പത്തിക അസമത്വം വർധിപ്പിക്കുന്നത്. തൊഴിൽ നിയമങ്ങൾ ഭേദഗതി ചെയ്യുന്നത് ഈ ലക്ഷ്യം വെച്ചാണ്.

രാജ്യത്ത് നിലവിലുള്ള 44 തൊഴിൽ നിയമങ്ങൾ 4 ലേബർ കോഡുകളാക്കി മാറ്റാനാണ് മോദി സർക്കാർ തീരുമാനിച്ചത്. അതിൽ ഒരു കോഡ്- "കോഡ് ഓൺ വേജസ്" പാർലമെന്റ് പാസാക്കി. മിനിമം വേജസ് ആക്ട്, പേമെന്റ് ഓഫ് വേജസ് ആക്ട്, ഈക്വൽ റെമ്യൂണറേഷൻ ആക്ട്, പേമെന്റ് ഓഫ് ബോണസ് ആക്ട് എന്നിവയ്ക്ക് പകരമായിട്ടാണ് വേജ് കോഡ് കൊണ്ടുവന്നിരിക്കുന്നത്. നിലവിലുണ്ടായിരുന്ന 4 തൊഴിൽ നിയമങ്ങളനുസരിച്ച് തൊഴിലാളികൾക്ക് ലഭിച്ചുകൊണ്ടിരുന്ന അവകാശങ്ങൾ നഷ്ടപ്പെടുത്തുന്നതാണ് പുതിയ നിയമം.

മിനിമം വേതനം നിശ്ചയിച്ച് സംസ്ഥാന മിനിമം വേജസ് അഡ്വൈസറി ബോർഡുകൾ നല്കുന്ന ശുപാർശകൾ സ്വീകരിക്കാൻ സർക്കാരുകൾക്ക് മേലിൽ ബാദ്ധ്യതയില്ല. കേന്ദ്ര സർക്കാർ തയ്യാറാക്കാനുദ്ദേശിക്കുന്ന 'ദേശീയ മിനിമം വേതനം' ഇന്ത്യൻ ലേബർ കോൺഫറൻസ് ശുപാർശ ചെയ്തതിനേക്കാൾ കുറഞ്ഞ തുകയാണ്. പട്ടിണി നിർമ്മാർജ്ജനം ചെയ്യാനും കമ്പോളങ്ങളെ ഉത്തേജിപ്പിക്കാനും മിനിമം വേതനം എന്ന തത്ത്വത്തിന് നിർണ്ണായക പങ്കുണ്ടെന്ന്, ലോകം മുഴുവൻ അംഗീകരിച്ച തത്ത്വമാണ്. ഈ തത്ത്വത്തിനെതിരാണ് കേന്ദ്ര സർക്കാരിന്റെ നടപടി. വ്യത്യസ്ത പ്രദേശങ്ങളെ അടിസ്ഥാനപ്പെടുത്തി വ്യത്യസ്ത മിനിമം വേതന നിരക്കുകൾ തയാറാക്കാനാണ് കേന്ദ്ര സർക്കാർ നീക്കം. കേന്ദ്ര സർക്കാർ നിയോഗിച്ച വിദഗ്ദ്ധ കമ്മിറ്റി 2017 ൽ ശുപാർശ ചെയ്ത മിനിമം ദേശീയ ദിവസ വേതനം 176 രൂപയാണ്. 2019 ഫെബ്രുവരിയിൽ സർക്കാർ നിയമിച്ച മറ്റൊരു വിദഗ്ദ്ധ കമ്മിറ്റിയുടെ ശുപാർശ മിനിമം ദിവസവേതനം 375 രൂപ (മാസം 9750 രൂപ) ആയിരിക്കണമെന്നാണ്. ഇതിന് പുറമെ നഗരങ്ങളിലെ തൊഴിലാളികൾക്ക് ദിവസം സിറ്റി കോമ്പൻസേഷൻ അലവൻസായി ദിനംപ്രതി 55 രൂപ കൂടി നിശ്ചയിക്കണമെന്നും ശുപാർശ ചെയ്തു. 2015 ൽ സർക്കാർ ജീവനക്കാരുടെ ഏഴാമത് ശമ്പള കമ്മീഷൻ സർക്കാർ ജീവനക്കാരുടെ മിനിമം വേതനം പ്രതിമാസം 18000 രൂപയായിരിക്കണമെന്ന് ശുപാർശ ചെയ്തിരുന്നു. ഡൽഹി സംസ്ഥാന സർക്കാർ തൊഴിലാളികളുടെ മിനിമം വേതനം പ്രതിമാസം 14842 രൂപയായിരിക്കണമെന്ന് കഴിഞ്ഞ മാസത്തിലാണ് നിശ്ചയിച്ചത്. ഈ നടപടി തൊഴിലുടമകളുടെ എതിർപ്പിനെ തള്ളിക്കളഞ്ഞുകൊണ്ട് സുപ്രീംകോടതി ശരിവെച്ചു.

45-ാമത് ഇന്ത്യൻ ലേബർ കോൺഫറൻസ് ശുപാർശ ചെയ്തത് തൊഴിലാളികളുടെ മിനിമം വേതനം പ്രതിമാസം 18000 രൂപയായിരിക്കണമെന്നാണ്. ഈ ആവശ്യം കഴിഞ്ഞ ദേശീയ പണിമുടക്കുകളിൽ ട്രേഡ് യൂണിയനുകൾ ഉന്നയിച്ചതാണ്. 2020 ജനുവരി 8 ന്റെ ദേശീയ പണിമുടക്കിന്റെ തൊഴിലാളി സംഘടനകൾ തയ്യാറാക്കിയ അവകാശ പത്രികയിൽ പ്രതിമാസ മിനിമം വേതനം 21000 രൂപയായി നിശ്ചയിക്കണമെന്നാണാവശ്യപ്പെട്ടിരിക്കുന്നത്. ഈ തത്ത്വങ്ങളിൽ നിന്നെല്ലാം പുറകോട്ട് പോകുന്നതാണ് കേന്ദ്ര സർക്കാരിന്റെ നിലപാട്.

സ്വകാര്യവല്ക്കരണം

പൊതുമേഖലാ സ്വകാര്യവല്ക്കരണം 1991 ൽ ആഗോളവല്ക്കരണ നയം ആരംഭിച്ച കാലത്ത് തന്നെ സർക്കാർ പ്രഖ്യാപിച്ച നയമാണ്. കോൺഗ്രസ് സർക്കാരാണ് ഈ നയത്തിന് തുടക്കംകുറിച്ചത്. നഷ്ടത്തിൽ പ്രവർത്തിക്കുന്ന പൊതുമേഖലാ സ്ഥാപനങ്ങളിലെ സർക്കാർ ഓഹരികൾ വില്ക്കാനായിരുന്നു അന്നത്തെ നീക്കം. തൊഴിലാളികളുടെ ശക്തമായ എതിർപ്പ് കാരണം റാവു സർക്കാരിന് സ്വകാര്യവല്ക്കരണം ഉദ്ദേശിച്ചതുപോലെ നടപ്പാക്കാനായില്ല.

1998 മുതൽ 2004 വരെ അധികാരത്തിലിരുന്ന വാജ്പേയ് സർക്കാരിന്റെ കാലത്ത് പൊതുമേഖലാ കമ്പനികളുടെ ഓഹരികൾ വില്പന നടത്താൻ ഒരുവകുപ്പ് (ഡിപ്പാർട്ട്മെന്റ് ഓഫ് ഡിസ്- ഇൻവെസ്റ്റ്മെന്റ്) രൂപീകരിച്ചിരുന്നു. അരുൺ ഷൂരി ആയിരുന്നു പ്രസ്തുത വകുപ്പിന്റെ മന്ത്രി. ഒറീസയിലെ 'ബാൽകോ' എന്ന അലൂമിനിയം കമ്പനി കൊച്ചിയിലെ 'മോഡേൺ ബ്രഡ്', ഐ ടി ഡി എ സിയുടെ കോവളം ഹോട്ടൽ; ബോംബെയിലെ 'സെഞ്ചുറ ഹോട്ടൽ' തുടങ്ങിയവ സ്വകാര്യവല്ക്കരിച്ചത് വാജ്പേയ് സർക്കാരിന്റെ കാലത്താണ്.

2004-14 കാലത്തെ മൻമോഹൻസിങ് സർക്കാർ പൊതുമേഖലാ ഓഹരി വില്പനയിലൂടെ റവന്യൂ വരുമാനം കണ്ടെത്താൻ തീരുമാനിച്ചു. നഷ്ടമുണ്ടാക്കുന്നവ മാത്രമല്ല ലാഭകരമായി പ്രവർത്തിക്കുന്ന കമ്പനികളുടെയും ഓഹരികൾ വില്പന നടത്തി. ഈ വില്പനയിൽ മാർക്കറ്റ് വിലയേക്കാൾ കുറഞ്ഞ തുകയാണ് സർക്കാരിന് ലഭിച്ചത്. വാങ്ങിയ സ്വകാര്യ കുത്തകകൾക്ക് വൻ ലാഭം നേടാനായി. അപ്പോഴും കേന്ദ്ര സർക്കാർ പറഞ്ഞത്, സർക്കാരിന്റെ ഓഹരികൾ പൊതുമേഖലാ കമ്പനികളിൽ 51 ശതമാനത്തിന്റെ കുറവ് വരുത്താതെയായിരിക്കും വില്പന എന്നായിരുന്നു.

ഒന്നാം മോദി സർക്കാരിന്റെ കാലത്തും ഓഹരി വില്പന തുടർന്നു. എന്നാൽ 2019 ലെ തിരഞ്ഞെടുപ്പിൽ വൻഭൂരിപക്ഷം നേടിയ മോദിയുടെ സർക്കാർ എല്ലാ മറയും നീക്കി, പൊതുമേഖലയാകെ വിറ്റ് തുലയ്ക്കാൻ കച്ചകെട്ടി ഇറങ്ങിയിരിക്കുകയാണ്. മികച്ച ലാഭമുണ്ടാക്കുന്നതും തന്ത്രപ്രധാന പങ്ക് വഹിക്കുന്നതുമായ സ്ഥാപനങ്ങളിലെ, ഭൂരിപക്ഷം ഓഹരികളും സ്വകാര്യ കുത്തകകൾക്ക് വില്ക്കാനാണ് ഇപ്പോഴത്തെ നീക്കം.

റെയിൽവേ പല ഭാഗങ്ങളായി വിഭജിച്ചാണ് സ്വകാര്യവല്ക്കരണം. ചിത്തരഞ്ജൻ ലോക്കോ മോട്ടീവ് ഫാക്ടറി, റായ്ബറേലി കോച്ച് ഫാക്ടറി, കപൂർത്തല കോച്ചു ഫാക്ടറി എന്നിവ വില്ക്കാൻ തീരുമാനിച്ചിരിക്കുന്നു. രാജ്യത്താകെ 45 റൂട്ടുകളിൽ സ്വകാര്യ തീവണ്ടികൾ ഓടിക്കാൻ അനുമതി നല്കി. സ്വകാര്യ തീവണ്ടികൾ ഓടാൻ അനുവദിക്കപ്പെട്ട റൂട്ടിൽ 'തിരുവനന്തപുരം- കൊച്ചി' റൂട്ടും ഉൾപ്പെടും.

'മഹാരത്ന' പദവിയുള്ള ഇന്ത്യയിലെ ഏഴാമത്തെ വൻകിട കമ്പനിയായ "ബിപിസിഎൽ" എന്ന പൊതുമേഖലാ സ്ഥാപനത്തിൽ സർക്കാരിനുള്ള 53.29 ശതമാനം ഓഹരികളും സ്വകാര്യ കുത്തകകൾക്ക് വില്ക്കാനാണ് മോദി സർക്കാർ തീരുമാനിച്ചിരിക്കുന്നത്. എക്സോൺ മോബിൽ (അമേരിക്ക), ആരാം കോ (സൗദി അറേബ്യ) എന്നീ കമ്പനികൾ ബിപിസിഎല്ലിൽ നോട്ടമിട്ടിരിക്കുന്നു. അന്തിമമായി റിലയൻസിന്റെ കൈകളിൽ എത്തിക്കലാണ് ലക്ഷ്യം. 8 ലക്ഷം കോടി രൂപ ആസ്തിയുള്ള ഈ കമ്പനി 50000 കോടി രൂപ വില നിശ്ചിയിച്ചാണ് വില്പനയ്ക്ക് വെച്ചിട്ടുള്ളത്. സ്വകാര്യ കുത്തകകളുമായുള്ള സർക്കാരിന്റെ ഒത്തുകളി ഇതിൽ നിന്ന് വ്യക്തമാവും. നാല് എണ്ണ ശുദ്ധീകരണ ശാലകൾ (കൊച്ചിൻ റിഫൈനറി ഉൾപ്പെടെ) 15087 പെട്രോൾ- ഡീസൽ പമ്പുകൾ, 6004 പാചക വിതരണ ഏജൻസികൾ, 52 പാചക വാതക നിറക്കയ്ൽ കേന്ദ്രങ്ങൾ, 56 വിമാന ഇന്ധന വിതരണ കേന്ദ്രങ്ങൾ, 7.83 കോടി പാചക വാതക ഉപഭോക്താക്കൾ എന്നിവയെല്ലാം ഉൾക്കൊള്ളുന്ന വമ്പിച്ച സമ്പത്താണ്, സ്വകാര്യ കുത്തകയുടെ കൈവശത്തിലെത്തുക. മുമ്പ് ബ്രിട്ടീഷ് കമ്പനിയായിരുന്ന 'ബർമ-ഷെൽ' കമ്പനി, 1976 ൽ ദേശസാല്ക്കരിച്ചാണ് ബി പി സി എൽ രൂപം കൊണ്ടത്. അന്ന് മുതൽ നല്ല ലാഭത്തിൽ പ്രവർത്തിച്ച് വരുന്ന ഈ സ്ഥാപനം വില്പന നടത്തുന്നത് രാജ്യദ്രോഹമാണ്.

പ്രതിരോധ വകുപ്പിന് കീഴിലുള്ള 42 ആയുധ നിർമ്മാണ ഫാക്ടറികൾ, സേലം സ്റ്റീൽപ്ലാന്റ്, എയർ ഇന്ത്യ, ഹിന്ദുസ്ഥാൻ പേപ്പർ കോർപ്പറേഷൻ, 10 വിമാനത്താവളങ്ങൾ, തുറമുഖങ്ങൾ, ഹിന്ദുസ്ഥാൻ ലൈഫ് കയർ, കല്ക്കരി മേഖല തുടങ്ങിയവയെല്ലാം സ്വകാര്യവല്ക്കരിക്കാനുള്ള പട്ടികയിലുണ്ട്. ബിഎസ്എൻഎല്ലിനെ തകർത്ത് റിലയൻസ് ജിയോക്ക് മൊബൈൽ ഫോൺ മേഖലയിൽ സർവ്വാധിപത്യം നേടാനുള്ള ഒരുക്കമാണ് കേന്ദ്ര സർക്കാർ നടത്തുന്നത്. സ്വാതന്ത്ര്യാനന്തരം ഇന്ത്യൻ ജനതയുടെ നികുതിപണം ഉപയോഗിച്ച് പടുത്തുയർത്തിയവാണ് ഈ പൊതുമേഖലാ സ്ഥാപനങ്ങളെല്ലാം.

സ്വകാര്യവല്ക്കരണം ഒട്ടേറെ സാമൂഹ്യ പ്രശ്നങ്ങൾ സൃഷ്ടിക്കും. നിയമനങ്ങളിൽ പിന്നോക്ക- പട്ടികജാതി- വർഗ്ഗ- വിഭാഗങ്ങൾക്ക് സംവരണം ലഭിക്കുന്നത് പൊതുമേഖലയിലും സർക്കാർ സർവ്വീസിലും മാത്രമാണ്. സമൂഹത്തിലെ ദുർബ്ബല ജനതയ്ക്ക് സംവരണാനുകൂല്യം നഷ്ടപ്പെടും. പൊതുമേഖലയിൽ നിന്നുള്ള ലാഭവിഹിതം സർക്കാരിന് വർഷം തോറും ലഭിക്കും. പൊതുമേഖലാ സ്ഥാപനങ്ങൾ വർഷംതോറും സി എസ്

ആർ (കോർപ്പറേറ്റ് സോഷ്യൽ റെസ്പോൺസിബിലിറ്റി) ഫണ്ട്; പ്രാദേശിക വികസനത്തിനായി ചെലവഴിക്കുന്നുണ്ട്. ഇതെല്ലാമാണ് നഷ്ടപ്പെടുന്നത്.

വൈദ്യുതി മേഖലയുടെ സമ്പൂർണ്ണ വൈദ്യുതീകരണമാണ് സർക്കാർ ലക്ഷ്യം. വൈദ്യുതി ബോർഡുകൾ പൊതുമേഖലാ കമ്പനികൾ എന്നിവയെല്ലാം തകരും. ജനങ്ങൾക്ക് ചുരുങ്ങിയ നിരക്കിൽ വൈദ്യുതി ലഭിക്കുന്നത് അവസാനിക്കും. ഇത് കൃഷിയെയും ചെറുകിടവ്യവസായങ്ങളെയും ദോഷകരമായി ബാധിക്കും. വൈദ്യുതി എന്ന ഊർജ്ജത്തിന്റെ ഉല്പാദനവും വിതരണവും 'സേവനം' എന്ന തത്ത്വത്തിൽ നിന്ന് മാറി, വെറും വില്പന ചരക്കായി മാറും. എല്ലാ സബ്സിഡികളും ഇല്ലാതാവും.

റെയിൽവേ സ്വകാര്യവല്ക്കരണം ചുരുങ്ങിയ ചെലവിൽ യാത്ര ചെയ്യാനുള്ള ജനങ്ങളുടെ അവകാശം നഷ്ടപ്പെടുത്തും. സ്വകാര്യ തീവണ്ടികളിൽ നിന്ന് സബ്സിഡി പ്രതീക്ഷിക്കാനാവില്ല. ടെലികോം മേഖലയിൽ റിലയൻസ് ജിയോയുടെ കുത്തക സ്ഥാപിച്ചു കഴിഞ്ഞാൽ മൊബൈൽ സേവന നിരക്കുകൾ കുത്തനെ ഉയരും.

നിയന്ത്രണമില്ലാത്ത ഈ സ്വകാര്യവല്ക്കരണം ജനജീവിതം ദുസ്സഹമാക്കും. രാജ്യരക്ഷയെ ദോഷകരമായി ബാധിക്കും. രാജ്യത്തിന്റെ തന്ത്രപ്രധാന മേഖലകൾ വിദേശ-നാടൻ കുത്തകകളുടെ നിയന്ത്രണത്തിലാവും 'സ്വദേശി' മുദ്രാവാക്യം ഉച്ചത്തിലുയർത്തുന്ന സംഘപരിവാറിന്റെ നേതൃത്വത്തിലുള്ള സർക്കാരിന്റെ നയങ്ങൾ രാജ്യസ്നേഹികളുടെ കണ്ണ് തുറപ്പിക്കുന്നതാണ്.

വർഗ്ഗീയവല്ക്കരണം

മോദി സർക്കാരിന്റെ നയങ്ങൾ എല്ലാ വിഭാഗം ജനങ്ങളുടെയും ജീവിതഭാരം വർദ്ധിപ്പിക്കുന്നതാണ്. കർഷക ആത്മഹത്യകൾ വർദ്ധിച്ച് വരികയാണ്. കാർഷിക മേഖലയിലെ പ്രതിസന്ധിമൂലം, തൊഴിൽ നഷ്ടപ്പെടുന്ന ലക്ഷക്കണക്കിന് കർഷക തൊഴിലാളികൾ, ജീവസന്ധാരണത്തിനായി കുടുംബസമേതം, നഗരങ്ങളിലേക്ക് കുടിയേറുകയാണ്. ഈ അവസ്ഥ ഒട്ടേറെ സാമൂഹ്യ പ്രശ്നങ്ങൾ സൃഷ്ടിക്കുന്നു. തൊഴിലില്ലായ്മ രൂക്ഷമായിക്കൊണ്ടിരിക്കുന്നത് യുവജനങ്ങളെ അസ്വസ്ഥമാക്കുന്നു. സ്ഥിരം ജോലികൾ കുറയുകയും വേതന നിരക്ക് ഇടിയുകയും ചെയ്യുന്നത് തൊഴിലാളി കുടുംബങ്ങളുടെ നിത്യജീവിതം നരകതുല്യമാക്കുന്നു.

ഈ സാഹചര്യം സർക്കാർ നയങ്ങൾക്കെതിരായ വലിയ സമരങ്ങൾക്ക് വഴി തുറക്കുന്നു. സ്വകാര്യവല്ക്കരണത്തിനെതിരെ, പൊതുമേഖലാ വ്യവസായങ്ങളിലെല്ലാം യോജിച്ച സമരങ്ങൾ ഉയർന്ന് വരികയാണ്. വർദ്ധിച്ച് വരുന്ന ജനങ്ങളുടെ ചെറുത്തുനില്പും ഐക്യവും സർക്കാരിനെയും സംഘപരിവാറിനെയും ഭയചകിതരാക്കുന്നു. ഈ സാഹചര്യത്തെ നേരിടാനും ജനങ്ങളുടെ ഐക്യം തകർക്കാനുമാണ് വർഗ്ഗീയത ആളിക്കത്തിക്കുന്നത്. അയോദ്ധ്യ, പൗരത്വനിയമം, ഗോസംരക്ഷണം,

കാശ്മീർ- തുടങ്ങിയ പ്രശ്നങ്ങൾ ഉയർത്തി ജനങ്ങളെ പല തട്ടുകളിലാക്കാനാണ് ശ്രമം. ഈ ചതിക്കുഴിയിൽ വീഴാതിരിക്കാൻ ജാഗ്രത പുലർത്തണം. കോർപ്പറേറ്റുകൾക്ക് രാജ്യത്തെ തീറെഴുതുന്ന ജനവിരുദ്ധ സർക്കാരിന്റെ നയങ്ങൾക്കെതിരെ കരുത്താർന്ന ജനകീയ ഐക്യം കെട്ടിപ്പടുക്കണം. വർഗ്ഗീയത-ജാതീയത-വംശീയത തുടങ്ങിയ പ്രശ്നങ്ങൾ ജനങ്ങൾക്കിടയിൽ ഭിന്നത വളർത്തുമെങ്കിലും ജീവിത പ്രശ്നങ്ങളെ ആസ്പദമാക്കിയ സമരങ്ങൾ അവരെ ഒന്നിപ്പിക്കാൻ സഹായകരമാവും. വർഗീയതകൊണ്ട് മാത്രം തുടർച്ചയായ വിജയങ്ങൾ ഉണ്ടാവില്ല എന്ന് മഹാരാഷ്ട്ര- ഹരിയാന സംസ്ഥാന അസംബ്ലി തിരഞ്ഞെടുപ്പുകൾ തെളിയിച്ചു.

ജനുവരി 8 ന്റെ ദേശീയ പണിമുടക്ക് അദ്ധ്വാനിക്കുന്ന വർഗ്ഗത്തിന്റെ യോജിച്ച മുന്നേറ്റത്തിന് വഴിയൊരുക്കും. വിവിധ സംസ്ഥാനങ്ങളിൽ വിവിധ തൊഴിൽ മേഖലകളിൽ മോദി സർക്കാരിന്റെ നയങ്ങൾ സൃഷ്ടിക്കുന്ന പ്രത്യാഘാതങ്ങൾക്കിരയാവുന്ന മുഴുവൻ തൊഴിലാളികളെയും അവരുടെ കുടുംബാംഗങ്ങളെയും ഒന്നിച്ചണിനിരത്താൻ ദേശീയ പണിമുടക്ക് അവസരം നല്കും. ഈ അവസരം ഫലപ്രദമായി ഉപയോഗിച്ചാൽ ഇന്ത്യാചരിത്രത്തിൽ ഒരു പുതിയ അദ്ധ്യായം എഴുതി ചേർക്കപ്പെടും.

ഹിന്ദുത്വവും നിയോലിബറൽ നയങ്ങളും

പ്രഭാത് പട്നായക്

ഹിന്ദുത്വത്തിന്റെ വർഗ്ഗപരമായ ദൗത്യം ദിനംപ്രതി വ്യക്തമായിക്കൊണ്ടിരിക്കുകയാണ്. പൊതുമേഖലയുടെ സ്വകാര്യവല്ക്കരണവും തൊഴിലാളി വർഗ്ഗത്തിനുമേലുള്ള കടന്നാക്രമണവുമടങ്ങുന്ന വിപുലമായ പദ്ധതിയാണ് ഹിന്ദുത്വത്തിന്റെ മറവിൽ മോദി ഗവൺമെന്റ് നടപ്പാക്കുന്നത്. ബൂർഷ്വാ ഭരണത്തിന്റെ 'സാധാരണമായ' പരിതഃസ്ഥിതികളിൽ ഇത്തരത്തിലൊരു പദ്ധതി നടപ്പാക്കാനാകില്ല; അത് ശക്തമായ പ്രതിഷേധത്തിനിടയാക്കും. എന്നാൽ, ഹിന്ദുത്വത്തിന്റെ മറവിൽ രാജ്യത്തെ ഭിന്നിപ്പിച്ചു നിർത്തിയാൽ, ഭൂരിപക്ഷത്തിന്റെ മനസ്സുകളിൽ 'അപരരോടുള്ള ഭയവും തല്ഫലമായി വെറുപ്പും' ഒന്നിച്ചുണർത്തിയാൽ ഗവൺമെന്റിന് ഈ പദ്ധതികൾ കൂടുതൽ ധൈര്യത്തോടെ നടപ്പാക്കാനാകും. ഭയം ഒരു ''രക്ഷകന്റെ'' ആവശ്യം സൃഷ്ടിക്കുകയും ആ ''രക്ഷകൻ'' എന്തുതന്നെ നടപ്പിലാക്കിയാലും, അതിപ്പോൾ സ്വകാര്യവല്ക്കരണമായാൽപോലും ജനങ്ങളുടെ പ്രതിഷേധം കുറവായിരിക്കും. കോർപ്പറേറ്റ് ഫൈനാൻഷ്യൽ പ്രമാണിവർഗ്ഗത്തിന്റെ വർഗ്ഗ അജണ്ടയ്ക്കുനേരെ ഉയരാവുന്ന ഏതു വെല്ലുവിളിയെയും അവർ ഹിന്ദുത്വ വ്യവഹാരമുപയോഗിച്ച് ചെറുക്കുന്നു; ഈ കോർപ്പറേറ്റ് അജണ്ടയിൽ മുഖ്യമായ ഒന്നാണ് സ്വകാര്യവല്ക്കരണം. ചുരുക്കത്തിൽ ഹിന്ദുത്വം കോർപ്പറേറ്റ് ഫൈനാൻഷ്യൽ പ്രമാണിവർഗ്ഗത്തിന്റെ താല്പര്യങ്ങൾക്കനുകൂലമായ ഒരു സംവാദവ്യതിയാനം കൊണ്ടുവരുന്നു.

വിവിധങ്ങളായ രീതിയിലാണ് സ്വകാര്യവല്ക്കരണം അവതരിപ്പിക്കപ്പെടുന്നത്. ചില പൊതുമേഖലാ സംരംഭങ്ങൾ മൊത്തക്കച്ചവടത്തിനു വേണ്ടി നീക്കിവച്ചിരിക്കുകയാണ്; അത് കേവലം നഷ്ടത്തിൽ കിടക്കുന്ന സംരംഭങ്ങളല്ല, മറിച്ച് അതിൽ പലതും ബഹുലമായ ലാഭമുണ്ടാക്കുന്ന

വയാണ്. മറുവശത്ത്, ഓഹരി വിറ്റഴിക്കലിലൂടെ 51 ശതമാനത്തിൽ താഴെയുള്ള അതിന്റെ ഓഹരി വിഹിതം കുറയ്ക്കാൻ ശ്രമിച്ചുകൊണ്ടിരിക്കുകയാണ് ഗവൺമെന്റ്. കുറച്ചുകൂടി വ്യക്തമാക്കിയാൽ, മൊത്തം പ്രവർത്തനത്തെ അനേകം വ്യത്യസ്തങ്ങളായ വ്യക്തിഗത പ്രവർത്തനങ്ങളായി വിഭജിക്കുകയും അതത് വകുപ്പുകളിലെ പൊതുമേഖലകളെ ഇല്ലാതാക്കിക്കൊണ്ട് ചില വ്യക്തിഗത പ്രവർത്തനങ്ങളെ സ്വകാര്യവല്ക്കരിക്കുകയുമാണ് ഉദ്ദേശ്യം; ഈ അവസാനവഴിയാണ് റെയിൽവേയുടെ കാര്യത്തിൽ ഇപ്പോൾ തുടരുന്നത്.

നിലവിലുള്ള പൊതുമേഖലയാകെ സ്വകാര്യവല്ക്കരിക്കുന്നതിനുള്ള ഇത്തരം മാർഗ്ഗങ്ങൾക്കുപുറമെ, നിലവിൽ പ്രവർത്തിച്ചുകൊണ്ടിരിക്കുന്ന പൊതുമേഖലാ സ്ഥാപനങ്ങളുടെ സാദ്ധ്യതകളെ ആവുന്നിടത്തോളം കുറയ്ക്കുക എന്നതുലക്ഷ്യമാക്കിക്കൊണ്ട് അവയെ തീർത്തും അവഗണിക്കുവാനുള്ള ശ്രമങ്ങളും നടക്കുന്നു. ഇക്കാലമത്രയും പൂർണ്ണമായും പൊതുമേഖലയുടെ കീഴിലായിരുന്ന കൽക്കരി ഖനനം പോലെയുള്ള മേഖലയിൽ പങ്കാളികളാകുന്നതിന് വിദേശമൂലധനത്തെയടക്കം ക്ഷണിച്ചിരിക്കുകയാണ്. ലോക്കോമോട്ടീവുകൾ പോലെയുള്ള റെയിൽവേ ഘടകങ്ങളുടെ കാര്യത്തിൽപോലും വിദേശകമ്പനികളിൽനിന്നുള്ള ഇറക്കുമതിയെ ആശ്രയിക്കുകയും, പൊതുമേഖലയിലെ ആഭ്യന്തര ഉല്പാദനം തത്തുല്യമായി വെട്ടിച്ചുരുക്കുകയും ചെയ്യുന്നു; ഇത് പൊതുമേഖലാഘടകങ്ങളെയാകെ വിനാശത്തിലേക്ക് ആഴ്ത്തുന്നതിനുള്ള നാന്ദികുറിക്കലാണ്.

ഇതുപോലെതന്നെ, തൊഴിലാളികളെ കൊള്ളയടിക്കുന്നതെളുപ്പമാക്കുന്ന തരത്തിൽ തൊഴിൽ നിയമങ്ങളെ ''പരിഷ്കരിക്കുന്നതി''നുള്ള നിയമനിർമ്മാണം അടുത്ത ലോക്സഭാ സെഷനിൽ അവതരിപ്പിക്കാനിരിക്കുകയാണ്. യഥാർത്ഥത്തിൽ, നിലവിലെ തൊഴിൽ നിയമങ്ങൾ എന്തെങ്കിലും സംരക്ഷണം നല്കുന്നുണ്ടെങ്കിൽ അത് ലഭ്യമാകുന്നത് രാജ്യത്തെ മൊത്തംതൊഴിൽ ശക്തിയുടെ ഏതാണ്ട് നാലുശതമാനത്തിനുമാത്രമാണ്; അതിനാൽ ''സംഘടിതമേഖലയിൽ''പോലും തൊഴിൽ ശക്തിയുടെ താല്ക്കാലികവല്ക്കരണം ദ്രുതഗതിയിൽ നടന്നുകൊണ്ടിരിക്കുകയാണ്; അതുകൊണ്ടുതന്നെ നിർദ്ദിഷ്ട തൊഴിൽനിയമഭേദഗതിയുടെ യഥാർത്ഥ ലക്ഷ്യം ട്രേഡ് യൂണിയനുകൾ അസാദ്ധ്യമാക്കുക എന്നതാണ്; അതുവഴി, തൊഴിലാളികളെ സംഘടിപ്പിക്കുവാൻ ശ്രമിക്കുന്നവരെ തല്ക്ഷണം ജോലിയിൽനിന്നും പിരിച്ചുവിടാനും നശിപ്പിക്കാനും സാധിക്കുമല്ലോ.

പൊതുമേഖലയെ സ്വകാര്യവല്ക്കരിക്കുന്നത് തീർച്ചയായും സമാനമായ പ്രത്യാഘാതങ്ങൾ ഉണ്ടാക്കും. ലോകത്താകെ പൊതുമേഖലയെ അപേക്ഷിച്ച് സ്വകാര്യമേഖലയിലെ തൊഴിലാളികളിൽ വളരെ കുറച്ചു മാത്രമേ സംഘടിതരായിട്ടുള്ളൂ. ഉദാഹരണത്തിന്, അമേരിക്കയിൽ സ്വകാര്യമേഖലാ തൊഴിലാളികളിൽ ഏതാണ്ട് ഏഴുശതമാനം മാത്രമേ

സംഘടിതരായിട്ടുള്ളൂ, എന്നാൽ പൊതുമേഖലയിൽ അത് 33 ശതമാനമാണ്. അതുകൊണ്ടുതന്നെ പൊതുമേഖലയുടെ പരിധിയിൽനിന്നും ഒരു സ്ഥാപനത്തെ സ്വകാര്യമേഖലയിലേക്ക് മാറ്റുന്നത്, തൊഴിലാളികളുടെ സംഘടനാവല്ക്കരണത്തിൽ (unionisation) പ്രതികൂലമായ ഫലമുളവാക്കും. എന്നുവച്ചാൽ, കോർപ്പറേറ്റ്- ഫൈനാൻഷ്യൽ പ്രമാണിവർഗ്ഗം ഒരുപാട് ആഗ്രഹിക്കുകയും എന്നാൽ മുൻകാലങ്ങളിൽ അത്രയെളുപ്പം നടപ്പാക്കാൻ സാധിക്കാതിരുന്നതുമായ അദ്ധ്വാനിക്കുന്ന വർഗ്ഗത്തിനുമേലുള്ള നേരിട്ടുള്ള ആക്രമണമാണ് മോദി ഗവൺമെന്റിന്റെ യഥാർത്ഥ ലക്ഷ്യം. ഹിന്ദുത്വത്തിന്റെ തണലിൽ ഇത് നേടിയെടുക്കാനാണ് അവർ ശ്രമിക്കുന്നത്.

ഹിന്ദുത്വത്തിന്റെ നിഴലിൽ കോർപ്പറേറ്റുകൾക്ക് ലഭിക്കുന്ന നേട്ടങ്ങൾ ഒരർത്ഥത്തിലും യാദൃച്ഛികമല്ല. വാസ്തവത്തിൽ ഹിന്ദുത്വ ആരാധകരുടെ സാമ്പത്തിക പ്രത്യയശാസ്ത്രം വളരെ വ്യക്തമായും നിർലജ്ജമായും കോർപ്പറേറ്റനുകൂലമാണ്. ബൂർഷ്വാ സാമ്പത്തികശാസ്ത്രംപോലും ഇതുവരെ പറഞ്ഞിട്ടില്ലാത്തത്രയും വ്യക്തമായ പദങ്ങളുപയോഗിച്ചുകൊണ്ട് നരേന്ദ്രമോദി തന്നെ ഈ വസ്തുത വ്യക്തമാക്കിയിട്ടുണ്ട്; "മുതലാളിമാർ രാജ്യത്തിന്റെ സമ്പത്ത് സ്രഷ്ടാക്കളാ''ണ് എന്നാണദ്ദേഹം പറഞ്ഞത്. ബൂർഷ്വാ സാമ്പത്തികശാസ്ത്രത്തിന്റെ മുഖ്യധാരാ പാഠപുസ്തകങ്ങൾ, സമ്പത്തിന്റെ രൂപീകരണം ആശ്രയിച്ചുനില്ക്കുന്ന ഉല്പാദനം നടക്കേണ്ടതിന് ഒന്നിച്ചുചേരേണ്ട നാല് ഉല്പാദനഘടകങ്ങളെ - ഭൂമി, തൊഴിലാളി, മൂലധനം, സംരംഭം- പ്രത്യേകം എടുത്തുപറയുന്നു. സമ്പത്തുല്പാദനത്തിന്റെ പ്രക്രിയയിൽ മുതലാളിമാർ സംഭാവനചെയ്യുന്ന മൂലധനം അദ്ധ്വാനത്തേക്കാൾ തെല്ലുംതന്നെ അപ്രധാനമല്ല എന്ന് അവർക്ക് വ്യക്തമാക്കണം എന്ന വസ്തുതയാണ് അവരുടെ അഴകൊഴമ്പൻ നയത്തിനു പിന്നിൽ. മറ്റു വാക്കുകളിൽ പറഞ്ഞാൽ, സോഷ്യലിസ്റ്റുകൾ പറയുന്നതുപോലെ മുതലാളിമാർ ചൂഷകരല്ല മറിച്ച് അവർ സമ്പത്തുല്പാദനത്തിന്റെ സഹസംഭാവകരാണത്രേ.

എന്തുതന്നെയായാലും ഈ മുഖ്യധാരാ ബൂർഷ്വാ ടെക്സ്റ്റുബുക്കുകൾക്കുമപ്പുറം പോയിരിക്കുന്നു നമ്മുടെ ഹിന്ദുവലതുപക്ഷം. സമ്പത്തുല്പാദകരുടെ പട്ടികയിൽനിന്നും അവർ തൊഴിലാളികളെ പൂർണ്ണമായും ഒഴിവാക്കിയിരിക്കുന്നു. ബൂർഷ്വാ ടെക്സ്റ്റുബുക്കുകളിൽ പറയുന്നതുപോലെ സമ്പത്തുല്പാദനപ്രക്രിയയിൽ തൊഴിലാളിക്കു സമാന്തരമായ സഹസംഭാവകരായിട്ടല്ല അവർ മുതലാളിയെ കാണുന്നത്; നേരെമറിച്ച് സമ്പത്തിന്റെ ഏകസ്രഷ്ടാക്കളായാണ് അവർ മുതലാളിവർഗ്ഗത്തെ കാണുന്നത്. മുതലാളിമാരെ സംബന്ധിച്ചിടത്തോളം, ഇന്നത്തെ ലോകത്തിലെ കോർപ്പറേറ്റുകളെ സംബന്ധിച്ചിടത്തോളം ഇതിലും വലിയ മാപ്പുസാക്ഷികളെ സ്വപ്നം കാണാൻപോലും പറ്റില്ല. വാസ്തവത്തിൽ, ബൂർഷ്വാ ടെക്സ്റ്റു ബുക്കുകൾ വായിക്കുമ്പോൾ, പ്രകൃതിക്കുമേൽ മനുഷ്യാദ്ധ്വാനം പ്രയോഗിക്കപ്പെടുന്നതാണ് സകല വസ്തുക്കളുടെയും, അഥവാ ഉപയോ

ഗക്ഷമമായ മൂല്യങ്ങളുടെയും ഉറവിടം എന്നു നമുക്ക് പറയാനാകും. ഇവയിൽ ചില വസ്തുക്കൾ പ്രകൃതിക്കുമേലുള്ള മനുഷ്യന്റെ പ്രവർത്തന പ്രക്രിയയിൽ അദ്ധ്വാനത്തിന്റെ ഉപകരണങ്ങളായി (മൂലധന വിഹിതം) ഉപയോഗിക്കുന്നു. മുതലാളിവർഗ്ഗം എന്നു വിളിക്കപ്പെടുന്ന ഒരുകൂട്ടം വ്യക്തികൾ അദ്ധ്വാനത്തിന്റെ ഈ ഉപകരണങ്ങളുടെ ഉടമകളായി സ്വയം അവരോധിക്കുകയും അതുവഴി സ്വയം യാതൊരു അദ്ധ്വാനവും പ്രയോഗിക്കാതെ ഉല്പാദിപ്പിക്കപ്പെടുന്ന വസ്തുക്കളുടെ ഒരു ഭാഗം അവർ കൈവശപ്പെടുത്തുകയും ചെയ്യുന്നു. തങ്ങൾ കൈയടക്കുന്നതിന്റെ ഒരു ഭാഗം അവർ ഉപഭോഗിക്കുകയും മറുഭാഗം മേല്പറഞ്ഞ ഉല്പാദനോപകരണങ്ങളുടെ ശേഖരം വർദ്ധിപ്പിക്കുന്നതിനുപയോഗിക്കുകയും ചെയ്യുന്നു.

ഉല്പാദനോപകരണങ്ങളുടെ ശേഖരം വർദ്ധിപ്പിക്കുന്നതുകൊണ്ട് മുതലാളിമാരെ മോദി പ്രകീർത്തിക്കുന്നു എന്ന് നമുക്ക് ഉദാരമായി വ്യഖ്യാനിക്കാം. അപ്പോഴും, കൈവശപ്പെടുത്തുന്നതെല്ലാം അപ്പാടെ ഉപഭോഗം ചെയ്യാതെ ഉല്പാദനോപകരണങ്ങളുടെ ശേഖരം വർദ്ധിപ്പിക്കുന്നതിനും ഉപയോഗിക്കുന്നു എന്നതുകൊണ്ട് അവരെ ''സമ്പത്തിന്റെ ഉല്പാദകർ" എന്നുവിളിക്കുന്നത് ഈ മൊത്തം പ്രക്രിയയെക്കുറിച്ചുള്ള പൂർണ്ണമായ അജ്ഞതയാണ്, വിവരമില്ലായ്മയാണ് കാണിക്കുന്നത്.

എൻ ഡി എ ഗവൺമെന്റ് ഇപ്പോൾ കോർപറേറ്റുകൾക്ക് ഒന്നേമുക്കാൽ ലക്ഷംകോടി രൂപ നികുതിയിളവ് നല്കിയത് എല്ലാവരുടെയും ഗുണത്തിനുവേണ്ടിയാണ് എന്ന മോദിയുടെ പ്രസ്താവന ഈ വിവരമില്ലായ്മയെ കൂടുതൽ പ്രകടമാക്കുന്നു; അത് 120 കോടി ഇന്ത്യക്കാരുടെ "നേട്ടത്തിനുള്ള സാഹചര്യം'' ഉണ്ടാക്കുമെന്നാണദ്ദേഹം അവകാശപ്പെടുന്നത്! ഇവിടെ മുതലാളിമാർ സമ്പത്തിന്റെ ഉല്പാദകരാണ് എന്ന തന്റേതായ കാഴ്ചപ്പാടിൽനിന്നും മോദി വീണ്ടും അതിരുകടക്കുന്നു. ഉല്പാദനോപകരണങ്ങളുടെ ശേഖരത്തിലേക്ക് ഒരു കണികപോലും വർദ്ധിപ്പിക്കാതെ കോർപ്പറേറ്റുകൾ ആ ഒന്നേമുക്കാൽ ലക്ഷം കോടി രൂപയാകെ പൂഴ്ത്തിവച്ചാലും (അത് ആകസ്മികമായി മൊത്ത ചോദനത്തിലുണ്ടാവുന്ന കമ്മിമൂലം വ്യാപകമായ തൊഴിലില്ലായ്മ സൃഷ്ടിക്കും) അത് പ്രത്യക്ഷമായി ''നേട്ടത്തിനുള്ള ഒരു സാഹചര്യമൊരുക്കും'' എന്നാണവർ പറയുന്നത്.

അപ്പോൾ ഹിന്ദുത്വത്തിന്റെ സാമ്പത്തികകാഴ്ചപ്പാട് ലഘുവായ ഒന്നാണെന്ന് വ്യക്തമായിരിക്കുന്നു: കൂടുതൽ പണം കോർപ്പറേറ്റുകൾക്ക് കൈമാറിയാൽ സമൂഹത്തിന് അത്രയും നല്ലത്. എന്തുതന്നെയായാലും അദ്ധ്വാനിക്കുന്ന ജനങ്ങൾക്ക് എന്തുകൊടുക്കണം എന്നതാണ് കോർപ്പറേറ്റുകൾക്ക് എന്തുകൈമാറണമെന്നതിന് പരിമിതി നിശ്ചയിക്കുന്നത്. അതുകൊണ്ട് ഹിന്ദുത്വകാഴ്ചപ്പാട് അദ്ധ്വാനിക്കുന്ന ജനങ്ങൾക്കു എത്രയും കുറച്ചുകൊടുക്കാമോ, അത് സമൂഹത്തിന് അത്രയും നല്ലതാണ് എന്നാണ് പറയുന്നത്! ചുരുക്കിപ്പറഞ്ഞാൽ, ഹിന്ദുത്വ പ്രത്യയശാസ്ത്രം അതറിയപ്പെടുന്നതുപോലെ കേവലം ന്യൂനപക്ഷവിരുദ്ധവും ദളിതുവിരുദ്ധ

വും ഗോത്രവിരുദ്ധവും സ്ത്രീവിരുദ്ധവും മാത്രമല്ല, അത് അനുപേക്ഷണീയമായും മൗലികമായും അദ്ധ്വാനിക്കുന്ന ജനങ്ങൾക്ക് എതിരുമാണ്.

ഇവിടെ വിനാശകരമായ ഒരു വൈരുദ്ധ്യം പ്രവർത്തിക്കുന്നുണ്ട്. രാജ്യത്തെ വിഴുങ്ങിക്കൊണ്ടിരിക്കുന്ന സാമ്പത്തികപ്രതിസന്ധിക്ക് ഹിന്ദുത്വം കണ്ടെത്തിയ പരിഹാരവും കോർപ്പറേറ്റുകളുടെ കൈയിലെ പണം വീണ്ടും വർദ്ധിപ്പിക്കുക എന്നതാണ്; വാസ്തവത്തിൽ അതിന്റെ സാമ്പത്തികശാസ്ത്രം ഇങ്ങനെയായിരിക്കെ മറ്റൊരു സങ്കല്പനവും അതിൽനിന്നും ഉണ്ടാകാൻ സാദ്ധ്യമല്ല.

എന്തുതന്നെയായാലും, ഇത് നടപ്പാക്കണമെങ്കിൽ അതിന് കൂടുതൽ അപകടകരമായ ചുവടുമാറ്റം ചർച്ചകളിൽ കൊണ്ടുവരണം; അതായത് ''ഒരു രാഷ്ട്രം-ഒരു ഭാഷ,'' ദേശീയ പൗരത്വ രജിസ്റ്റർ, പൗരത്വ ഭേദഗതി ബില്ല് തുടങ്ങിയവപോലെ കൂടുതൽ ''ഞെട്ടിപ്പിക്കുകയും ഭയപ്പെടുത്തുകയും'' ചെയ്യുന്ന നടപടിക്രമങ്ങൾ ഇതിനായി അവർ നടത്തുന്നു. ഇവയിലോരൊന്നും ജനങ്ങളുടെ ജീവിതത്തിലും നമ്മുടെ രാജ്യത്തിന്റെ ഐക്യത്തിലും വിനാശകരമായ ഫലങ്ങളുണ്ടാക്കും.

പക്ഷേ, ഇതിനെല്ലാം പുറമേ കോർപ്പറേറ്റുകളുടെ കൈയിലെ പണം കൂടുതൽ വർദ്ധിപ്പിക്കുന്നത്, പ്രതിസന്ധിയെ മറികടക്കുന്നതിനു പകരം അതിനെ കൂടുതൽ വഷളാക്കുകയേയുള്ളൂ; ഇത്തരം അപകടകരമായ നടപടികളിൽനിന്നും പിന്തിരിയുന്നതിനുപകരം ഹിന്ദുത്വ ഗവൺമെന്റ് അതിനെ കൂടുതൽ തീവ്രമാക്കുകയാണ്. മറ്റു വാക്കുകളിൽ പറഞ്ഞാൽ, പ്രതിസന്ധി രൂക്ഷമാകുകയും അതിനെ ഇല്ലാതാക്കുന്നതിനുവേണ്ടി നിഷ്ഫലമായ കോർപ്പറേറ്റനുകൂല നടപടികൾ തീവ്രമാക്കുകയും ചെയ്യുമ്പോൾ, ഭാഗ്യഹീനരായ ന്യൂനപക്ഷങ്ങൾക്കുനേരെയുള്ള സാമുദായികമായ കടന്നാക്രമണവും കൂടുതൽ തീവ്രമാകും.

ഹിന്ദുത്വത്തിൽ നിക്ഷിപ്തമായിട്ടുള്ള സവിശേഷമായ വർഗ്ഗധാരണയ്ക്കുചുറ്റും കെട്ടിപ്പടുത്തിട്ടുള്ള ഈ ഹിന്ദുത്വ-കോർപ്പറേറ്റ് അച്ചുതണ്ട് വിനാശകരമായ വൈരുദ്ധ്യത്തെ നിർബ്ബാധം കെട്ടഴിച്ചുവിടുമ്പോൾ, ഈ വൈരുദ്ധ്യത്തിലൂടെ പ്രതിസന്ധി കൂടുതൽ രൂക്ഷമാകുകയേയുള്ളൂ എന്നതാണിതിന്റെ ദൗർബല്യം; ആത്യന്തികമായി ഇത് ഈ കോർപ്പറേറ്റ് - ഹിന്ദുത്വ അച്ചുതണ്ടിനെ കീഴടക്കുന്നതിനുവേണ്ടിയുള്ള ചെറുത്തുനില്പിനുള്ള ആഹ്വാനമാണ്.

സ്വകാര്യവല്ക്കരണം വഞ്ചനയും അഴിമതിയും പ്രോത്സാഹിപ്പിക്കും

ജെ കെ സുന്ദരം

പൊതുമേഖലയോ സ്വകാര്യമേഖലയോ അഭികാമ്യം എന്ന ചോദ്യത്തിൽ ഒരു അപകടമുണ്ട്. അത് മത്സരാധിഷ്ഠിത കമ്പോളത്തിന്റെ പ്രശ്നങ്ങളിൽനിന്നും വേറിട്ടുനില്ക്കുന്നു. സ്വകാര്യവല്ക്കരണം മത്സരത്തെ പ്രോത്സാഹിപ്പിക്കും എന്ന തെറ്റായ അവകാശവാദം നിലനില്ക്കുമ്പോൾ തന്നെ മത്സരം സംബന്ധിച്ച നയങ്ങളാണ് മത്സരത്തെ പ്രോത്സാഹിപ്പിക്കുന്നത്; സ്വകാര്യവല്ക്കരണമല്ല എന്നു കാണാനാവും.

സ്വകാര്യവല്ക്കരണം പ്രശ്നമാണ് പരിഹാരമല്ല

മറിച്ച്, സ്വകാര്യവല്ക്കരണം വഞ്ചനാത്മകമായ ഗൂഢാലോചനയെത്തുടർന്നാണ് സംഭവിക്കുന്നത്. ആ ഗൂഢാലോചന വഴി മത്സര വഴിവില നിശ്ചയിക്കുന്ന പ്രക്രിയ തടയപ്പെടുന്നു. ഔപചാരികവും മിക്കപ്പോഴും അനൗപചാരികവുമായ ഗൂഢാലോചനകൾ വഴിയാണ് കാര്യങ്ങൾ നീക്കുന്നത്. സ്വകാര്യവല്ക്കരിക്കപ്പെട്ടതോ കരാർവല്ക്കരിക്കപ്പെട്ടതോ ആയ സേവനദാതാക്കൾക്കായി സുതാര്യവും പൊതുവുമായ സ്വത്തുക്കൾ തുറന്നുകൊടുക്കുമ്പോഴാണ് അനൗപചാരികമായ ഗൂഢാലോചനകൾ നടക്കുന്നത്.

പരസ്യമായ ലേലം, മത്സരാധിഷ്ഠിതമായ കരാറുകൾ എന്നിവ ഗൂഢനീക്കങ്ങളും രഹസ്യാലോചനകളും വഴി അട്ടിമറിക്കപ്പെടുന്നു. മെച്ചപ്പെട്ട കരാറുകളും സംരംഭകാവസരങ്ങളും രാഷ്ട്രീയ ബന്ധങ്ങളുള്ളവരും അകത്തുനിന്നും വിവരങ്ങൾ ചോർത്തികിട്ടാൻ സാദ്ധ്യതയുള്ളവരും കരസ്ഥമാക്കുന്നു.

പൊതുതാല്പര്യം സംരക്ഷിക്കാൻ കൂടുതൽ സുതാര്യവും ചുമതലാബോധവും അനിവാര്യമാണ്. അപ്പോൾ മാത്രമേ പാഴ്ച്ചെലവുകൾ കുറ

യ്ക്കാനും അനാവശ്യവായ്പകൾ ഒഴിവാക്കാനും ആകൂ. എന്നാൽ അവ കാശവാദത്തിനു വിരുദ്ധമായി സ്വകാര്യവല്ക്കരണം സുതാര്യയും ചുമതലാബോധവും ഉറപ്പാക്കുന്നില്ല എന്നുമാത്രമല്ല അഴിമതിയെ അഭിമുഖീകരിക്കാൻ അതു മുതിരുന്നുമില്ല. കൈയെത്തും ദൂരത്തുള്ള അഴിമതി ഇല്ലാതാക്കാൻ ശ്രമിക്കുന്നില്ലെന്നു മാത്രമല്ല പുതിയതരം അഴിമതിപ്പഴുതുകൾ കണ്ടെത്തുകയും ചെയ്യുന്നു.

പരിഹാരം കണ്ടെത്താൻ പ്രശ്നങ്ങളെ വിശകലനം ചെയ്യുക

പരസ്പരബന്ധമെന്നാൽ കാര്യകാരണബന്ധം എന്നർത്ഥമില്ല. മാനേജ്മെന്റ് പരിഷ്കാരം മനോഭാവ മാറ്റം ഘടനാപരമായ മെച്ചപ്പെടുത്തൽ എന്നീ മാർഗ്ഗങ്ങൾ അനുവർത്തിക്കുക വഴി സ്വകാര്യവല്ക്കരണംകൊണ്ട് ഒരു സ്ഥാപനം നന്നായി നടന്നെന്നുവരും. എന്നാൽ അതിനുവേണ്ടി സ്വകാര്യവല്ക്കരണം തന്നെ നടത്തണമെന്നില്ല. ഇത്തരം പരിഷ്കാരങ്ങൾ സ്ഥാപനത്തെ പൊതുമേഖലയിൽ നിലനിർത്തിക്കൊണ്ടുതന്നെ നടത്താവുന്നതാണ്. അതായത് പരിഷ്കാരങ്ങൾ കൊണ്ടുവരുന്നതിന് സ്വകാര്യവല്ക്കരണം നടത്തേണ്ടതില്ല. സ്ഥാപനത്തിന്റെ ഘടനയിലും ഭരണനിർവ്വണത്തിലും പരിഷ്കാരങ്ങൾ വേണം. ഉദ്ദേശിച്ച ലക്ഷ്യം കൈവരിക്കാൻ വേണ്ട പ്രോത്സാഹനം നല്കണം. നിങ്ങൾക്കു മുന്നിലുള്ള ചോദ്യങ്ങൾക്കോ പ്രശ്നങ്ങൾക്കോ സ്വകാര്യവല്ക്കരണം ഒരു പരിഹാരമായിരിക്കും എന്നു കരുതരുത്.

ചില സാധനങ്ങളുടെ ഉല്പാദനമോ സേവനങ്ങളുടെ പ്രദാനമോ നിർവ്വഹിക്കാൻ സ്വകാര്യമേഖലയ്ക്കു കഴിവില്ലാതിരിക്കുകയോ തയ്യാറാകാതിരിക്കുകയോ ചെയ്ത ഘട്ടത്തിലാണല്ലോ സർക്കാർ ഉടമസ്ഥതയിലുള്ള സ്ഥാപനങ്ങൾ ആവിർഭവിച്ചത്. സർക്കാർ ഉടമസ്ഥതയിൽ ആയതുകൊണ്ടല്ല അത്തരം സ്ഥാപനങ്ങൾ പ്രശ്നങ്ങളെ അഭിമുഖീകരിക്കേണ്ടിവന്നത്. നടപ്പിലാക്കാനാവുന്ന ലക്ഷ്യങ്ങളോ അത് നേടിയെടുക്കാനുള്ള ശരിയായ മാർഗ്ഗങ്ങളോ ഇല്ലാത്തതായിരിക്കാം അതിന്റെ കാരണങ്ങൾ. ചിലപ്പോൾ ലക്ഷ്യങ്ങളുടെ ബാഹുല്യമോ പരസ്പരവിരുദ്ധമായ ലക്ഷ്യങ്ങളോ ആയിരിക്കാം അതിന്റെ നിലനില്പിനെ ബാധിക്കുന്നത്.

മറ്റു ചില സ്ഥാപനങ്ങളിൽ ദയനീയമായ ഭരണനിർവ്വഹണ സംവിധാനവും ഘടനയും അയവേറിയ നയങ്ങളുടെ അപര്യാപ്തതയും സ്വയംഭരണാധികാരത്തിന്റെ പരിമിതിയും അതിനനുസൃതമായ ഒരു സംസ്കാരത്തിന്റെ അഭാവവുമാവാം കാരണങ്ങൾ. അത്തരം മേഖലകളിലെ പരിഷ്കാരങ്ങൾ നിശ്ചിതഫലം നേടാൻ സഹായകരമാകും സർക്കാർ ഉടമസ്ഥതയിലുള്ള പല സ്ഥാപനങ്ങളും പ്രശ്നങ്ങൾ നേരിടുന്നവയോ കാര്യക്ഷമതയില്ലാത്തതോ ആണ്. എന്നിരുന്നാലും സ്വകാര്യവല്ക്കരണം പൊതുമേഖല നേരിടുന്ന എല്ലാ പ്രശ്നങ്ങൾക്കുമുള്ള ഒറ്റമൂലിയല്ലെന്ന് ലോകത്തെമ്പാടുംനിന്നുള്ള അനുഭവങ്ങൾ പഠിപ്പിക്കുന്നു. അതിനാൽ മുൻകൂട്ടി സൈദ്ധാന്തികമായി നിശ്ചയിച്ചുറപ്പിച്ച ബദലുകളല്ല ഓരോ

സ്ഥാപനത്തിന്റെയും സ്വഭാവവും പ്രശ്നങ്ങളുടെ അടിവേരും കണ്ടെത്തിയുള്ള പരിഹാരമാണ് ആവശ്യം.

പൊതുമേഖലയെ നവീകരിക്കുക അല്ലെങ്കിൽ സർക്കാർ നേരിട്ട് സംഭരിക്കുക.

ഒരു കൂട്ടം കാരണങ്ങളാൽ പൊതുമേഖലാ നവീകരണമാണ് അഭികാമ്യം. സവിശേഷ സാഹചര്യങ്ങൾ കണക്കിലെടുക്കാതെ എല്ലാത്തിനും യോജിക്കുന്ന പരിഹാരങ്ങൾ ഒന്നും തന്നെയില്ല. ഓരോ സ്ഥാപനത്തിന്റെയും പ്രശ്നങ്ങൾ അതിന്റെ സാഹചര്യങ്ങളുമായി ബന്ധപ്പെടുത്തി പരിശോധിക്കണം. പൊതു ഉടമസ്ഥത എപ്പോഴും പ്രശ്നങ്ങൾ സൃഷ്ടിച്ചുകൊണ്ടിരിക്കും എന്നു മുൻകൂട്ടി ധരിക്കുന്നത് തെറ്റാണ്. പ്രത്യേക പരിചരണം ആവശ്യമുള്ള ചില പ്രശ്നങ്ങളുണ്ടാവും. അതു കണ്ടെത്തി പരിഹരിക്കുന്നതുവരെ അതുമായി ബന്ധപ്പെട്ടു മറ്റു പ്രശ്നങ്ങൾക്ക് പരിഹാരം കാണാനാകില്ല.

ഒരു പ്രത്യേക പൊതുമേഖലാ സ്ഥാപനം സ്വകാര്യവല്ക്കരിച്ചതിനാൽ ഉദ്ദേശിച്ച ഫലം സിദ്ധിച്ചു എന്നുവരാം. അപ്പോഴും സ്വകാര്യവല്ക്കരണമാണ് ഈ പുരോഗതിക്കു നിദാനമെന്നു പറയാനാവില്ല. പലപ്പോഴും പൊതുമേഖലയിൽ അവശ്യം വേണ്ട മാറ്റങ്ങൾ യഥാസമയം നടപ്പിലാക്കുന്നതിന് അധികൃതർ വിമുഖത കാട്ടുമ്പോൾ സ്വകാര്യവല്ക്കരണത്തിന് അരങ്ങ് ഒരുങ്ങും.

മറ്റൊരു മാർഗ്ഗം സർക്കാർ നേരിട്ടു നടത്തുന്ന സംഭരണമാണ്. സർക്കാർ സംഭരണത്തേക്കാൾ ഏറെ ചെലവേറിയതാണ് പബ്ലിക് പ്രൈവറ്റ് പാർട്ണർഷിപ്പ് (PPP). ശേഷിയുള്ള ഒരു സർക്കാരിനുകീഴിൽ നേരിട്ടുള്ള സംഭരണമാണ് കൂടുതൽ കാര്യക്ഷമവും ചെലവു കുറഞ്ഞതും.

എന്നാൽ അന്താരാഷ്ട്ര വ്യാപാര നിക്ഷേപ കരാറുകൾമൂലം നേരിട്ടുള്ള സർക്കാർ സംഭരണം തടയപ്പെട്ടിരിക്കുന്നു. ശേഷിയുള്ള ഒരു സർക്കാരും അഴിമതിക്കു വിധേയരാകാത്ത സിവിൽ സർവ്വീസും മിടുക്കരായ, ഉത്തരവാദിത്വമുള്ള കൺസൾട്ടന്റുമാരും ഉണ്ടെങ്കിൽ സർക്കാർ സംഭരണം പബ്ലിക് പ്രൈവറ്റ് പാർട്ടിസിപ്പേഷനേക്കാൾ ചെലവു കുറഞ്ഞതായിരിക്കും.

സ്വകാര്യവല്ക്കരണത്തിന്റെ അവകാശവാദങ്ങൾ പുനഃസന്ദർശിക്കുമ്പോൾ

1980 മുതൽ സ്വകാര്യവല്ക്കരണത്തെ ന്യായീകരിക്കാൻ പല വാദമുഖങ്ങളും മുന്നോട്ടുവയ്ക്കപ്പെട്ടിരുന്നു. താഴെ സൂചിപ്പിക്കുന്നവയ്ക്കെല്ലാമുള്ള പരിഹാരമായിട്ടാണതിനെ കണ്ടിരുന്നത്.

1. സേവനത്തുറകളും അടിസ്ഥാന സൗകര്യവികസനവും ഏറ്റെടുത്ത് സർക്കാരിന്റെ ഭരണച്ചെലവു കുറയ്ക്കും.
2. പൊതുസേവനങ്ങൾ പ്രദാനം ചെയ്യുന്ന രംഗത്ത് മത്സരം വർദ്ധി

പ്പിച്ച് കാര്യക്ഷമതയും ഉല്പാദനക്ഷമതയും കൈവരുത്തും.

3. സാമ്പത്തിക വളർച്ച ത്വരിതപ്പെടുത്തും വിധത്തിൽ സ്വകാര്യ നിക്ഷേപങ്ങളും സ്ഥാപനങ്ങളും ഉയർന്നുവരും.
4. ബ്യൂറോക്രസിയുടെ സഹായത്തോടെ കുത്തക സ്വഭാവത്തിൽ പ്രവർത്തിക്കുന്ന പൊതുമേഖലയുടെ സാന്നിദ്ധ്യവും വലുപ്പവും കുറയ്ക്കും.

സ്വകാര്യവല്ക്കരണത്തിനായുള്ള വാദങ്ങൾ

1. സർക്കാരിന്റെ സാമ്പത്തികവും ഭരണപരവുമായ ഭാരം കുറയ്ക്കും. പ്രത്യേകിച്ച് സേവന പ്രദാന മേഖലയിലും അടിസ്ഥാന സൗകര്യ വികസനരംഗത്തും. മുൻകാലങ്ങളിൽ നടന്ന പൊതുമേഖലാ വികസനത്തെ ഒരു പ്രശ്നമായാണ് പരിഹാരമായല്ല കാണുന്നത്. അതിനാൽ സർക്കാർ പങ്കും ഭാരവും കുറയ്ക്കുന്നത് ജനപ്രീതി വർദ്ധിപ്പിക്കണമെന്ന് കരുതി.
2. സ്വകാര്യവല്ക്കരണം മത്സരവും ശേഷിയും ഉല്പാദനക്ഷമതയും കൂടി മെച്ചപ്പെട്ട സേവനം പ്രദാനം ചെയ്യുമെന്നു വിശ്വസിച്ചു. ഈ വിശ്വാസം അടിസ്ഥാനമില്ലാത്തതും ഉടമസ്ഥത സംബന്ധിച്ച പ്രശ്നത്തെ മത്സരം വർദ്ധിപ്പിക്കുന്ന കാര്യവുമായി തെറ്റായി ബന്ധപ്പെടുത്തുന്നതുമാണ്. സ്വകാര്യവല്ക്കരണം വന്നാൽ അങ്ങനെയും മത്സരം പ്രോത്സാഹിപ്പിക്കപ്പെടുമെന്നു വിശ്വസിക്കപ്പെട്ടു. മത്സരവും ഉടമസ്ഥതയും വേറിട്ട കാര്യങ്ങളാണെന്നു തിരിച്ചറിയപ്പെട്ടില്ല. മത്സരം കൂടുതൽ കാര്യക്ഷമത കൊണ്ടുവരുമെന്ന് മുൻകൂട്ടി ധരിച്ചു. അത് ഉല്പാദനക്ഷമതയുണ്ടാക്കുമെന്നും കരുതി. പലപ്പോഴും സമ്പദ് വ്യവസ്ഥയുടെ ലക്ഷ്യവും അതിലേക്കുള്ള മാർഗ്ഗവും കണക്കിലെടുക്കപ്പെട്ടില്ല.
3. സ്വകാര്യവല്ക്കരണം സ്വകാര്യ നിക്ഷേപവും സംരംഭകത്വവും പുഷ്ടിപ്പെടുത്തുമെന്നു വിശ്വസിച്ചു. അത് വെറും വിശ്വാസം മാത്രമായിരുന്നു. യഥാർത്ഥത്തിൽ ചെറുകിട നാമമാത്ര സംരംഭകരുടെ തൊഴിൽ തകർത്തുകൊണ്ടാണ് സ്വകാര്യവല്ക്കരണം രംഗപ്രവേശം ചെയ്തത്.

   ശരിയാണ്, സ്വകാര്യവല്ക്കരണം പുതിയ ആശയങ്ങൾ കൊണ്ടുവരുമെന്നതിനാൽ പുതിയ സ്ഥാപനങ്ങൾ ഉയർന്നുവരാനുള്ള സാദ്ധ്യതയുണ്ടായിരുന്നു. എന്നാൽ പുതിയതായി സ്വകാര്യവല്ക്കരിക്കപ്പെട്ട സ്ഥാപനങ്ങൾ ലാഭം കുന്നുകൂട്ടാനാണ് ശ്രമിച്ചത്. പൊതുമേഖല സ്വകാര്യമേഖലയ്ക്കു കൈമാറ്റപ്പെട്ടപ്പോൾ യഥാർത്ഥ സമ്പത്ത് വർദ്ധിപ്പിക്കപ്പെട്ടില്ല. സ്വകാര്യ മൂലധനം പൊതുമേഖലയെ ഏറ്റെടുക്കാനായി വിനിയോഗിക്കപ്പെട്ടു. അത്

ക്രമേണ ചുരുങ്ങുകയാണ് വികസിക്കുകയല്ല ഉണ്ടായത്. സ്വകാര്യ നിക്ഷേപം സമ്പദ് വ്യവസ്ഥയിൽ പ്രത്യേകിച്ച് പുതിയ സാമ്പത്തിക ശേഷി നിർമ്മാണത്തിൽ, ലഭ്യമാകുന്നതിന്റെ അളവ് ഇതുമൂലം കുറഞ്ഞു.

4. സ്വകാര്യവല്ക്കരണം വഴി പൊതുമേഖലയുടെ കുത്തക കുറയ്ക്കും എന്നാണ് വാദിക്കുന്നത്. എന്നാൽ സ്വകാര്യവല്ക്കരിക്കപ്പെട്ട പൊതുമേഖലകൾ പലതും പഴയ കുത്തക തുടരുന്നതായാണ് കാണുന്നത്. സാങ്കേതിക വിദ്യയിൽ, പ്രത്യേകിച്ച് വാർത്താ വിനിമയരംഗത്ത്, വന്ന മുന്നേറ്റങ്ങൾ സ്വകാര്യവല്ക്കരിച്ച പൊതുമേഖല ആ രംഗത്തെ കുത്തക അവസാനിപ്പിച്ച് അതിന്റെ മെച്ചം ഗുണഭോക്താക്കൾക്ക് കൈമാറും എന്നായിരുന്നു വാദം.

1980 മുതല്ക്കേ പൊതുമേഖലാ സ്ഥാപനങ്ങൾ കഴിവുകേടിന്റെയും അഴിമതിയുടെയും പേരിൽ പഴികേൾക്കുകയാണ്. ഇത് സ്വകാര്യവല്ക്കരണത്തിനായുള്ള ന്യായീകരണങ്ങളായിരുന്നു. ശരിയാണ്, അത്തരത്തിലുള്ള സ്ഥാപനങ്ങൾ ഉണ്ട്. എന്നാൽ വളരെ മികച്ചരീതിയിൽ മുന്നേറുന്ന പൊതുമേഖലാ സ്ഥാപനങ്ങളും ഉണ്ടെന്ന കാര്യം വിസ്മരിക്കാനാവില്ല.

സ്വകാര്യവല്ക്കരണം കഴിവു വർദ്ധിപ്പിച്ചോ?

സ്വകാര്യവല്ക്കരിച്ച ശേഷം പല പൊതുമേഖലാ സ്ഥാപനങ്ങളും കാര്യക്ഷമത വർദ്ധിപ്പിച്ചിട്ടുണ്ടെങ്കിലും അതൊരു പൊതുതത്വമായി കരുതാനാവില്ല. അതുപോലെ നന്നായി നടക്കുന്ന പൊതുമേഖലാ സ്ഥാപനങ്ങൾ എല്ലാം പൊതുതാല്പര്യമോ ദേശ താല്പര്യമോ കണക്കിലെടുത്താണു പ്രവർത്തിക്കുന്നതെന്നു പറയാനും ആകില്ല. മിക്ക പൊതുമേഖലാ സ്ഥാപനങ്ങളെ മികച്ചതും കാര്യക്ഷമവും ആയി പ്രവർത്തിക്കുന്നുണ്ട്. മുമ്പ് നന്നായി പ്രവർത്തിച്ചിരുന്ന എല്ലാ പൊതുമേഖലാ സ്ഥാപനങ്ങളും ഇപ്പോൾ അങ്ങനെയാണെന്നു പറയാനാവില്ല. സിങ്കപ്പൂരിലെ പൊതുമേഖലാ സ്ഥാപനങ്ങൾ കലിപ്പില്ലാത്തവയാണെന്ന് സ്വകാര്യവല്ക്കരണത്തിന്റെ വക്താക്കൾപോലും പറയില്ല. അവിടെ പൊതുമേഖലാ സ്ഥാപനങ്ങൾ പൊതുവിൽ മികച്ചവയാണ്. പൊതു ഉടമസ്ഥത അവിടെ മോശപ്പെട്ട നടത്തിപ്പിനുള്ള ന്യായീകരണമാവുന്നില്ല. അവിടെ പൊതുമേഖലയെന്നാൽ വർദ്ധിച്ച ഉത്തരവാദിത്വവും ഭരണനിർവ്വഹണവും ആണെന്നർത്ഥം.

മാനേജ്മെന്റ് വികേന്ദ്രീകരണത്തിന്റെ പ്രശ്നങ്ങൾ

വ്യത്യസ്ത സന്ദർഭങ്ങളിൽ കടുത്ത മേല്നോട്ടത്തിൻകീഴിൽ പൊതുമേഖലയെ നന്നായി നടത്താം. അവ അങ്ങനെ നടന്നിരുന്നവയുമാണ്. സ്വകാര്യവല്ക്കരിച്ചു എന്നതു കൊണ്ടുമാത്രം ഭരണനിർവ്വഹണത്തിലെ ഉത്തരവാദിത്വം പങ്കുവയ്ക്കുന്നതിന്റെ പ്രശ്നങ്ങൾ പരിഹരിക്കുകയില്ല.

അതു പൊതുമേഖലയുടെ മാത്രം പ്രശ്നമല്ലെന്നർത്ഥം.

പൊതുമേഖലയുടെ തലവൻ സർക്കാരാണ്. എന്നാൽ മാനേജർമാരും സൂപ്പർവൈസർമാരുമാണ് തലവൻ നിശ്ചയിക്കുന്ന കാര്യങ്ങൾ നിർവ്വഹിക്കുന്നത്. ഇത് മിക്ക സ്ഥാപനങ്ങളും നേരിടുന്ന പ്രശ്നമാണ്. ഇത് സ്വകാര്യ കോർപ്പറേഷനുകളും നേരിടുന്ന പ്രശ്നം തന്നെ. പ്രത്യേകിച്ചും വലിയ കോർപ്പറേറ്റ് സ്ഥാപനങ്ങളിൽ അവിടെ യഥാർത്ഥ ഉടമകൾ ഷെയർ ഹോൾഡർമാരാണ്. അവർക്ക് നേരിട്ട് ഭരണം നിർവ്വഹിക്കാനാകില്ല. പൊതുജന സേവനത്തുറകൾ പോലുള്ള കുത്തകയുള്ള സ്ഥാപനങ്ങളുടെ കുത്തക സ്വഭാവം അതിനെ കാര്യക്ഷമമല്ലാതാക്കുന്നു. അപ്പോൾ ഉയർന്നു വരുന്ന ചോദ്യം പൊതുജനതാല്പര്യം നിയന്ത്രണം വഴി ഉറപ്പാക്കുന്ന സ്വകാര്യ കുത്തകകൾ മെച്ചമാണോ എന്നതാണ്. അതിനുള്ള ഉത്തരം തെളിവുകൾ വിശകലനം ചെയ്താലേ ലഭിക്കൂ. മുൻകൂട്ടി നിശ്ചയിക്കാനാവില്ല. പൊതു സേവനത്തുറയിൽ കുത്തകയുള്ള സർക്കാർ ഉടമസ്ഥതയിലുള്ള സ്ഥാപനങ്ങൾ സ്വകാര്യവല്ക്കരിച്ചതുകൊണ്ട് എന്തു നേട്ടമാണുണ്ടാവുക. മിക്കപ്പോഴും സംഭവിക്കുന്നത് സർക്കാർ സ്വത്ത് സ്വകാര്യ കൈകളിലെത്തുകമാത്രം. പൊതുജന താല്പര്യം വച്ചുനോക്കിയാൽ അത് അങ്ങേയറ്റം അപകടകരമാണ്.

(ജൊമോ ക്വാമി സുന്ദരം മലേഷ്യൻ സാമ്പത്തിക വിദഗ്ദ്ധനും ഇൻസ്റ്റിറ്റ്യൂട്ട് ഓഫ് സ്ട്രാറ്റജിക് ആന്റ് ഇന്റർനാഷണൽ സ്റ്റഡി ഡയറക്ടറുമാണ്. കടപ്പാട്: ഇന്റർനാഷണൽ ഡെവലപ്മെന്റ് ഇക്കണോമിക് അസോസിയേറ്റ്സ്)

പൊതുമേഖലാ ഓഹരിവില്പനയുടെ രഹസ്യവഴികൾ

സി പി ചന്ദ്രശേഖർ

എൻ ഡി എ സർക്കാർ ഒരു ടേം പൂർത്തിയാക്കുന്ന ഘട്ടത്തിൽ സാമ്പത്തിക മേഖലയിൽ കടുത്ത അസംതൃപ്തി നിലനിന്നു. വോട്ടറന്മാരെ സ്വാധീനിക്കാൻ തിരക്കിട്ട നടപടികൾ സർക്കാരിന്റെ ഭാഗത്തുനിന്നുണ്ടായി. പൊതുമേഖലാ ഓഹരികൾ വിറ്റഴിക്കൽ നടപടി പരാജയപ്പെട്ടതോടെ ആ നടപടികളൊന്നും വിജയം കാണാതായി.

ഓഹരി വിറ്റഴിക്കൽ ഒന്നു രണ്ടു കാരണങ്ങളാൽ പ്രധാനപ്പെട്ടതാണ്. 2018-19 സാമ്പത്തികവർഷത്തിൽ പ്രത്യക്ഷ നികുതി ലക്ഷ്യം കണ്ടു. എന്നാൽ ജി എസ് ടി പരിഷ്കാരങ്ങൾമൂലം പരോക്ഷനികുതി പിരിവ് ലക്ഷ്യം കണ്ടില്ല. സി എ ജിയുടെ കണക്കുകൾ പ്രകാരം 2018 നവംബർ വരെയുള്ള മൊത്തം നികുതി വരുമാനം ബജറ്റ് പ്രതീക്ഷയുടെ 50% മാത്രമായിരുന്നു. തൊട്ടു മുമ്പിലെ വർഷത്തിൽ 57% ആയിരുന്നു. നവലിബറൽ നയങ്ങൾ തങ്ങൾ പിന്തുടരുന്നുവെന്നും ബിസിനസ് ചെയ്യാൻ എളുപ്പമായ ഇടമാണ് ഇന്ത്യയെന്നും അന്താരാഷ്ട്ര മൂലധനത്തെ ബോദ്ധ്യപ്പെടുത്താൻ വേണ്ടി സർക്കാർ ധനക്കമ്മി ജി ഡി പിയുടെ 3.3% ആക്കി നിർത്താൻ കിണഞ്ഞു ശ്രമിച്ചു.

പൊതുമേഖലാ ഓഹരി വിറ്റഴിച്ച് ചെലവിനു പണം കണ്ടെത്തുന്നതിനെ കൂടുതൽ കൂടുതൽ ആശ്രയിക്കുന്നത് - പുതിയ പ്രതിഭാസമല്ല. ഓഹരി വിറ്റഴിക്കൽ വഴി ഇതുവരെ കണ്ടെത്തിയത് 3,90,787 കോടി രൂപയായിരുന്നു. കഴിഞ്ഞ പതിനഞ്ചു വർഷക്കാലയളവിലെ 2014-15 മുതല്ക്കുള്ള അവസാന അഞ്ചുവർഷത്തിനുള്ളിൽ വിറ്റഴിക്കൽ വഴി സ്വരൂപിച്ച തുക ഇതിന്റെ 60% കവിയും. ഈ തുകയാകട്ടെ യഥാർത്ഥ ലക്ഷ്യത്തിൽനിന്നും വളരെ താഴെയാണ്. ഈ കാലയളവിൽ 2017-18 ൽ മാത്രമാണ് ലക്ഷ്യം കവിഞ്ഞത്. 1,00,000 കോടി രൂപ. ലക്ഷ്യം 72,500 കോടി രൂപയായിരുന്നു.

ഈ അപ്രതീക്ഷിത 'വിജയ'ത്തിനു പിന്നിൽ മൂന്നു ഘടകങ്ങളുണ്ട്.

1) പല പൊതുമേഖലാ സ്ഥാപനങ്ങളുടെയും ഷെയറുകൾ ഒരുമിച്ച് സ്റ്റോക്ക് എക്സ്ചേഞ്ചുകൾ വഴി വില്പനയ്ക്കുവച്ചത് ധനകാര്യ സ്ഥാപനങ്ങൾക്കും മ്യൂചൽ ഫണ്ടുകൾക്കും ചില്ലറ നിക്ഷേപകർക്കും കൂടുതൽ സൗകര്യപ്രദമായി. 2) തന്ത്രപരമായ മാർഗ്ഗത്തിലൂടെയുള്ള വില്പന. ഒരു പൊതു മേഖല സ്ഥാപനത്തിന്റെ 26% ഷെയറുകൾ മാത്രം വാങ്ങിയാലും ആ കമ്പനിയുടെ പൂർണ്ണ നിയന്ത്രണം സ്വകാര്യ നിക്ഷേപകന് ലഭിക്കും. ഇതിനുവേണ്ടി ഷെയർഹോൾഡറുമായി പ്രത്യേക കരാർ ഉണ്ടാക്കും. 51% ഷെയറിൽ നിക്ഷേപിച്ച് നിയന്ത്രണം കൈക്കലാക്കാൻ അവർക്ക് കാത്തിരിക്കേണ്ടിവരില്ല! ഇങ്ങനെയാണ് ചെറിയൊരു ശതമാനം ഷെയർ മാത്രമുള്ള റാറ്റ വി എസ് എൻ എൽ നിയന്ത്രണം ഏറ്റെടുത്തത്. ഏറ്റെടുക്കലിനുശേഷം വി എസ് എൻ എല്ലിൽ ഉണ്ടായിരുന്ന രൊക്കം പണം റാറ്റാ ടെലിസർവ്വീസ് എന്ന സ്റ്റാർട്ടപ്പിൽ നിക്ഷേപിച്ചു. ഏതു മാർഗ്ഗമുപയോഗിച്ചും വിറ്റഴിക്കലുമായി മുന്നോട്ടു പോകുകയായിരുന്നു എൻ ഡി എ സർക്കാർ. 3) ധനശേഷിയുള്ള പൊതുമേഖലാ സ്ഥാപനത്തിൽനിന്നും ഫണ്ട് അന്യായമായി മറ്റൊന്നിലേക്ക് മാറ്റിക്കൊണ്ടും ഒരു കമ്പനിയിലെ സർക്കാർ ഓഹരി മറ്റൊന്നിലേക്കു മാറ്റിക്കൊണ്ടും നടത്തിയ കളികൾ. അങ്ങനെ HPCL ലെ 51.1% ഓഹരി ONGC യ്ക്ക് 36,915 കോടിക്ക് വിറ്റു. അതായിരുന്നു 2017-18 ൽ വിറ്റഴിഞ്ഞതിന്റെ മൂന്നിലൊന്നുഭാഗവും. അതേ സമയം ഒ എൻ ജി സി HPCL ഏറ്റെടുത്ത വർഷം 25,000 കോടി രൂപ കടംവാങ്ങുകയുണ്ടായി. അതായത് സർക്കാരിന്റെ കടം പൊതുമേഖലയുടെ ചുമലിൽ വച്ചുകെട്ടുന്ന കൗശലം.

ഈ തന്ത്രം മുന്നിൽ കണ്ടാണ് ധനകാര്യ മന്ത്രാലയം 2018-19 ലെ വിറ്റഴിക്കൽ ലക്ഷ്യമായി 80,000 കോടി രൂപ നിശ്ചയിച്ചത്. പൊതുമേഖലയുടെ ക്രോസ് ഹോൾഡിങ് തുടങ്ങിയ തന്ത്രങ്ങൾ വഴി ഇനിയും കൂടുതൽ തുക കൈവശപ്പെടുത്താനാകുമെന്നാണവരുടെ കണക്കുകൂട്ടൽ. അതുവഴി ധനക്കമ്മി കുറച്ചതായി പ്രഖ്യാപിക്കുകയുമാവാം. അത്ഭുതകരമെന്നു പറയട്ടെ ആ ഘട്ടം മുതൽ വിജയത്തിന്റെ സാദ്ധ്യത മങ്ങിത്തുടങ്ങി. ദേശീയ ഹൈഡ്രോപവർ കോർപ്പറേഷന്റെ ഷെയർ വില്പന ഒഴിവാക്കിയാൽ 2018-19 ലെ ഓഹരി വില്പന 33,763 കോടി മാത്രമേയുള്ളൂ. അതാകട്ടെ ലക്ഷ്യത്തിന്റെ പകുതിപോലും ആകില്ല. അതുകൊണ്ട് സർക്കാർ റൂറൽ ഇലക്ട്രിഫിക്കേഷൻ കോർപ്പറേഷനിലുള്ള അതിന്റെ 52.63% ഓഹരികൾ പവർ ഫിനാൻസ് കോർപ്പറേഷൻ വിറ്റ് 10,000 കോടി കണ്ടെത്തുകയാണ്. ഏതൊക്കെ തന്ത്രങ്ങൾ പയറ്റിയാലും 2017-18 ലേതു പോലൊരു വലിയ ധനസമാഹരണം സാദ്ധ്യമാകാനിടയില്ല.

2018-19 ലെ ലക്ഷ്യം നേടാനായതുതന്നെ പൊതുമേഖലയുമായി ബന്ധപ്പെട്ട എക്സ്ചേഞ്ചുകൾ വഴി കൈമാറുന്ന ഫണ്ടുകളുടെ (ETF അഥവാ Exchange Traded Fund) വില്പനവഴിയോ പുതിയ സംവിധാനമായ പൊതുമേഖലയിലെ മിച്ചഫണ്ട് ഉപയോഗിച്ച് പൊതുമേഖലയിലെ സർക്കാർ ഷെയറുകൾ തിരിച്ചുവാങ്ങുന്ന രീതി ഉപയോഗിച്ചോ നടത്തിയ ഇടപാടുകൾ വഴിയാണ്. കുദ്രേമുഖ് അയൺ ഓർ കമ്പനി ലി, നാഷണൽ അലൂമിനിയം കമ്പനി ലി, നെയ്‌വേലി ലിഗ്നൈറ്റ് കോർപ്പറേഷൻ

കൊച്ചിൻ ഷിപ്പിയാഡ്, ബി എച്ച് ഇ എൽ എന്നീ കമ്പനികളുടെ ഷെയറുകളാണ് തിരിച്ചുവാങ്ങിയത് (buy backs) ഇതെല്ലാംതന്നെ ധനശേഷിയുള്ളവയല്ല. അവരുടെ വികസനത്തിനായി പണം കടംവാങ്ങുന്ന സ്ഥാപനങ്ങളാണിവ. റിസർവ്വ് ബാങ്കിനെ നിർബ്ബന്ധിച്ച് അതിന്റെ റിസർവ്വിൽ നിന്നും നല്ലൊരു ഭാഗം സർക്കാർ ഖജനാവിലേക്ക് കൈമാറാൻ പറഞ്ഞു കഴിഞ്ഞു. നികുതിയേതര വരുമാനം കൂട്ടിക്കാണിക്കാൻ പൊതുമേഖലയോട് വലിയ തുക ഡിവിഡന്റായി നല്കാനും നിർദ്ദേശിച്ചുകഴിഞ്ഞു. ചുരുക്കത്തിൽ ഓഹരി വിറ്റഴിക്കൽ വഴി സർക്കാർ നിയന്ത്രിക്കുന്ന സ്ഥാപനങ്ങളുടെ ചെലവിൽ ബജറ്റ് കമ്മി നികത്താനുള്ള നീക്കം പൊതുമേഖലയുടെ നവീകരണത്തെയും വികസനത്തെയും പ്രതികൂലമായി ബാധിക്കും.

വിറ്റഴിക്കലിന്റെ സ്വഭാവത്തിൽ വന്ന മാറ്റം അമ്പരപ്പിക്കുന്നതാണ്. ഈ സർക്കാർ കണ്ണും പൂട്ടിയുള്ള വിറ്റഴിക്കൽ നയം തുടരാൻ തന്നെയാണ് സാദ്ധ്യത. തെരഞ്ഞെടുപ്പിന് തൊട്ടുമുമ്പുള്ള കാലയളവിൽ വിറ്റഴിക്കൽ ലക്ഷ്യം കാണാനായില്ല എന്നത് ശ്രദ്ധേയമാണ്. അതിനുകാരണം എയർ ഇന്ത്യ വില്പന പോലുള്ള വമ്പൻ പദ്ധതികൾ വിജയിക്കാത്തതാണ്. കടക്കെണിയിൽപ്പെട്ട സ്ഥാപനങ്ങൾവരെ വിറ്റഴിക്കാമെന്ന സർക്കാരിന്റെ ആത്മവിശ്വാസം തകർന്നു എന്നാണ് എയർ ഇന്ത്യാ വില്പന നീക്കം പരാജയമായത് സൂചിപ്പിക്കുന്നത്. ഓഹരിവില്പനയും തന്ത്രപരമായ വില്പനയും സ്വകാര്യവല്ക്കരണത്തിനു മുമ്പു വിജയം കണ്ടതിനു പ്രധാനകാരണം അതിന്റെ ആകർഷണീയത തന്നെയായിരുന്നു.

എയർ ഇന്ത്യയുടെ കാര്യമെടുത്താൽ 2016–17 ലെ അതിന്റെ ചെലവു കഴിച്ചുള്ള നഷ്ടം 3,643 കോടി രൂപയായിരുന്നു. ഇത്ര വലിയ നഷ്ടത്തിനു കാരണം അതിന്റെ സേവനച്ചെലവിൽ 6000 കോടി രൂപ കടമാണെന്നുള്ളതാണ്. ആകെ സേവനച്ചെലവ് 52,000 കോടിയും! ഈ കടം എഴുതിത്തള്ളാൻ സർക്കാർ ഫണ്ട് നല്കിയില്ലെങ്കിൽ സ്വകാര്യ വ്യക്തികൾ അത് ഏറ്റെടുക്കാൻ തയ്യാറായെന്നു വരില്ല. എന്നാൽ സർക്കാർ അനങ്ങാപ്പാറ നയത്തിലാണ്. അതുപോലെതന്നെയാണ് വാങ്ങാനെത്തുന്ന സ്വകാര്യ സ്ഥാപനങ്ങളും. അതാണ് അവർ ആ ഓഫറുകൾക്കുനേരെ മുഖം തിരിച്ചത്.

ഓഹരി കമ്പോളത്തിലെ ഇടിവാണ് ഓഹരി വിറ്റഴിക്കലിനുള്ള മറ്റൊരു തടസ്സം. 2018 ഒക്ടോബറിലെ 'ക്യാപിറ്റലൈൻ പഠനപ്രകാരം 41 പൊതുമേഖലാ സ്ഥാപനങ്ങളുടെ ഓഹരിവില പകുതിയായി. അതിന്റെ വില അതിനു മുമ്പുള്ള 52 ആഴ്ചക്കാലം ഉയർന്നു നിന്നിരുന്നതാണ്. മറ്റ് 32 കമ്പനികളുടെ ഓഹരി 52 ആഴ്ചക്കാലത്തെ ഉയർച്ചയുമായി തട്ടിച്ചു നോക്കിയാൽ 12–44% കുറവുമാണ്. പ്രത്യക്ഷവിലയേക്കാൾ കുറഞ്ഞവിലയ്ക്കു വില്ക്കുന്നതു യുക്തിസഹമാവുന്ന അവസ്ഥ. പല പൊതുമേഖലയിലെ ഓഹരികളും ഇതിലും താഴ്ന്ന വിലയ്ക്കാണ് വില്ക്കുന്നത്. ഇത് വിമർശനമുണ്ടാക്കുമെന്ന് സർക്കാർ ഭയപ്പെടുന്നു. ചെലവിനാവശ്യമായ പണം കണ്ടെത്താനുള്ള തല തിരിഞ്ഞ രീതികൾക്ക് നീതീകരണം തേടുകയാണ് സർക്കാരിപ്പോൾ.

സ്വകാര്യവല്ക്കരണം - രാജ്യം വില്പനയ്ക്ക്

എ കെ പത്മനാഭൻ

ഇന്ത്യയിൽ പൊതുമേഖലാ സ്ഥാപനങ്ങൾ ആരംഭിക്കുന്നത് 1951 ൽ ഒന്നാം പഞ്ചവത്സരപദ്ധതിയുടെ ഭാഗമായിട്ടാണ്. 29 കോടി രൂപ മുതൽ മുടക്കിൽ 5 പൊതുമേഖലാ സ്ഥാപനങ്ങളാണ് അന്ന് പ്രവർത്തനം ആരംഭിച്ചത്. 2017 ൽ സ്ഥാപനങ്ങളുടെ എണ്ണം 331 ആയി വർദ്ധിച്ചിരിക്കുന്നു. ഇതിൽ 74 സ്ഥാപനങ്ങൾ പ്രവർത്തനം ആരംഭിച്ചിട്ടേയുള്ളൂ. പ്രവർത്തിച്ചുകൊണ്ടിരിക്കുന്ന 257 സ്ഥാപനങ്ങളിൽ 174 എണ്ണം ലാഭത്തിലാണ്. പൊതുമേഖലയിലെ ഇതുവരെയുള്ള കേന്ദ്രനിക്ഷേപം 12,50,376 കോടി രൂപയാണ്. ഇതിൽ 30 ശതമാനത്തിലധികം ഓരോ വർഷവും വിവിധ രൂപത്തിൽ പൊതുമേഖലാ സ്ഥാപനങ്ങൾ കേന്ദ്ര സർക്കാരിന് തിരിച്ച് നല്കുന്നുണ്ട്. സേവനരംഗത്ത് 36 ശതമാനവും ഉല്പാദന രംഗത്ത് 17.9 ശതമാനവും മൈനിങ് മേഖലയിൽ 7.3 ശതമാനവും സംഭാവന ചെയ്യുന്നത് കേന്ദ്രപൊതുമേഖലാ സ്ഥാപനങ്ങളാണ്.

1991 മുതൽ രാജ്യത്ത് നടപ്പാക്കിയ നവഉദാരവല്ക്കരണ സാമ്പത്തികനയങ്ങളാണ് പൊതുമേഖല, സ്ഥാപനങ്ങളുടെ നിലനില്പിനെ അപകടത്തിലാക്കിയത്. ഓഹരി വില്പന, അടച്ചുപൂട്ടൽ, സ്വകാര്യവല്ക്കരണം തുടങ്ങിയവയായിരുന്നു പുതിയ നയത്തിന്റെ സവിശേഷത. ഇതിന്റെ ഭാഗമായി പ്രഖ്യാപിച്ച ദേശീയ വ്യവസായ നയത്തിൽ വ്യവസായ മേഖലയിൽ നിന്നുള്ള സർക്കാരിന്റെ പിൻമാറ്റം വ്യക്തമായിരുന്നു. 1991 മുതൽ 2019 മാർച്ച് 31 വരെ വില്പന നടത്തിയ പൊതുമേഖല ആസ്തികൾ 4,49,497 കോടി രൂപയുടേതാണ്. മോദി സർക്കാരിന്റെ കാലത്താണ് ലക്ഷ്യമിട്ടതിനേക്കാൾ കൂടുതൽ വില്പന നടത്തിയത്. 2017-18 ലെ ബഡ്ജറ്റിൽ ലക്ഷ്യമിട്ടത് 72,500 കോടി രൂപയുടെ വില്പനയാണെങ്കിൽ 1,00,0561 കോടി രൂപയുടെ ഓഹരികളാണ് വില്പന നടത്തിയത്. 2018-19 ൽ ലക്ഷ്യമിട്ടത്

50,000 കോടി രൂപയാണെങ്കിൽ വില്പന നടത്തിയത് 84,972 കോടി രൂപയുടെ ഓഹരികളാണ്. എൻ ഡി എ സർക്കാരാണ് പൊതുമേഖലാ സ്ഥാപനങ്ങളുടെ 50 ശതമാനത്തിലധികം ഓഹരികൾ വില്പന നടത്തി സ്ഥാപനം പൂർണ്ണമായും സ്വകാര്യമേഖലയ്ക്കു കൈമാറിയത്. 2019 ലെ ബഡ്ജറ്റിൽ ലക്ഷ്യം വെച്ചിരിക്കുന്നത് 1,05,000 കോടി രൂപയാണ്. എൻ ഡി എ സർക്കാരാണ് പൊതുമേഖലാ സ്ഥാപനങ്ങളുടെ ഓഹരികളിൽ 50 ശതമാനത്തിലധികം വില്പന നടത്തി സ്ഥാപനം പൂർണ്ണമായും സ്വകാര്യമേഖലയ്ക്കു കൈമാറിയത്. 2019 ലെ ബഡ്ജറ്റിൽ ലക്ഷ്യം വെച്ചിരിക്കുന്നത് 1,05,000 കോടി രൂപയാണ്. എന്നാൽ രാജ്യത്തെ മഹാരത്ന, മിനിരത്ന, നവരത്ന കമ്പനികളെല്ലാം വില്പന നടത്തി രാജ്യം അകപ്പെട്ടിരിക്കുന്ന ഗുരുതര സാമ്പത്തിക പ്രതിസന്ധി മറികടക്കാനാണ് മോദി സർക്കാർ ശ്രമിക്കുന്നത്. 6 ലക്ഷം കോടി രൂപ വില്പന മൂല്യമുള്ള മഹാരത്ന കമ്പനിയായ ഭാരത് പെട്രോളിയം 60,000 കോടി രൂപയ്ക്കു വില്ക്കാൻ വെച്ചിരിക്കുകയാണ്.

ഓഹരി വില്പന

സർക്കാർ	*വില്പന*	*ശതമാനം*
കോൺഗ്രസ് (1991–1996)	9961.83	2.2
യുണൈറ്റഡ് ഫ്രണ്ട് (1996–98)	1289.67	0.3
എൻ ഡി എ (1998–2004)	33655.59	7.5
യു പി എ (1) (2004–2009)	8515.94	1.9
യു പി എ (2) (2009–2014)	99364.46	22
എൻ ഡി എ (2014–2019)	2,96,713.86	66.1

മോദിയുടെ അജണ്ട

മോദി സർക്കാർ അധികാരത്തിൽ വന്ന ഉടൻ ആസൂത്രിത കമ്മീഷനെ പിരിച്ചുവിട്ട് പകരം 'നീതി ആയോഗ്' രൂപീകരിച്ചു. ഇതിന്റെ പ്രധാന പ്രവർത്തനം വിറ്റഴിക്കേണ്ട പൊതുമേഖലാ സ്ഥാപനങ്ങളെ കണ്ടെത്തുകയാണ്. 74 പൊതുമേഖലാ സ്ഥാപനങ്ങളെ കണ്ടെത്തി ഇതിൽ 28 സ്ഥാപനങ്ങൾ അടച്ചുപൂട്ടുന്നതിനും 10 സ്ഥാപനങ്ങളുടെ ഓഹരികൾ ഭാഗികമായും ബാക്കിയുള്ളവ പൂർണ്ണമായും സ്വകാര്യ മേഖലയ്ക്കു വിറ്റഴിക്കണമെന്ന ശുപാർശയും സർക്കാരിന് നല്കി.

നഷ്ടത്തിൽ പ്രവർത്തിക്കുന്നവ മാത്രമല്ല അടിസ്ഥാന മേഖലയിലും തന്ത്രപ്രധാന മേഖലയിലും പ്രവർത്തിക്കുന്നവ ഉൾപ്പെടെ ലാഭമുണ്ടാക്കുന്ന കമ്പനികളെ വരെ വില്പനയ്ക്കു വച്ചിരിക്കുകയാണ് ബി ജെ പി സർക്കാർ. പൊതുമേഖലയുടെ സമ്പൂർണ്ണ സ്വകാര്യവല്ക്കരണമാണ് മോദി സർക്കാരിന്റെ അജണ്ട. പ്രതിരോധം, ഉരുക്ക്, മരുന്ന്, വ്യോമയാനം, നിർമ്മാണം, ഇൻഷ്വറൻസ് തുടങ്ങിയ നാനാമേഖലയിലെയും കമ്പനികളെ

സ്വകാര്യവല്ക്കരണത്തിന് തെരഞ്ഞെടുത്തിരിക്കുന്നു. ഇത് രാജ്യത്തിന്റെ പരമാധികാരത്തിനും സുരക്ഷയ്ക്കും ഉയർത്തുന്ന ഭീഷണി വലുതാണ്. കഴിഞ്ഞ നാല് വർഷങ്ങൾകൊണ്ട് പൊതുമേഖല സ്ഥാപനങ്ങളുടെ പക്കലുണ്ടായിരുന്ന അധിക നീക്കിയിരുപ്പ് ധനം മുഴുവനും കേന്ദ്ര സർക്കാർ കവർന്നെടുത്തിരിക്കുന്നു. ഇത് പൊതുമേഖലാ സ്ഥാപന ങ്ങളുടെ വിപണി വിലയിൽ ഇടിവുണ്ടാക്കി. തുച്ഛമായ വിലയ്ക്ക് കോർപ്പറേറ്റുകൾക്ക് കൈമാറുന്നതിനു വേണ്ടിയാണ് ഇതെല്ലാം ചെയ്യുന്നത്. പൊതുമേഖല സ്ഥാപനങ്ങൾ പലതും സ്ഥിതി ചെയ്യുന്നത് വൻകിട നഗരങ്ങളിലാണ്. ഇത്തരം സ്ഥാപനങ്ങളുടെ ഉയർന്ന വിലയ്ക്കുള്ള ഭൂമി കുറഞ്ഞ വിലയ്ക്ക് സ്വകാര്യ കമ്പനികൾക്ക് വില്ക്കുകയെന്ന തന്ത്രം കൂടി സ്വകാര്യവല്ക്കരണ അജണ്ടയിലുണ്ട്. ഇതിന്റെ പിന്നിലെ സാമ്പത്തിക അഴിമതിയും പങ്ക് കച്ചവടവും ശരിയായ അന്വേഷണം നടന്നാൽ വെളിച്ചത്തുവരും.

ഇന്ത്യ കടുത്ത സാമ്പത്തിക പ്രതിസന്ധിയെ അഭിമുഖീകരിക്കുക യാണ്. നോട്ട് നിരോധനത്തിന്റെയും അശാസ്ത്രീയമായി നടപ്പാക്കിയ ജി എസ് ടിയുടെയും ഫലമായി സാമ്പത്തികവളർച്ച കഴിഞ്ഞ മൂന്ന് വർഷ മായിട്ട് ഇടിയുകയാണ്. അന്തർദ്ദേശീയ ഏജൻസികളായ ഐ എം എഫും ലോകബാങ്കും ഇന്ത്യയുടെ സാമ്പത്തികവളർച്ച ഇടിയുമെന്ന റിപ്പോർട്ടാണ് പുറത്ത് വിട്ടിരിക്കുന്നത്. രാജ്യാന്തര ഏജൻസിയായ മൂഡീസ് പറയുന്നത് ഇന്ത്യയുടെ സാമ്പത്തികവളർച്ച വൻതോതിൽ കുറയുമെന്നാണ്. ഉല്പാ ദന സേവന മേഖലകളുടെയെല്ലാം വളർച്ച താഴോട്ടാണ്. സർക്കാരിന്റെ വരുമാനത്തിൽ വലിയ ഇടിവ് ഉണ്ടായിരിക്കുന്നു. ധനക്കമ്മി വലിയ തോതിൽ വർദ്ധിച്ചത് മറികടക്കുന്നതിനുവേണ്ടിയാണ് പൊതുമേഖലാ സ്ഥാപനങ്ങളുടെ വില്പന നടത്തി ധനസമാഹരണം നടത്തുന്നത്.

വില്പന തുടരുന്നു

രാജ്യത്തെ അഞ്ച് പ്രധാനപ്പെട്ട പൊതുമേഖലാ സ്ഥാപനങ്ങളുടെ വില്പന പൂർത്തീകരിക്കാനുള്ള നടപടികളാണ് മോദി സർക്കാർ സ്വീക രിച്ചിരിക്കുന്നത്. ജനങ്ങളുടെ ജീവിതവുമായി നേരിട്ട് ബന്ധമുള്ള പൊതു മേഖലാ സ്ഥാപനങ്ങളുടെ സ്വകാര്യവല്ക്കരണം ജനജീവിതം കൂടുതൽ ദുരിതപൂർണ്ണമാക്കും. ഭാരത് പെട്രോളിയം കമ്പനി, കണ്ടയ്നർ കോർപ്പ റേഷൻ ഓഫ് ഇന്ത്യ, ടെറി ഹൈഡ്രോ ഡെവലപ്മെന്റ് കോർപ്പറേഷൻ, നോർത്ത് ഈസ്റ്റേൺ ഇലക്ട്രിക് പവർ കോർപ്പറേഷൻ, വിമിങ് കോർപ്പ റേഷൻ ഓഫ് ഇന്ത്യ തുടങ്ങിയവയുടെ വില്പനയാണ് പൂർത്തിയാക്കു ന്നത്. റെയിൽവേയിൽ സ്വകാര്യവല്ക്കരണ നടപടികൾ അതിവേഗം പുരോഗമിക്കുകയാണ്. 150 തീവണ്ടികളും 50 സ്റ്റേഷനുകളും വില്പ നയ്ക്കും വെച്ചിരിക്കുകയാണ്. സ്വകാര്യ തീവണ്ടികൾ ഓടി തുടങ്ങിയി രിക്കുന്നു. യാത്രക്കാർക്ക് ഇന്ന് ലഭിച്ചുകൊണ്ടിരിക്കുന്ന യാത്ര സൗജന്യ ങ്ങൾ ഓരോന്നായി നഷ്ടപ്പെടും. എയർ ഇന്ത്യയും വില്ക്കാൻ വെച്ചിരി

ക്കുന്ന പൊതുമേഖലാ സ്ഥാപനങ്ങളുടെ പട്ടികയിൽ ഇടം പിടിച്ചിട്ടുണ്ട്.

ഭാരത് പെട്രോളിയം കോർപ്പറേഷൻ

രാജ്യത്തെ ഏറ്റവും വലിയ പെട്രോളിയം കമ്പനിയാണ് ഭാരത് പെട്രോളിയം കോർപ്പറേഷൻ (ബി പി സി എൽ). 1976 ലാണ് 'ബർമാഷെൻ' എന്ന സ്വകാര്യകമ്പനിയെ ഏറ്റെടുത്ത് 'ഭാരത് റിഫൈനറീസ്' എന്ന പൊതുമേഖലാ സ്ഥാപനമാക്കി മാറ്റിയത്. 1977 ആഗസ്തിൽ പാർലമെന്റ് പാസാക്കിയ നിയമത്തിലൂടെയാണ് ഇതിനെ ഭാരത് പെട്രോളിയം കോർപ്പറേഷനാക്കിയത്. 2018–19 ലെ മൊത്തം വിറ്റുവരവ് 3,37,622.53 കോടി രൂപയാണ്. കഴിഞ്ഞ അഞ്ച് വർഷമായി ബി പി സി എൽ തുടർച്ചയായി ലാഭത്തിൽ പ്രവർത്തിക്കുകയാണ്. ലാഭത്തിൽ പ്രവർത്തിക്കുന്ന സ്ഥാപനത്തെയാണ് ഇപ്പോൾ സ്വകാര്യ മുതലാളിമാർക്ക് തീറെഴുതി നല്കുന്നത്.

ഭാരത് പെട്രോളിയം സ്വകാര്യവല്ക്കരണത്തോടെ രാജ്യത്തെ ഇന്ധനമേഖല സ്വകാര്യകുത്തകകളുടെ കൈവശമാകും. 15078 ഇന്ധന ചില്ലറവില്പനശാലകൾ ഉണ്ട്. അതിൽ നല്ലൊരു ശതമാനം ഗ്രാമപ്രദേശങ്ങളിലാണ് പ്രവർത്തിക്കുന്നത്. ലാഭം മാത്രം നോക്കുന്ന സ്വകാര്യ മുതലാളിമാർ അത് അടച്ചുപൂട്ടും. 6004 പാചക വിതരണ കേന്ദ്രങ്ങൾ ഉണ്ട്. സ്വകാര്യ പാചക വാതക കമ്പനികൾക്ക് പാചക വാതകത്തിന് സബ്സിഡി ഇല്ലാതാകും. ഭാരത് പെട്രോളിയം പൊതുമേഖലയിൽ ആയതുകൊണ്ടാണ് ലാഭത്തിന്റെ ഒരു പങ്ക് സാമൂഹിക സേവന പ്രവർത്തനങ്ങൾക്കായി ചെലവഴിക്കുന്നത്. 10,000 കുട്ടികൾക്കാണ് ഉച്ചഭക്ഷണം നല്കുന്നത്. വിദ്യാഭ്യാസ ആരോഗ്യമേഖലകളുടെ നവീകരണത്തിനും വികസനത്തിനും വലിയ സംഭാവനയാണ് നല്കുന്നത്.

കേരളത്തിന്റെ വികസന പദ്ധതികളെയും ഭാരത് പെട്രോളിയത്തിന്റെ സ്വകാര്യവല്ക്കരണം ദോഷകരമായി ബാധിക്കും. കൊച്ചി റിഫൈനറിക്ക് സമീപമായി വൻകിട പെട്രോ കെമിക്കൽ പാർക്ക് സ്ഥാപിക്കാൻ സംസ്ഥാന സർക്കാർ തീരുമാനിച്ചതാണ്. കൊച്ചി റിഫൈനറിയിൽനിന്ന് ക്രൂഡ് ഓയിൽ സംസ്കരണം കഴിഞ്ഞ് ബാക്കി വരുന്ന പദാർത്ഥങ്ങളാണ് നിർദ്ദിഷ്ട പാർക്കിൽ ഉല്പാദനത്തിന് ആവശ്യമായി വരുന്നത്. പെട്രോ കെമിക്കൽ കോംപ്ലക്സ് വഴി 25000 കോടി രൂപയുടെ നിക്ഷേപമായിരുന്നു സംസ്ഥാന സർക്കാർ പ്രതീക്ഷിച്ചിരുന്നത്. ഭാരത് പെട്രോളിയത്തിന്റെ സ്വകാര്യവല്ക്കരണത്തോടെ ഇതെല്ലാം അട്ടിമറിക്കുകയാണ്.

റെയിൽവേ സ്വകാര്യവല്ക്കരണം

രാജ്യത്തെ കോടിക്കണക്കിന് വരുന്ന സാധാരണ ജനങ്ങൾക്ക് ചെലവ് കുറഞ്ഞ നിരക്കിൽ സഞ്ചരിക്കാൻ കഴിയുന്ന ഗതാഗതമാർഗ്ഗമാണ് റെയിൽവേ. ട്രെയിൻ മാർഗ്ഗം ദിവസേന ഏകദേശം രണ്ടുകോടി മുപ്പതു ലക്ഷത്തിലധികം പേർ സഞ്ചരിക്കുന്നുണ്ട്. സമൂഹത്തിലെ പാവപ്പെട്ട

ജനങ്ങൾക്ക് വലിയ സംഭാവനയാണ് റെയിൽവേ നല്കുന്നത്. രാജ്യത്തിന്റെ വർദ്ധിച്ചുവരുന്ന ഗതാഗത ആവശ്യത്തിനനുസരിച്ച് റെയിൽവേ ശൃംഖല വ്യാപിപ്പിക്കുന്നതിനോ, വികസിപ്പിക്കുന്നതിനോ കേന്ദ്രം ഭരിച്ചിരുന്ന സർക്കാരുകൾ തികഞ്ഞ അലംഭാവമാണ് കാണിക്കുന്നത്. 2016 ലെ *ഇക്കണോമിക് ടൈംസ്* ദിനപത്രത്തിന്റെ കണക്കു പ്രകാരം ലോകത്ത് ട്രെയിൻ അപകടങ്ങളുടെ എണ്ണം കുറയുമ്പോഴും ഇന്ത്യയിൽ ട്രെയിൻ അപകടങ്ങളുടെ എണ്ണം വർദ്ധിക്കുകയാണ്.

ഒഴിഞ്ഞു കിടക്കുന്ന തസ്തികകൾ

റെയിൽവേയുടെ സുരക്ഷാ വിഭാഗത്തിൽ 1.22 ലക്ഷം ലോക്കോ പൈലറ്റിന്റെ 11442 (അനുവദിച്ച തസ്തികയുടെ 25 ശതമാനം), അസിസ്റ്റന്റ് പൈലറ്റ് 6574 (അനുവദിച്ച തസ്തികയുടെ 15 ശതമാനം), ഷണ്ടർമാർ 2714 (അനുവദിച്ച തസ്തികയുടെ $^1/_3$ എണ്ണം) തസ്തികകൾ ഒഴിഞ്ഞു കിടക്കുന്നു. ഒഴിവുള്ള തസ്തികകൾ നികത്താതിരിക്കുന്നതിൽ റെയിൽവേ സ്വീകരിക്കുന്ന നയം ഇതിലൂടെ വ്യക്തമാണ്. ദക്ഷിണ റെയിൽവേ 680 ലോക്കോ പൈലറ്റിന്റെ തസ്തികയിൽ നിയമനം നടത്താൻ അനുവാദം ചോദിച്ചപ്പോൾ റെയിൽവേ ബോർഡ് അനുമതി നല്കിയത് 280 തസ്തികകൾക്കാണ്. സുരക്ഷാവിഭാഗത്തിലെ ടെക്നീഷ്യന്മാർ വരെ ഉൾപ്പെടുന്ന ഗ്രൂപ്പ് സിയിലെ 2800 തസ്തികകൾ നികത്താൻ ബോർഡിനോട് അനുവാദം ചോദിച്ചപ്പോൾ നല്കിയത് 400 ഒഴിവുകൾ നികത്താൻ മാത്രമാണ്. ഇതുമൂലം ലോക്കോ പൈലറ്റിന് അമിതജോലി ഭാരം ഉണ്ടാകുന്നു. വിശ്രമമില്ലാതെ അനുവദിച്ച സമയത്തിലും കൂടുതൽ സമയം ജോലിയെടുക്കേണ്ടി വരുന്നു. വിശ്രമമില്ലാതെ ജോലിയെടുക്കുന്നതുമൂലമുള്ള മാനസിക സമ്മർദ്ദവും ശാരീരിക ക്ഷീണവുംമൂലം ഉണ്ടാകുന്ന പിഴവുകൾ ട്രെയിൻ യാത്രയുടെ സുരക്ഷിതത്വത്തെ തന്നെ ബാധിക്കുന്നു.

തകരാറിലായ ട്രാക്കുകളും കാലപ്പഴക്കം ചെന്ന സിഗ്നൽ സംവിധാനങ്ങളും

ഓടിത്തേഞ്ഞതും പഴകിയതുമായ പാളങ്ങളും കോച്ചുകളുമാണ് ട്രെയിൻ പാളം തെറ്റാൻ പ്രധാന കാരണമായി റെയിൽവേ സുരക്ഷാ കർമ്മസമിതിയുടെ 2017 ജനുവരിയിലെ റിപ്പോർട്ടിൽ പറയുന്നത്. 2015 ൽ ഫെബ്രുവരിയിൽ പുറത്തിറക്കിയ ധവളപത്ര പ്രകാരം ഓരോ വർഷവും 45000 കിലോമീറ്റർ ദൈർഘ്യമുള്ള പാളങ്ങൾ പുതുക്കി സ്ഥാപിക്കണം. തകരാറിലായ പാളങ്ങൾ മാറ്റി സ്ഥാപിക്കണമെങ്കിൽ വലിയ ചെലവും തൊഴിലാളികളുടെ പുനർവിന്യാസവും ആവശ്യമാണ്. സർക്കാർ ഇതിനുവേണ്ടി ഒരു നടപടിയും സ്വീകരിക്കുന്നില്ല.

ട്രെയിൻ യാത്രയുടെ സുരക്ഷിതത്വം പ്രധാനമായും സിഗ്നൽ സംവിധാനങ്ങളെ ആശ്രയിച്ചാണ്. ഓരോ വർഷവും 200 സിഗ്നൽ ഗിയറുകൾ

മാറ്റി സ്ഥാപിക്കണമെന്നുണ്ടെങ്കിലും 100 എണ്ണത്തിൽ താഴെയാണ് മാറ്റി സ്ഥാപിക്കുന്നത്. 2017 ൽ സിഗ്നൽ പരിഹരിക്കുന്ന വിഭാഗത്തിൽ 3454 തസ്തികകൾ ഒഴിഞ്ഞുകിടക്കുന്നു.

അടിസ്ഥാന സൗകര്യങ്ങൾ തകർച്ചയുടെ വക്കിൽ

കഴിഞ്ഞ ഇരുപത്തഞ്ച് വർഷങ്ങളായി രാജ്യം ഭരിക്കുന്ന സർക്കാരുകൾ പിന്തുടരുന്ന നയം സാധാരണ ജനങ്ങൾക്ക് സുഖകരവും, സുരക്ഷിതവുമായ ട്രെയിൻ യാത്രാ സൗകര്യം ഉണ്ടാക്കുകയെന്ന തങ്ങളുടെ ഉത്തരവാദിത്വത്തിൽനിന്ന് ഒഴിഞ്ഞു മാറി എങ്ങനെ സ്വകാര്യ പങ്കാളിത്തം വർദ്ധിപ്പിക്കാമെന്ന കാര്യത്തിലാണ് ശ്രദ്ധിക്കുന്നത്.

റെയിൽവേയുടെ പല ജോലികളും പുറം കരാർ നല്കിയിരിക്കുകയാണ്. ശുചീകരണം, കാറ്ററിങ്, കോച്ചുകളുടെ അറ്റകുറ്റപ്പണികൾ, വർക്ക്ഷോപ്പ്, യാർഡുകൾ, യാത്രാ ടിക്കറ്റുകൾ വില്ക്കുന്നത് അടക്കമുള്ള ജോലികൾ സ്വകാര്യ ഏജൻസികൾക്ക് പുറം കരാർ നല്കിയിരിക്കുന്നു. ഇന്ത്യയിൽ ഏകദേശം 7 ലക്ഷത്തോളം കരാർ ജീവനക്കാർ പ്രതിമാസം 6000-7000 രൂപയ്ക്കുള്ള തുച്ഛമായ ശമ്പളത്തിന് ജോലിയെടുക്കുന്നു. സ്ഥിരം തൊഴിലാളികളുടെ എണ്ണം കുറയുകയും കരാർ തൊഴിലാളികളുടെ എണ്ണം വർദ്ധിച്ചു വരികയുമാണ്.

നിയന്ത്രണങ്ങളോടെ സ്വകാര്യവല്ക്കരണം

വിവേക് ദേബ്റോയ് കമ്മിറ്റിയുടെ ശുപാർശപ്രകാരം ഒരു എക്സിക്യൂട്ടീവ് ഉത്തരവിലൂടെയാണ് റെയിൽവേ വികസന അതോറിറ്റിക്ക് (ആർ ഡി എ) കേന്ദ്രസർക്കാർ അംഗീകാരം നല്കിയത്. ആർ ഡി എ രൂപീകരിച്ചതിന്റെ പിന്നിലെ പ്രധാന ലക്ഷ്യം യാത്രാ നിരക്ക് നിശ്ചയിക്കുക, ചെലവുമായി ബന്ധപ്പെടുത്തി ചരക്ക് കൂലി നിശ്ചയിക്കുക, സ്വകാര്യ യാത്രാ ചരക്ക് ട്രെയിൻ ഓപ്പറേറ്റേഴ്സിന് നിലവിലുള്ള ട്രാക്കുകൾ ലഭ്യമാക്കുക, സ്വകാര്യനിക്ഷേപം പ്രോത്സാഹിപ്പിക്കുക, സ്വകാര്യ സംരംഭകരുടെ താല്പര്യം സംരക്ഷിക്കുക തുടങ്ങിയവയാണ്. പൊതുജനങ്ങളുടെ നികുതി പണംകൊണ്ട് നിർമ്മിച്ച ട്രാക്കുകൾ യാതൊരു അധിക നിക്ഷേപവും ഈടാക്കാതെ സ്വകാര്യ സംരംഭകർക്ക് ഉപയോഗിക്കാൻ സൗകര്യപ്പെടുത്തുകയാണ് ചെയ്യുന്നത്. ട്രാക്കുകൾ ഉപയോഗിക്കുന്നതിന് ചെറിയ പ്രവേശന ഫീസ് നല്കിയാൽ മാത്രം മതി. ആവശ്യസാധനങ്ങളുടെ ചരക്കുനീക്കത്തിലുള്ള സബ്സിഡി നിർത്തലാക്കപ്പെടും. സ്വകാര്യ സംരംഭകർക്ക് റെയിവേയുടെ ഇന്നുള്ള ഭൗതിക സാഹചര്യങ്ങൾ, കോച്ചുകൾ, എഞ്ചിനുകൾ, യാർഡുകൾ, വർക്ക്ഷോപ്പുകൾ തുടങ്ങിയവ യഥേഷ്ടം ഉപയോഗിക്കാനുള്ള അവസരം ലഭിക്കും.

സ്വകാര്യവല്ക്കരണം നല്കുന്ന പാഠം

രാജ്യത്ത് കോടിക്കണക്കിന് വരുന്ന സാധാരണ ജനങ്ങൾക്ക് ആവ

ശ്യമായ യാത്രാ സൗകര്യങ്ങൾ ലഭ്യമാക്കാൻ സർക്കാരിന് ഉത്തരവാദിത്വമില്ലേ? തൊഴിൽസ്ഥലങ്ങളിലേക്കു യാത്ര ചെയ്തു മടങ്ങുന്ന ജീവനക്കാർക്കും തൊഴിലന്വേഷകർക്കും സ്കൂളിലും, കോളേജിലും പഠിക്കുന്ന വിദ്യാർത്ഥികൾക്കും യാത്രാ സൗകര്യം ലഭ്യമാക്കാൻ സർക്കാരിന് ബാദ്ധ്യതയില്ലേ? രാജ്യത്തെ പാവപ്പെട്ട കർഷകർക്കും, തങ്ങളുടെ ഉപജീവന ആവശ്യങ്ങൾക്ക് സഞ്ചരിക്കാൻ കുറഞ്ഞ യാത്രാ സൗകര്യം വേണ്ടേ? റെയിൽവേയെ പൂർണ്ണമായും വാണിജ്യവല്ക്കരിക്കാനും രാജ്യത്തെ സാധാരണക്കാർക്ക് ട്രെയിൻ യാത്രാ ചെലവ് ദുസ്സഹമാക്കി സമൂഹത്തിലെ സമ്പന്നർക്ക് മാത്രമായി ട്രെയിൻ യാത്ര പരിമിതപ്പെടുത്താനാണ് സർക്കാർ ശ്രമിക്കുന്നത്. ഇതിന്റെ ഭാഗമാണ് സുവിധ, പ്രീമിയം തുടങ്ങി വിവിധ യാത്രാനിരക്കുകൾ ഏർപ്പെടുത്തിയിരിക്കുന്നത്.

സ്വകാര്യമേഖലയുടെ ലക്ഷ്യം സേവനമല്ല. കൂടുതൽ ലാഭം ഉണ്ടാക്കാൻ കഴിയുന്ന മേഖലകളിലാണ് അവർ പണം നിക്ഷേപിക്കുന്നത്. നഷ്ടത്തിലാകുന്ന വ്യാപാരസ്ഥാപനങ്ങൾ അടച്ചു പൂട്ടുന്നതുപോലെ റെയിൽവേയിലെ നിക്ഷേപവും ലാഭകരമല്ലെങ്കിൽ അവിടെനിന്നും അവർ പിൻവാങ്ങും.

ബ്രിട്ടൺ 1996 ലാണ് റെയിൽവേ സ്വകാര്യവല്ക്കരിച്ചത്. തുടക്കത്തിൽ ഇതിനെ 'റെയിൽ ട്രാക്ക്' എന്നും 'ബ്രിട്ടീഷ് റെയിൽ ഓപ്പറേറ്റിങ്' കമ്പനിയെന്നും വിഭജിച്ചു. 1996 ലാണ് റെയിൽ ട്രാക്കിനെ സ്വകാര്യമേഖലയ്ക്കു വില്ക്കുന്നത്. ബ്രിട്ടീഷ് റെയിലിനെ 25 ട്രെയിൻ ഓപ്പറേറ്റിങ് കമ്പനികളായി വിഭജിച്ചു. ഇവ സ്വകാര്യമേഖലയ്ക്ക് വില്ക്കുകയോ, അല്ലാത്തവ അടച്ചു പൂട്ടുകയോ ചെയ്തു.

ബ്രിട്ടണിലെ റെയിൽവേയുടെ സ്വകാര്യവല്ക്കരണം പരാജയമാണെന്ന് കണ്ട ഇതര യൂറോപ്യൻ രാജ്യങ്ങൾ സ്വകാര്യവല്ക്കരണ നടപടികളിൽ കാത്തിരുന്ന് കാണാമെന്ന നയമാണ് സ്വീകരിക്കുന്നത്. ന്യൂസിലന്റിലെ റെയിൽവേയിൽ സ്വകാര്യവല്ക്കരണവും, വാണിജ്യവല്ക്കരണവും നടപ്പാക്കി കഴിഞ്ഞപ്പോൾ തൊഴിലാളികളുടെ എണ്ണത്തിൽ വലിയ കുറവ് ഉണ്ടായി. 1982 ൽ 21000 തൊഴിലാളികൾ ഉണ്ടായിരുന്നു. ട്രാൻസ് റെയിലിൽ 2002 ൽ ഉണ്ടായിരുന്നത് 3757 തൊഴിലാളികളാണ്. 2004 ൽ സർക്കാർ വീണ്ടും നാഷണൽ നെറ്റ്‌വർക്കിന്റെ ഉടമസ്ഥത ഏറ്റെടുത്തു. റെയിൽവേയുടെ സ്വകാര്യവല്ക്കരണം റെയിൽവേ ജീവനക്കാരെ മാത്രം ബാധിക്കുന്ന കാര്യമല്ല. ജനങ്ങൾക്ക് വിശേഷിച്ച് പാവപ്പെട്ടവർക്ക് ന്യായമായ നിരക്കിൽ യാത്ര ചെയ്യണം. രാജ്യത്തിന്റെയും, ജനങ്ങളുടെയും പൊതുസ്വത്തെന്ന നിലയിൽ റെയിൽവേ സംരക്ഷിക്കപ്പെടണം. പൊതുമേഖലാ സ്ഥാപനങ്ങൾ ജനങ്ങളുടെ പൊതുസ്വത്താണ്. കോർപ്പറേറ്റുകളെ തൃപ്തിപ്പെടുത്താൻ വേണ്ടിയാണ് ജനങ്ങളുടെ പൊതുസ്വത്തായ റെയിൽവേയെ വില്പന നടത്തുന്നത്.

പ്രതിരോധമേഖലയുടെ സ്വകാര്യവല്ക്കരണം

കഴിഞ്ഞ ആറ് പതിറ്റാണ്ടായി ഓർഡിനൻസ് ഫാക്ടറികൾ, പ്രതിരോധ ഗവേഷണ സ്ഥാപനങ്ങൾ, പ്രതിരോധ രംഗത്തെ പൊതുമേഖല സ്ഥാപനങ്ങൾ തുടങ്ങിയവവഴി നേടിയെടുത്ത രാജ്യത്തിന്റെ പ്രതിരോധ രംഗത്തെ നിർമ്മാണ കഴിവുകളും മുൻകൈയും പുതിയ ആയുധ ശേഖരണ നയം വഴി തകർക്കുകയാണ് ബി ജെ പി സർക്കാർ. പ്രതിരോധ സേന കഴിഞ്ഞ മൂന്ന് വർഷക്കാലത്തിനിടയിൽ ചെലവാക്കിയ മൊത്തം ചെലവിന്റെ 75 ശതമാനവും ഇന്ത്യൻ പ്രതിരോധ മേഖലയിലെ സ്ഥാപനങ്ങൾക്ക് ഉപകരണങ്ങളും ആയുധങ്ങളും നിർമ്മിച്ചതിന് നല്കിയതാണ്. ഇത് ഇന്ത്യൻ പ്രതിരോധ മേഖലയുടെ വളർച്ചയ്ക്ക് കരുത്ത് പകരുന്നതായിരുന്നു. ഇന്ത്യൻ ഓർഡിനൻസ് ഫാക്ടറികൾ ഉല്പാദിപ്പിക്കുന്ന ഉല്പന്നങ്ങളുടെ 50 ശതമാനത്തിലധികവും പുറം കരാർ നല്കുവാനുമുള്ള ബി ജെ പി സർക്കാരിന്റെ നീക്കത്തിന്റെ അടിസ്ഥാനം തന്നെ പ്രതിരോധമേഖലയുടെ തനതായ ഉല്പാദന ശേഷിയെ തകർക്കുകയെന്നതാണ്. വർദ്ധിച്ച തോതിലുള്ള പ്രതിരോധ ഉപകരണം വാങ്ങൽ കരാറുകളിലൂടെ ബി ജെ പി സർക്കാർ ലക്ഷ്യം വെക്കുന്നത് അഴിമതി, പ്രതിരോധ മേഖലയുടെ സ്വകാര്യവല്ക്കരണമാണ്.

സ്വകാര്യവല്ക്കരണം നല്കുന്ന പാഠം

പ്രതിരോധമേഖലയ്ക്ക് ആവശ്യമായ മേന്മയേറിയ ഉപകരണങ്ങൾ നിശ്ചിത സമയത്തിനകം നല്കുവാൻ സ്വകാര്യമേഖലയ്ക്ക് കഴിയാതെ വന്നതിനാൽ ആ നീക്കം പരാജയപ്പെടുകയാണ് ഉണ്ടായത്. സായുധ സേനയ്ക്ക് ആവശ്യമായ ഉപകരണങ്ങളും ആയുധങ്ങളും നിർമ്മിച്ചു നല്കാൻ സ്വകാര്യമേഖലയ്ക്ക് നല്കിയ കരാർ റദ്ദ് ചെയ്ത് പൊതു മേഖലയിലെ ഓർഡിനൻസ് ഫാക്ടറികൾക്ക് തിരിച്ച് നല്കുകയും ചെയ്തതായി കംട്രോളർ ആന്റ് ആഡിറ്റർ ജനറലിന്റെ റിപ്പോർട്ടിൽ പറയുന്നു. സി എ ജിയുടെ ശ്രദ്ധേയമായ നിരീക്ഷണം ഉണ്ടായിട്ടും ബി ജെ പി സർക്കാർ ദേശീയ പ്രതിരോധ ഉല്പന്നങ്ങൾ വലിയ തോതിൽ പുറം കരാർ വഴി സ്വകാര്യമേഖലയ്ക്ക് നിർമ്മിക്കാൻ കരാർ നല്കുകയാണ്. ഇന്ത്യയിലെ 41 പ്രതിരോധ ഓർഡിനൻസ് ഫാക്ടറികൾ ഉല്പാദിപ്പിക്കുന്ന 273 ഓളം ഇനങ്ങളിൽ 143 ഇനങ്ങളും ഇനി മുതൽ ഉല്പാദിപ്പിക്കുവാൻ സ്വകാര്യ കമ്പനികൾക്ക് ഓർഡർ നല്കുവാൻ പ്രതിരോധ മന്ത്രാലയം 2017 ഏപ്രിൽ 27 ന് ഉത്തരവ് നല്കിയിരിക്കുകയാണ്.

പ്രതിരോധ ഉല്പന്നങ്ങൾ നിർമ്മിക്കുവാൻ ബി ജെ പി സർക്കാർ ലൈസൻസ് നല്കിയ ചില ഇന്ത്യൻ കമ്പനികളുടെ പേരു വിവരം കോൺഫ്ളക്സ് ആർമെന്റ് റിസർച്ച് രേഖകളിൽ സൂചിപ്പിക്കുന്നുണ്ട്. ഐ എസ് (ഇസ്ലാമിക് സ്റ്റേറ്റ്) തീവ്രവാദികൾ ഉപയോഗിക്കുന്ന ആയുധങ്ങളുടേയും മറ്റു ഉല്പന്നങ്ങളുടേയും വിതരണ ശൃംഖലയിൽ ഇന്ത്യൻ സ്വകാര്യകമ്പനികൾ ഉണ്ടെന്ന് ഈ റിപ്പോർട്ട് വ്യക്തമാക്കുന്നു. സ്വകാര്യ സ്ഥാപനങ്ങൾ

തീവ്രവാദസംഘടനകൾക്ക് ആയുധങ്ങൾ വിതരണം ചെയ്യുന്നത് രാജ്യത്തിന്റെ ആഭ്യന്തരസുരക്ഷിതത്വത്തിന് വലിയ ഭീഷണിയാണ് ഉയർത്തുന്നത്. സ്വകാര്യ കമ്പനികൾക്ക് ആരിൽ നിന്നായാലും വലിയ ലാഭം കിട്ടിയാൽ മാത്രം മതി. മോദി സർക്കാർ കുത്തക കമ്പനികളെ സഹായിക്കാൻ സ്വീകരിക്കുന്ന നയങ്ങൾ പലപ്പോഴും ദേശീയ താല്പര്യത്തിന് എതിരാണ്.

പ്രതിരോധ കപ്പൽശാലകളും വില്പനയ്ക്ക് വെക്കുന്നു

ഇന്ത്യൻ നാവികസേനയ്ക്ക് ആവശ്യമായ നാവിക കപ്പൽ, മുങ്ങിക്കപ്പൽ എല്ലാം ഇന്ത്യയിലെ പൊതുമേഖലാ കപ്പൽ നിർമ്മാണ ശാലകളാണ് നിർമ്മിച്ച് നല്കുന്നത്. എന്നാൽ ഇവയെ സ്വകാര്യ കുത്തക കമ്പനികൾക്ക് വില്ക്കാൻ വച്ചിരിക്കുകയാണ് ബി ജെ പി സർക്കാർ. ഗോവ ഷിപ്പ്യാർഡിനെ തന്ത്രപരമായ വില്പനയ്ക്കും (കമ്പനിയുടെ ഭരണനിർവ്വഹണം പൂർണ്ണമായും വാങ്ങുന്ന സ്വകാര്യകുത്തക കമ്പനിക്ക് ലഭിക്കുന്നു) ഗാർഡൻ റീച്ച് കപ്പൽ നിർമ്മാണശാലകളുടേയും മാസഗൺ ഡോക് കപ്പൽ നിർമ്മാണ ശാലകളുടേയും കൊച്ചി നിർമ്മാണ ശാലകളുടേയും ചുരുങ്ങിയത് 25 ശതമാനം ഓഹരികളും വില്ക്കാനാണ് ശുപാർശ ചെയ്തിരിക്കുന്നത്. ഹിന്ദുസ്ഥാൻ ഷിപ്പ്യാർഡിനെ തെക്കൻ കൊറിയയിലെ ഹ്യൂണ്ടായി ഹെവി ഇൻഡസ്ട്രീസുമായി ലയിപ്പിക്കാൻ തീരുമാനിച്ചു കഴിഞ്ഞു.

പൊതുമേഖലാ കപ്പൽ ശാലകളോട് മത്സരിക്കാൻ ശേഷിയില്ലാത്ത സ്വകാര്യകുത്തക കമ്പനികളായ റിലയൻസ്, ലാർസൺ ആന്റ് ടൂബ്രോ എന്നീ കമ്പനികളാണ് ബി ജെ പി സർക്കാർ തീരുമാനപ്രകാരം നേവൽ ഓർഡറുകൾ കരസ്ഥമാക്കുന്നത്. 198 യുദ്ധക്കപ്പലുകളും മുങ്ങിക്കപ്പലുകളും ഉൾപ്പെടെ നാവികസേനയ്ക്ക് ആവശ്യമായ 3 ലക്ഷം കോടി രൂപയുടെ ഇടപാടാണ് ഈ സംയുക്ത സംരംഭം വഴി ഇന്ത്യൻ സർക്കാർ സമാഹരിക്കുവാൻ ഉദ്ദേശിക്കുന്നത്. ഘട്ടം ഘട്ടമായി പൊതുമേഖലാ മാനേജുമെന്റും നിയന്ത്രണവും സ്വദേശിയും വിദേശീയവുമായ കുത്തകകൾക്ക് കൈമാറാനാണ് പോകുന്നത്. പൊതുമേഖലാ സ്ഥാപനങ്ങൾ മികച്ച ഉല്പാദനക്ഷമതയിലൂടെ കൈവരിച്ച സമ്പത്ത് മുഴുവനും മുൻകൂറായി വാങ്ങി സർക്കാരിലേക്ക് മാറ്റുന്ന രീതി ആരംഭിച്ചിരിക്കുകയാണ്. സ്വകാര്യവല്ക്കരണത്തിന്റെ പ്രാഥമിക നടപടിയാണ് ഓഹരി വില്പന.

പ്രതിരോധ മേഖലയിൽ സ്വകാര്യകുത്തക പങ്കാളിത്തം വഴി സേനയുടെ ആവശ്യങ്ങൾ നിറവേറ്റുവാൻ കഴിയുമോയെന്നതും, അവ രാജ്യത്തിന്റെ ദേശീയസുരക്ഷയ്ക്ക് ഉപകരിക്കുമോയെന്നതും കാണേണ്ടിയിരിക്കുന്നു. ഇന്ത്യൻ പ്രതിരോധമേഖല വിദേശ കുത്തക ആയുധ കമ്പനികളുടെ മുന്നിൽ കീഴടങ്ങിവരികയും അത് രാജ്യത്തിന്റെ പ്രതിരോധ നിർമ്മാണശേഷിയെ ഇല്ലാതാക്കുകയും ചെയ്യും.

കബോട്ടാഷ് നിയമത്തിന്റെ ഭേദഗതി

രാജ്യത്തിന്റെ പരിധിയിലുള്ള തുറമുഖങ്ങൾക്കിടയിൽ ചരക്കുനീക്കം നടത്തുന്നതിനെയാണ് കബോട്ടാഷ് എന്നുപറയുന്നത്. 1985 ലെ മർച്ചന്റ് ഷിപ്പിങ് നിയമപ്രകാരം ഇന്ത്യയിൽ രജിസ്റ്റർ ചെയ്തതും രാജ്യത്ത് നികുതി അടയ്ക്കുന്നതുമായ കപ്പലുകൾക്ക് മാത്രമേ കബോട്ടാഷയിൽ ഏർപ്പെടാൻ അനുമതി ഉണ്ടായിരുന്നുള്ളൂ. ഏതെങ്കിലും വിദേശക്കപ്പലിനു ഇത്തരത്തിൽ ചരക്കുനീക്കം നടത്തണമെങ്കിൽ കേന്ദ്രസർക്കാരിന്റെ ഡയറക്ടർ ജനറൽ ഓഫ് ഷിപ്പിങ്ങിന്റെ (ഡി ജി എസ്) പ്രത്യേക അനുമതി വേണം. പ്രത്യേക ചരക്കുനീക്കത്തിനു ഇന്ത്യൻ കപ്പലുകൾ ലഭ്യമല്ലെങ്കിൽ മാത്രമേ വിദേശ കപ്പലിന് അനുമതി നല്കിയിരുന്നുള്ളൂ. വിദേശക്കപ്പലുകളുടെ താരിഫുമായും ബിസിനസിന്റെ വൈപുല്യമായും ഇന്ത്യൻ കപ്പലുകൾക്ക് മത്സരിക്കാൻ കഴിയില്ല. രാജ്യത്തെ ഏറ്റവും കൂടുതൽ സ്വകാര്യതുറമുഖം കൈവശമുള്ള അദാനി ഗ്രൂപ്പിനും അവരുമായി ബന്ധമുള്ള വിദേശഷിപ്പിങ് കമ്പനികൾക്കുമായിരിക്കും ഇതിന്റെ നേട്ടം ലഭിക്കുക.

ഇതരമേഖലയിലെ സ്വകാര്യവല്ക്കരണം

രാജ്യത്തിന്റെ സമ്പദ്‌വ്യവസ്ഥയ്ക്ക് സംഭാവന നല്കുന്ന ഒ എൻ ജി സി, ഗെയിൽ, ഓയിൽ ഇന്ത്യ ലിമിറ്റഡ്, ഇന്ത്യൻ ഓയിൽ കോർപ്പറേഷൻ, കോൾ ഇന്ത്യ ലിമിറ്റഡ്, സെയിൽ, ഭാരത് ഇലക്ട്രിക് ലിമിറ്റഡ്, ബി എച്ച് ഇ എൽ തുടങ്ങിയ 10 കമ്പനികളുടെ വില്പനച്ചുമതല റിലയൻസ് മ്യൂച്ചൽ ഫണ്ടിനെയാണ് ഏല്പിച്ചത്. ഇത് കള്ളനെ വീടിന്റെ കാവൽ ഏല്പിച്ച സ്ഥിതിയാണ്. റിലയൻസ് ഇൻഡസ്ട്രീസ് ഈ പൊതുമേഖലാസ്ഥാപനങ്ങളെ കുറഞ്ഞ വിലയ്ക്ക് വിഴുങ്ങാൻ കാത്തിരിക്കുമ്പോഴാണ് വില്പനച്ചുമതലയും അവർക്ക് നല്കുന്നത്. ലാഭത്തിൽ പ്രവർത്തിക്കുന്ന നവരത്ന കമ്പനികളുടെ അടക്കം ഓഹരികളാണ് വില്പന നടത്തുന്നത്.

എയർ ഇന്ത്യ, ഡ്രഡ്ജിങ് കോർപ്പറേഷൻ ഓഫ് ഇന്ത്യ, ഇന്ത്യൻ മെഡിസിൻ ഫാർമസ്യൂട്ടിക്കൽസ് കോർപ്പറേഷൻ, ഇർക്കോൺ മിശ്ര ധാതു നിഗം, മസാഗോൺ ഡോക്ക് എന്നിവയുടെ ഓഹരികൾ താമസിയാതെ വിറ്റഴിക്കപ്പെടുമെന്ന് കരുതുന്നു. എയർഇന്ത്യയുടെ സ്വകാര്യവല്ക്കരണത്തെക്കുറിച്ച് പരിശോധിച്ച പാർലമെന്റ് കമ്മിറ്റി ഇതിനെ പൊതുമേഖലയിൽ നിലനിർത്തി നിലവിലുള്ള കടബാദ്ധ്യതകൾ തീർക്കുന്നതിനായി 5 വർഷത്തെയെങ്കിലും സാവകാശം കൊടുക്കണമെന്ന് നിർദ്ദേശിച്ചിട്ടുണ്ട്. സ്വകാര്യവല്ക്കരണത്തിന് ബദലായി മറ്റു സാമ്പത്തിക നടപടികളിലൂടെ സ്ഥാപനത്തെ പുനരുദ്ധരിക്കുന്നതിനാണ് മുൻഗണന കൊടുക്കേണ്ടതെന്നും നിർദ്ദേശിക്കപ്പെട്ടിട്ടുണ്ട്. നീതി ആയോഗിന്റെ സ്വകാര്യവല്ക്കരണത്തിനുള്ള നിർദ്ദേശം കാര്യങ്ങൾ വ്യക്തമായി മനസ്സിലാക്കാതെയുള്ളതാണെന്നും 2012 മുതൽ 2022 വരെയുള്ള 10 വർഷ കാലയളവിലെ

ക്കായി സ്ഥാപനം നടപ്പാക്കിക്കൊണ്ടിരിക്കുന്ന പുനരുദ്ധാരണ പരിപാടി വിജയകരമായ ലക്ഷ്യം കണ്ടു വരികയാണെന്നും പാർലമെന്ററി കാര്യ സമിതി കണ്ടെത്തിയിട്ടുണ്ട്. ലാഭകരമായി പ്രവർത്തിക്കുന്ന എയർ ഇന്ത്യ, എയർ ട്രാൻസ്പോർട്ട് സർവ്വീസ്, അലൈയിൻസ് എയർ, എയർ ഇന്ത്യ എക്സ്പ്രസ് എന്നിവ സ്വകാര്യവല്ക്കരിക്കേണ്ടതില്ലെന്നും സമിതി നിർദ്ദേശിച്ചിട്ടുണ്ട്. നിലവിലുള്ള പ്രവർത്തന നഷ്ടം എഴുതിത്തള്ളണമെന്നും സ്വതന്ത്ര പൊതുമേഖല സ്ഥാപനം എന്ന നിലയിൽ പ്രവർത്തിക്കാൻ അനുവദിക്കണമെന്നും തൊഴിലാളികളുടെ ജീവിത മാർഗ്ഗം നഷ്ടപ്പെടുത്തുന്നതും യുദ്ധംപോലുള്ള പ്രതികൂല സാഹചര്യത്തിൽ സർക്കാരിന് ഏറെ പിന്തുണ നല്കുന്നതുമായ സ്ഥാപനം യാതൊരു കാരണവശാലും സ്വകാര്യവല്ക്കരിക്കരുതെന്നും അവർ പറഞ്ഞു.

രാജ്യത്തിന്റെ അഭിമാനമായ 11 പൊതുമേഖലാ സ്ഥാപനങ്ങളെക്കൂടി നീതിആയോഗ് പുതിയതായി വില്പനപ്പട്ടികയിൽ ഉൾപ്പെടുത്തിയിരിക്കുന്നു. വില്പനയ്ക്കുവെച്ച ഭാരത് ഹെവി ഇലക്ട്രിക്കൽസ് (ഭെൽ) 2017 ൽ ഉണ്ടാക്കിയ ലാഭം 496 കോടിയാണ്. ഹിന്ദുസ്ഥാൻ കോപ്പർ കഴിഞ്ഞ സാമ്പത്തിക വർഷത്തേക്കാൾ 62 കോടി രൂപ അധിക ലാഭം നേടിയ കമ്പനിയാണ്. ഡൽഹിയിലും മുംബൈയിലും മൊബൈൽ ലാൻഡ് ലൈൻ സേവനം നടത്തുന്ന തന്ത്ര പ്രധാന പൊതുമേഖല സ്ഥാപനമായ എം ടി എൻ എൽ ന്റെ ടവറുകൾ, ഭൂമി, കെട്ടിടങ്ങൾ തുടങ്ങിയ സ്വത്തുവകകളടക്കമാണ് വിറ്റഴിക്കുന്നത്. മെറ്റലർജിക്കൽ ആൻഡ് എൻജിനീയറിങ് കൺസൾട്ടന്റ്സ്, ടെലികമ്യൂണിക്കേഷൻസ് കൺസൾട്ടന്റ്സ് ഇന്ത്യയും, വില്പനപ്പട്ടികയിൽ ഇടം പിടിച്ച കമ്പനികളാണ്. പൊതുമേഖലാസ്ഥാപനങ്ങളുടെ വിറ്റഴിക്കൽ തീവ്രമാക്കിയത് ബി ജെ പി നേതൃത്വം നല്കുന്ന എൻ ഡി എ സർക്കാരുകളുടെ കാലത്താണ്.

കേരളത്തിലെ കേന്ദ്രപൊതുമേഖലാ സ്ഥാപനങ്ങളുടെ നിലനില്പും ഭീഷണിയിൽ

കേരളത്തിലുള്ള കേന്ദ്ര പൊതുമേഖലാ സ്ഥാപനങ്ങളിലുള്ള നിക്ഷേപം രാജ്യത്തെ ആകെ നിക്ഷേപത്തിന്റെ 2.4 ശതമാനം മാത്രമാണ്. ഏറ്റവും വലിയ കേന്ദ്ര പൊതുമേഖലാ സ്ഥാപനമായ FACT യുടെ ഭൂമി മുഴുവൻ വില്പന നടത്തുമ്പോഴും ഭാവി വികസനത്തെക്കുറിച്ച് വ്യക്തമായ പദ്ധതികൾ ഇല്ല. HOC കൊച്ചി യൂണിറ്റിന്റെ കടങ്ങൾ തീർക്കുന്നതിനുവേണ്ടി രാസാനിയിലെ ഭൂമി മുഴുവൻ വില്പന നടത്തുകയാണ്. ഹിന്ദുസ്ഥാൻ ന്യൂസ്പ്രിന്റ് വില്പനയ്ക്ക് വച്ചിരിക്കുകയാണ്. കേരള സർക്കാരും സർവ്വകക്ഷി സംഘവും ഇതിനെതിരായി ശക്തമായ നിലപാടുകൾ സ്വീകരിച്ചിട്ടുണ്ട്. ഹിന്ദുസ്ഥാൻ ലൈഫ് കെയറും വില്പനയ്ക്കുള്ളവയുടെ പട്ടികയിൽ ഇടം പിടിച്ചിരിക്കുന്നു. പാലക്കാട് ഇൻസ്ട്രുമെന്റേഷൻ ഫാക്ടറി കേരള സർക്കാർ ഏറ്റെടുക്കാനുള്ള തീരുമാനം കേന്ദ്ര സർക്കാരിനെ അറിയിച്ചിട്ടുണ്ട്. എന്നാൽ കേന്ദ്ര സർ

ക്കാർ ഓഹരികൾക്ക് ഉയർന്ന വില നിശ്ചയിച്ച് സംസ്ഥാന സർക്കാരുമായി വിലപേശൽ നടത്തുകയാണ്.

ആവശ്യത്തിന് അസംസ്കൃത ഉല്പന്നങ്ങൾ ലഭിക്കാത്തതുമൂലം IRE യുടെ പ്രവർത്തനം നിശ്ചലമായിരിക്കുകയാണ്. ഉല്പന്നങ്ങളുടെ നിരോധനംമൂലം HIL വലിയ പ്രതിസന്ധിയിലാണ്. HMT കൊച്ചി യൂണിറ്റ് ലാഭത്തിലാണെങ്കിലും എങ്ങനെയും സ്ഥാപനം അടച്ചുപൂട്ടാനുള്ള നീക്കമാണ് നടക്കുന്നത്. ഓഹരികൾ വിറ്റഴിച്ച് കൊച്ചിൻ കപ്പൽശാല സ്വകാര്യവല്ക്കരിക്കാനുള്ള നീക്കം അണിയറയിൽ നടക്കുന്നു. പാർലമെന്റ് സ്റ്റാന്റിങ് കമ്മിറ്റിയുടെ നിർദ്ദേശങ്ങൾപോലും അവഗണിച്ച് പോർട്ട്ട്രസ്റ്റ്, പോർട്ട് അതോറിറ്റിയാകുന്നത് വലിയ തോതിലുള്ള ഭൂമി കച്ചവടം ലക്ഷ്യം വച്ചാണ്. BSNL നെ ശക്തിപ്പെടുത്തി വളർത്തിക്കൊണ്ടുവരുന്നതിനു പകരം മുറിച്ചു വില്ക്കാനുള്ള നീക്കമാണ് നടക്കുന്നത്. കേരളത്തിലെ കേന്ദ്ര പൊതുമേഖലാ സ്ഥാപനങ്ങൾക്കും ചരമക്കുറിപ്പ് എഴുതാനാണ് മോദി സർക്കാർ ശ്രമിക്കുന്നത്.

കേരള ബദൽ

മോദി സർക്കാർ കേന്ദ്ര പൊതുമേഖലാ സ്ഥാപനങ്ങളെ അടച്ചുപൂട്ടുന്നതിനും സ്വകാര്യവല്ക്കരിക്കുന്നതുമായ നയങ്ങൾ സ്വീകരിക്കുമ്പോൾ കേരളത്തിലെ ഇടതുപക്ഷ ജനാധിപത്യ മുന്നണി സർക്കാർ വ്യവസായ സ്ഥാപനങ്ങൾ വളർത്തിയെടുക്കുകയും വികസന പദ്ധതിക്ക് ആവശ്യമായ വിഭവ സമാഹരണത്തിന് അനുയോജ്യമായ രീതിയിൽ ഇവയുടെ പ്രവർത്തനങ്ങൾ പുനഃസംഘടിപ്പിക്കാനുള്ള ശ്രമങ്ങളാണ് നടത്തുന്നത്.

ഉല്പാദന സംവിധാനങ്ങളുടേയും സാങ്കേതികവിദ്യയുടേയും കാലാനുസൃതമായ നവീകരണം മെച്ചപ്പെട്ട വിപണന സാദ്ധ്യതയുള്ള സ്ഥാപനങ്ങളുടെ ശേഷി വർദ്ധിപ്പിക്കൽ, വൈവിദ്ധ്യവല്ക്കരണം, കാര്യക്ഷമമായ മാനേജ്മെന്റ് സംവിധാനം, പൊതുമേഖലാ സ്ഥാപനങ്ങൾ തമ്മിലുള്ള ഏകോപനം, ധനപരമായ പുനരുദ്ധാരണം, മോണിറ്ററിങ് ചെയ്യുന്നതിനുള്ള സംവിധാനങ്ങളുടെ ശക്തിപ്പെടുത്തൽ തുടങ്ങിയ നടപടികളിലൂടെ പൊതുമേഖലയ്ക്ക് പുത്തൻ ഉണർവ്വ് നല്കാൻ ഇടതുപക്ഷ ജനാധിപത്യമുന്നണി സർക്കാരിന് കഴിഞ്ഞിട്ടുണ്ട്. യു ഡി എഫ് ഭരണകാലത്ത് നഷ്ടത്തിലായിരുന്ന 42 പൊതുമേഖലാ സ്ഥാപനങ്ങളിൽ 15 എണ്ണം ലാഭത്തിലാക്കി. യു ഡി എഫ് ഭരണം അവസാനിക്കുമ്പോൾ പൊതുമേഖലാ സ്ഥാപനങ്ങൾ 133 കോടി രൂപ നഷ്ടത്തിലായിരുന്നു. എന്നാൽ ഈ സാമ്പത്തികവർഷം അവസാനിക്കുമ്പോൾ 99 കോടി ലാഭത്തിലാണിവ. പൊതുമേഖലാ സ്ഥാപനങ്ങളുടെ സാമ്പത്തിക സഹായം 100 കോടിയിൽനിന്ന് 270 കോടിയായി ഉയർത്തി. പൊതുമേഖല മരുന്നു കമ്പനിയായ കെ എസ് ഡി പിക്ക് വേൾഡ് ഹെൽത്ത് ഓർഗനൈസേഷന്റെ അംഗീകാരം ലഭിച്ചു. ട്രാവൻകൂർ

കൊച്ചിൻ കെമിക്കൽസ് ലിമിറ്റഡ് (ടി സി സി) 27.95 കോടിയുടെ ലാഭമുണ്ടാക്കി ചരിത്രനേട്ടം കൈവരിച്ചു. ചെറുകിട, ഇടത്തര, സൂക്ഷ്മ സംരംഭങ്ങളിലൂടെ അൻപതിനായിരത്തിലധികം തൊഴിലവസരങ്ങൾ സൃഷ്ടിച്ചു. കേരളത്തിൽ പ്രവർത്തിച്ചുവരുന്ന പ്രധാനപ്പെട്ട കേന്ദ്ര പൊതുമേഖലാ സ്ഥാപനങ്ങളിലൊന്നാണ് വെള്ളൂരിലെ ഹിന്ദുസ്ഥാൻ ന്യൂസ്പ്രിന്റ് ലിമിറ്റഡ് (HNL). വിറ്റുതുലയ്ക്കാൻ വച്ചിരുന്ന ഈ കമ്പനി ഏറ്റെടുത്തു പ്രവർത്തിക്കാൻ കേരള സർക്കാർ സന്നദ്ധത പ്രകടിപ്പിച്ചു. ഈ സ്ഥാപനം കേരള സർക്കാരിന് കൈമാറാൻ നാഷണൽ കമ്പനി നിയമ ട്രിബ്യൂണൽ ഉത്തരവായി. 25 കോടി രൂപയാണ് സംസ്ഥാനം ഇതിനായി മുടക്കുന്നത്. 700 പേർക്ക് നേരിട്ടും 4000 പേർക്ക് അനുബന്ധമായും ഈ സ്ഥാപനം തൊഴിൽ നല്കുന്നു. രണ്ടു സർക്കാരുകളുടെ നിലപാടുകൾ ഇതിൽനിന്നും വ്യക്തമാകും.

പൊതുമേഖലയുടെ അനിവാര്യത

സ്വാതന്ത്ര്യത്തിനുശേഷം നമ്മുടെ രാജ്യത്ത് വ്യാവസായിക അടിത്തറ സൃഷ്ടിക്കുന്നതിനും ഒരു സ്വാശ്രയ സമ്പദ്ഘടന കെട്ടിപ്പടുക്കുന്നതിനും വഴിയൊരുക്കിയത് പൊതുമേഖലയാണ്. ഊർജ്ജം, റെയിൽവേ ഉൾപ്പെടെയുള്ള ഗതാഗതം, റോഡുകൾ, രാജ്യത്തിനാവശ്യമായ പ്രധാനപ്പെട്ട അടിസ്ഥാനസൗകര്യങ്ങൾ എന്നിവ ഒരുക്കുന്നത് പൊതുമേഖലാ സ്ഥാപനങ്ങളാണ്. എന്നാൽ സ്വകാര്യമേഖല അടിസ്ഥാനസൗകര്യമേഖലയിൽ നിക്ഷേപം നടത്തിയാലും ലഭിക്കുന്ന ലാഭം വളരെ കുറവാണെന്ന കാരണത്താൽ പുറംതിരിഞ്ഞ് നില്ക്കുകയാണ് ചെയ്യുന്നത്.

താപ-ജല-ആണവ ഊർജ്ജ പദ്ധതികൾ, ഗതാഗത-വാർത്താവിനിമയ സൗകര്യങ്ങൾ, ഉരുക്കിന്റെയും പ്രതിരോധ ഉപകരണങ്ങളുടെയും ഉല്പാദനം, എണ്ണ/കല്ക്കരി ഖനനം തുടങ്ങി രാജ്യപുരോഗതിക്ക് ഒഴിച്ചുകൂടാൻ ആകാത്ത പ്രവർത്തനങ്ങൾ ഏറ്റെടുത്ത് യാഥാർത്ഥ്യമാക്കിയതും പൊതുമേഖലാ സ്ഥാപനങ്ങൾ തന്നെയാണ്. സാങ്കേതിക വ്യവസായരംഗങ്ങളിൽ രാജ്യത്തിന് വലിയ മുന്നേറ്റം ഉണ്ടാക്കാൻ കഴിഞ്ഞത് പൊതുമേഖലാ സ്ഥാപനങ്ങളുടെ നേതൃത്വത്തിൽ നടന്ന ഗവേഷണങ്ങളുടേയും മറ്റു വികസനപ്രവർത്തന പ്രവർത്തനങ്ങളുടേയും ഫലമായിട്ടാണ്.

സംവരണ നിയമങ്ങൾ നടപ്പിലാക്കിക്കൊണ്ട് പൊതുമേഖലാ സ്ഥാപനങ്ങൾ പട്ടികജാതി/പട്ടികവർഗ്ഗവിഭാഗങ്ങൾക്ക് തൊഴിലും ജീവിതാഭിവൃദ്ധിക്കു വേണ്ടിയുള്ള അവസരവും നല്കി. രാജ്യത്തിന് സാമൂഹികനീതി കൊണ്ടുവരുന്നതിൽ സംഭാവന നല്കാൻ പൊതുമേഖലാ സ്ഥാപനങ്ങൾക്ക് കഴിഞ്ഞിട്ടുണ്ട്.

രാജ്യത്ത് സന്തുലിതമായ പ്രാദേശിക വികസനം യാഥാർത്ഥ്യമാക്കുന്നതിനുള്ള പരിശ്രമങ്ങൾക്കും പൊതുമേഖലാ സ്ഥാപനങ്ങൾ നിർണ്ണായകമായ സംഭാവനകൾ നല്കി. വിദൂരവും അവികസിതവുമായ പ്രദേ

ശങ്ങളിൽ സ്ഥാപിതമായ പൊതുമേഖലാ സ്ഥാപനങ്ങളെ കേന്ദ്രീകരിച്ച് ഉയർന്നുവന്ന നഗരങ്ങൾ ഈ സ്ഥാപനങ്ങളിൽ തൊഴിലെടുക്കുന്ന തൊഴിലാളികൾക്ക് മെച്ചപ്പെട്ട താമസം, ചികിത്സ, വിദ്യാഭ്യാസ സൗക ര്യങ്ങൾ ലഭിക്കുന്നതോടൊപ്പം തന്നെ ആ പ്രദേശങ്ങളുടെ വികസനവും സാദ്ധ്യമാക്കുകയുണ്ടായി. നഗരങ്ങളിലെ ജനങ്ങൾക്ക് വിവിധതരം സേവ നങ്ങൾ പ്രദാനംചെയ്യുന്ന തൊഴിലുകളിൽ ഏർപ്പെട്ട് പുതിയ വരുമാന മാർഗ്ഗങ്ങൾ കണ്ടെത്താൻ ചുറ്റുമുള്ള ഗ്രാമവാസികൾക്ക് കഴിയുന്നു.

സ്വകാര്യമേഖലയിലെ കുത്തക സ്ഥാപനങ്ങൾ നടത്തുന്ന നികുതി വെട്ടിപ്പിന്റെയും കണക്കുകളിലെ തിരിമറികൾക്കും നിരവധി ഉദാഹര ണങ്ങൾ ഉണ്ട്. ഓരോ വർഷവും ഇത്തരം തിരിമറികളിലൂടെ രാജ്യത്തിന്റെ ഖജനാവിന് നഷ്ടമാകുന്നത് 5 ലക്ഷം കോടി രൂപയിലധികം ആണെന്ന് സർക്കാർ കണക്കുകൾ വ്യക്തമാക്കുന്നു. 2015-16 ൽ മാത്രം പ്രതിശീർഷ നികുതിയുടെ കാര്യത്തിൽ 6.59 ലക്ഷം കോടി രൂപയുടെ വെട്ടിപ്പ് നട ത്തുകയുണ്ടായി. ടെലികോം രംഗത്തെ സർക്കാരിന്റെ നയം പരിശോധി ച്ചാൽ ഇത് കൂടുതൽ വ്യക്തമാകും.

പൊതുമേഖലാ സ്ഥാപനങ്ങളാണ് കൃത്യമായി നികുതി അടയ്ക്കു കയും, കൂടാതെ ലാഭ വിഹിതമായും പ്രത്യേക ലാഭവിഹിതമായും വൻ തുകകൾ സർക്കാർ ഖജനാവിലേക്ക് സംഭാവന ചെയ്യുന്നുണ്ട്. 2014-15 ൽ പൊതുമേഖലാ സ്ഥാപനങ്ങൾ 2 ലക്ഷം കോടി രൂപയാണ് ഇപ്രകാരം സർക്കാരിന് നല്കിയത്. എന്നാൽ സ്വകാര്യമേഖലയിലെ പല വൻകിട കമ്പനികളും രാജ്യത്തിന്റെ ഖജനാവ് കൊള്ളയടിക്കുകയാണ്. പൊതു മേഖലാ ബാങ്കുകളിൽനിന്നും ലക്ഷക്കണക്കിന് കോടി രൂപ വായ്പ യെടുക്കുന്നു. അവ തിരിച്ചടയ്ക്കാതെ കിട്ടാക്കടമായി പെരുകുന്നു. ബാങ്കു കൾക്ക് ഇങ്ങനെയുണ്ടാകുന്ന നഷ്ടത്തിന്റെ പത്തിലൊന്ന് സൗജന്യം പൊതുമേഖലാ സ്ഥാപനങ്ങൾക്ക് നല്കിയിരുന്നുവെങ്കിൽ അവയുടെ വളർച്ചയ്ക്കൊപ്പം രാജ്യത്തിന്റെ പുരോഗതിയും ഉറപ്പു വരുത്താൻ കഴിയും. 2008 ലുണ്ടായ ആഗോള സാമ്പത്തിക മാന്ദ്യത്തിൽനിന്നും രാജ്യത്തിന്റെ സമ്പദ്വ്യവസ്ഥയെ സംരക്ഷിച്ച് നിർത്തിയത് ശക്തമായ പൊതുമേഖലാ ബാങ്കിങ് സംവിധാനമാണ്.

രാജ്യത്തെ പല സാമൂഹിക സുരക്ഷ-ക്ഷേമ പദ്ധതികളുടേയും നേതൃത്വപരമായ പങ്കുവഹിക്കുന്നത് പൊതുമേഖലാ സ്ഥാപനങ്ങളാണ്. പൊതുമേഖലാ സ്ഥാപനമായ ലൈഫ് ഇൻഷ്വറൻസ് കോർപ്പറേഷൻ പശ്ചാത്തല വികസനത്തിനും കുടിവെള്ള പദ്ധതികൾക്കും വിദ്യാഭ്യാസ പ്രവർത്തനങ്ങൾക്കും ശുചീകരണ പ്രവർത്തനങ്ങൾക്കും കോടിക്ക ണക്കിന് രൂപയാണ് ചെലവഴിക്കുന്നത്.

പോരാട്ടം കൂടുതൽ കരുത്താർജ്ജിക്കണം

പൊതുമേഖലാ സ്ഥാപനങ്ങൾ രാജ്യത്തിന്റെ സ്വത്താണ്. 1990 കൾക്ക് മുമ്പുവരെ രാജ്യത്തിന് ഏറ്റവും അധികം തൊഴിൽ അവസരങ്ങൾ

പ്രദാനം ചെയ്തിരിക്കുന്നത് പൊതുമേഖലാ സ്ഥാപനങ്ങളാണ്. തൊഴിലവസരങ്ങൾ ഗണ്യമായി കുറയുന്നുവെന്നു മാത്രമല്ല നിലവിലുള്ള സ്ഥിരം തൊഴിൽ കൂടി കരാറുവല്ക്കരണത്തിന്റെ ഭാഗമാവുകയാണ്. 1991 ൽ കേന്ദ്ര പൊതുമേഖലാ സ്ഥാപനങ്ങളിൽ ഉണ്ടായിരുന്ന സ്ഥിരം ജീവനക്കാരുടെ എണ്ണം 21.71 ലക്ഷമായിരുന്നു. 2017 ൽ അത് 11.34 ലക്ഷം ആയി കുറഞ്ഞിരിക്കുന്നു. കഴിഞ്ഞ 25 വർഷം കൊണ്ട് 10 ലക്ഷം തൊഴിലുകളാണ് പൊതുമേഖലയിൽ ഇല്ലാതായത്. ഇൻഡസ്ട്രിയൽ സ്റ്റാൻഡിങ് ഓർഡിനൻസ് ആക്ടിൽ വരുത്തിയിരിക്കുന്ന ഭേദഗതിമൂലം അവശേഷിക്കുന്ന സ്ഥിരം തൊഴിലുകൾ കൂടി ഇല്ലാതാകും.

സ്വകാര്യവല്ക്കരണത്തിന്റെ അപകടം പൊതുമേഖലാ തൊഴിലാളികളെ മാത്രമല്ല ബാധിക്കുന്നത്. തൊഴിലവസരങ്ങൾ സൃഷ്ടിക്കുന്നതിനും അത് വിതരണം ചെയ്യുന്നതിലെ സാമൂഹികനീതിയും അട്ടിമറിക്കപ്പെടും പൊതുമേഖലാ സ്ഥാപനങ്ങൾ നിലനില്ക്കുന്നതുകൊണ്ടാണ് വിപണിയിൽ വിലക്കയറ്റം പിടിച്ചുനിർത്താൻ കഴിയുന്നത്. പൊതുമേഖല സ്വകാര്യവല്ക്കരിക്കുന്നതോടെ ന്യായവിലയ്ക്ക് ലഭിച്ചുകൊണ്ടിരിക്കുന്ന സാധനങ്ങൾക്കും സേവനങ്ങൾക്കും ഉപഭോക്താക്കൾ ഉയർന്ന വില നല്കേണ്ടിവരും. പൊതുമേഖലയുടെ സ്വകാര്യവല്ക്കരണം തൊഴിലാളികളെ മാത്രമല്ല ബാധിക്കുന്നത്. രാജ്യത്തെ മുഴുവൻ ജനങ്ങളെയും ബാധിക്കും. സത്യവും നീതിപൂർവ്വവും സുരക്ഷിതവും വികേന്ദ്രീകൃതവുമായ ഒരു വികസനം രാജ്യത്ത് സാദ്ധ്യമാകണമെങ്കിൽ പൊതുമേഖലാ സ്ഥാപനങ്ങൾ നിലനില്ക്കണം. മോദി സർക്കാരിന്റെ സ്വകാര്യവല്ക്കരണ നയങ്ങൾക്ക് എതിരായ ജനവികാരം രാജ്യത്ത് ഉയരണം, അതിനുള്ള പോരാട്ടമാണ് സംഘടിപ്പിക്കപ്പെടേണ്ടത്.

വിമാനത്താവളങ്ങളുടെ സ്വകാര്യവല്ക്കരണത്തിനു പിന്നിൽ

ഇന്ത്യയിലെ പ്രധാനപ്പെട്ട ആറ് വിമാനത്താവളങ്ങൾ സ്വകാര്യവല്ക്കരിക്കാനുള്ള നടപടികളുമായി മോദി സർക്കാർ മുമ്പോട്ട് പോവുകയാണ്. പൊതു ഖജനാവിലെ കോടിക്കണക്കിന് രൂപ ചെലവഴിച്ച്, ആധുനികവല്ക്കരണം നടപ്പാക്കിയ വിമാനത്താവളങ്ങളാണ് സ്വകാര്യ മേഖലയ്ക്കു കൈമാറുന്നത്. ഇവ ചുരുങ്ങിയ വിലയ്ക്ക് വില്പന നടത്തുന്നതിലൂടെ പൊതു ഖജനാവ് കോർപ്പറേറ്റുകൾക്ക് പകൽക്കൊള്ള നടത്താനുള്ള അവസരമാണ് ഒരുക്കി നല്കുന്നത്.

വിമാനത്താവളങ്ങളുടെ സ്വകാര്യവല്ക്കരണ നടപടികളെ അന്താരാഷ്ട്ര എയർ ട്രാൻസ്പോർട്ട് അസോസിയേഷൻ (അയാട്ട) അതിശക്തമായി എതിർക്കുകയാണ്. സ്വകാര്യവല്ക്കരണം നടപ്പിലാക്കുന്നതിലൂടെ പൊതു താല്പര്യം സംരക്ഷിക്കുന്നതിൽ സർക്കാർ പരാജയപ്പെട്ടെന്നും ഡൽഹി വിമാനത്താവളത്തെ സ്വകാര്യവല്ക്കരിച്ചതുമൂലം ലോകത്തിലെ ഏറ്റവും ചെലവേറിയ വിമാനത്താവളങ്ങളുടെ കൂട്ടത്തിലായെന്നും അയാട്ട കുറ്റപ്പെടുത്തുന്നു. ഇന്റർ നാഷണൽ സിവിൽ ഏവിയേഷൻ ഓർഗനൈ

സേഷൻ (ഐ സി എ ഒ) വിമാനത്താവളങ്ങളുടെ സുരക്ഷിതത്വം, സാമ്പത്തിക പ്രായോഗികത എന്നിവ പരിഗണിച്ച് വിമാനത്താവളവും എയർ നാവിഗേഷൻ സേവനങ്ങളും ഒറ്റ സ്ഥാപനത്തിന്റെ കീഴിൽ കൊണ്ടുവരണമെന്ന് നിർദ്ദേശിക്കുന്നു. എന്നാൽ ഇതിൽനിന്നും വ്യത്യസ്തമായിട്ടാണ് മോദി സർക്കാർ രാജ്യത്തെ വിമാനത്താവളങ്ങളുടെ നടത്തിപ്പ് വിവിധ സ്വകാര്യ ഏജൻസികൾക്ക് നല്കാൻ തീരുമാനിച്ചിരിക്കുന്നത്. ലോകത്തെ വിമാനത്താവളങ്ങളുടെ ഉടമസ്ഥത പരിശോധിക്കുമ്പോൾ 86 ശതമാനം വിമാനത്താവളങ്ങളും പൊതുമേഖലയിലാണ് പ്രവർത്തിക്കുന്നത്. വിമാനത്താവളങ്ങളുടെ വികസനവും അവയെ ലാഭകരമാക്കുക എന്ന ലക്ഷ്യത്തോടെയാണ് സ്വകാര്യവല്ക്കരണം നടപ്പാക്കുന്നതെന്ന സർക്കാർ വാദം തെറ്റാണെന്ന് തെളിയിക്കുന്നതാണ്, ലാഭത്തിൽ പ്രവർത്തിക്കുന്ന വിമാനത്താവളങ്ങളെ സ്വകാര്യവല്ക്കരിക്കാനുള്ള പട്ടികയിൽ ഉൾപ്പെടുത്തിയിരിക്കുന്നത്.

സ്വതന്ത്ര ഇന്ത്യയിൽ അന്താരാഷ്ട്രപദവി ലഭിക്കുന്ന ആദ്യ വിമാനത്താവളമാണ് തിരുവനന്തപുരം വിമാനത്താവളം. മൊത്തം 653.08 ഏക്കർ വിസ്തീർണ്ണമാണ് വിമാനത്താവളത്തിനുണ്ടെങ്കിലും എയർപോർട്ട് അതോറിറ്റിയുടെ ഉടമസ്ഥതയിലുള്ളത് 57.56 ഏക്കർ ഭൂമി മാത്രമാണ്. നിരവധി നിർമ്മാണപ്രവർത്തനങ്ങൾ പുരോഗമിക്കുന്ന അവസരത്തിലാണ് വിമാനത്താവളം സ്വകാര്യവല്ക്കരിക്കാൻ മോദി സർക്കാർ തീരുമാനിച്ചത്.

തിരുവനന്തപുരം വിമാനത്താവളം തുച്ഛമായ വിലയ്ക്ക് തട്ടിയെടുക്കാൻ കോർപ്പറേറ്റുകൾ ലക്ഷ്യമിടുന്നതിന് നിരവധി കാരണങ്ങൾ ഉണ്ട്. ഏത് കാലാവസ്ഥയിലും പ്രവർത്തിക്കുന്ന ഈ വിമാനത്താവളത്തിന് അപകടരഹിത ഫ്ളൈറ്റ് ഓപ്പറേഷനുകളുടെ ട്രാക്ക് റിക്കാർഡാണ് ഉള്ളത്. വിമാനത്താവളം കഴിഞ്ഞ വർഷം മൊത്തം 170 കോടി രൂപ ലാഭമുണ്ടാക്കി. വരും വർഷങ്ങളിൽ കൂടുതൽ ലാഭമുണ്ടാക്കുമെന്ന് പ്രതീക്ഷിക്കുന്നു. അന്താരാഷ്ട്ര ഫ്ളൈറ്റ് റൂട്ടിനു നേരെ താഴെയാണ് തിരുവനന്തപുരം വിമാനത്താവളം സ്ഥിതി ചെയ്യുന്നത്. അതുകൊണ്ടാണ് ധാരാളം ദീർഘ ദൂര വിമാനങ്ങൾ ഇന്ധനം വീണ്ടും നിറയ്ക്കുന്നതിനു വേണ്ടി ഈ വിമാനത്താവളത്തെ ഉപയോഗിക്കുന്നത്. ഇതുവഴി ഗണ്യമായ വരുമാനമാണ് ലഭിക്കുന്നത്.

തിരുവനന്തപുരം വിമാനത്താവളം പൊതുമേഖലയിൽ നിലനിർത്തേണ്ടത് ജനങ്ങളുടെ താല്പര്യങ്ങൾ സംരക്ഷിക്കുന്നതിന് അനിവാര്യമാണ്. ഗൾഫ് മേഖലയിലേക്കു യാത്ര ചെയ്യുന്ന സാധാരണ തൊഴിലാളികൾ ഭൂരിഭാഗവും ഈ വിമാനത്താവളം വഴിയാണ് യാത്ര ചെയ്യുന്നത്. സ്വകാര്യവല്ക്കരണം നടപ്പാക്കുന്നതോടെ വിമാനയാത്ര ചെലവ് ഗണ്യമായി വർദ്ധിക്കുകയും യാത്രക്കാരിൽനിന്നും ഉയർന്ന ഫീസ് ഈടാക്കാനും ഇടയാക്കുന്നു. സംസ്ഥാനത്തുണ്ടാകുന്ന പ്രകൃതിക്ഷോഭങ്ങൾ, അഗ്നിബാധ തുടങ്ങിയവ ഉണ്ടാകുന്ന സന്ദർഭങ്ങളിൽ വലിയ സഹായങ്ങളാണ് വിമാനത്താവളത്തിൽനിന്നും ലഭിക്കുന്നത്. കഴിഞ്ഞ പ്രളയകാലത്ത് രക്ഷാ

പ്രവർത്തനങ്ങളിൽ വലിയൊരു പങ്ക് തിരുവനന്തപുരം വിമാനത്താവളത്തിനുണ്ടായിരുന്നു. പൊതുമേഖലാ, സ്ഥാപനമെന്ന നിലയിൽ ലഭിച്ചുകൊണ്ടിരുന്ന തൊഴിലവസരങ്ങൾ ഇല്ലാതാകും.

രാജ്യത്തെ അഞ്ച് പ്രധാനപ്പെട്ട വിമാനത്താവളങ്ങൾ ഈ മേഖലയിൽ യാതൊരു മുൻപരിചയവുമില്ലാത്ത അദാനി ഗ്രൂപ്പിന് തുച്ഛമായ വിലയ്ക്ക് വില്പന നടത്തിയിരിക്കുകയാണ്. തിരുവനന്തപുരം വിമാനത്താവള നടത്തിപ്പ് ഏറ്റെടുക്കാൻ കേരള സർക്കാരിന്റെ നിയന്ത്രണത്തിലുള്ള കിയാൽ, സിയാൽ തുടങ്ങിയ പൊതുമേഖലാ സ്ഥാപനങ്ങൾ തയ്യാറായെങ്കിലും അത് മോദി സർക്കാർ പരിഗണിച്ചില്ല. പാർലമെന്റ് തിരഞ്ഞെടുപ്പ് ഫണ്ട് സമാഹരണത്തിനു വേണ്ടിയാണ് വിമാനത്താവളങ്ങൾ മോദി തന്റെ ഉറ്റ ചങ്ങാതിയായ അദാനിക്ക് വില്പന നടത്തിയത്.

ഇന്ത്യയിലെ ഉല്പാദനത്തകർച്ച വിവിധ മേഖലകളിൽ

ദേശീയ സാമ്പിൾസർവ്വേ ഓർഗനൈസേഷൻ 2019 ആഗസ്ത് മാസത്തിൽ പുറത്തുവിട്ട കണക്കുകൾ അനുസരിച്ച് 23 വ്യാവസായിക മേഖലകളിൽ 15 ഉം തകർച്ച രേഖപ്പെടുത്തി.

മേഖല	*തകർച്ച %*
മോട്ടോർ വാഹനങ്ങൾ, ട്രെയിലറുകൾ	23
ഗതാഗതോപകരണങ്ങളുടെ നിർമ്മാണം	13.6
യന്ത്രോപകരണങ്ങൾ	21.7
മറ്റ് നിർമ്മാണോപകരണങ്ങൾ	18
ഫാബ്രിക്കേറ്റഡ് ലോഹോല്പന്നങ്ങൾ	17.3
പേപ്പർ ഉല്പന്നങ്ങൾ	12.6
വസ്ത്രം, ഫർണിച്ചർ	7.6
മദ്യോല്പാദനം	4.9
മൂലധന സാമഗ്രികൾ	21
അടിസ്ഥാന സൗകര്യവും നിർമ്മാണവും	4.5

(അവലംബം: Down To Earth August)

സാമ്പത്തിക മാന്ദ്യവും ബാങ്കുകളും

ടി നരേന്ദ്രൻ

ഇൻഫോസിസ് കമ്പനി പന്ത്രണ്ടായിരം എഞ്ചിനീയർമാരെ പിരിച്ചുവിടാൻ പോകുന്നു. മാരുതി കമ്പനി മൂവ്വായിരം താല്ക്കാലിക തൊഴിലാളികളെ പിരിച്ചുവിട്ടു. പാർലെ ജി കമ്പനി പതിനായിരം തൊഴിലാളികളെ പുറത്താക്കി. തമിഴ്നാട്ടിൽ മാത്രം 225 തുണിമില്ലുകൾ വസ്ത്രവില്പന ഇല്ലാത്തതിനാൽ അടച്ചുപൂട്ടുകയുണ്ടായി. വാഹന ഉടമകൾ അവരുടെ ആയിരക്കണക്കിന് ഷോറൂമുകൾ വേണ്ടെന്നുവെക്കുകയാണ്. 5 ലക്ഷം കാറുകളും 30 ലക്ഷം ടൂവീലറുകളുമാണ് വില്പന നടത്താനാകാതെ കെട്ടിക്കിടക്കുന്നത്. ഒമ്പത് നഗരങ്ങളിലായി 4 ലക്ഷം ഫ്ളാറ്റുകൾ വാങ്ങാൻ ആളില്ലാതെ ഒഴിഞ്ഞുകിടക്കുകയാണ്. അഥവാ മനുഷ്യജീവിതത്തിന്റെ സകല തുറകളിലും കമ്പോളച്ചുരുക്കവും സാമ്പത്തിക മാന്ദ്യവും എത്തിക്കഴിഞ്ഞു. എന്നാൽ ഇവയൊന്നും പരസ്യമായി അംഗീകരിക്കാത്ത കേന്ദ്രധനകാര്യമന്ത്രി, പക്ഷേ, കമ്പോളത്തെ ഉണർത്താനുള്ള ഉത്തേജക പാക്കേജുകൾ പ്രഖ്യാപിക്കുന്നുണ്ട്. ബാങ്കുകൾക്ക് 70,000 കോടി രൂപ, കോർപ്പറേറ്റ് നികുതി സൗജന്യമായി 1,45,000 കോടി രൂപ, വാഹന ഉടമകൾക്ക് 50,000 കോടി രൂപ എന്നിങ്ങനെ ഖജനാവിൽനിന്നും പണമൊഴുക്കി മുതലാളിമാരെ തൃപ്തിപ്പെടുത്താനാണ് ശ്രമിക്കുന്നത്. അതും കൂടാതെയാണ് പൊതുമേഖലാ ബാങ്കുകളോട് നാന്നൂറിലധികം കേന്ദ്രങ്ങളിൽ പ്രത്യേക പന്തൽ കെട്ടി 'ഷാമിയാൻ' ലോൺ മേളകൾ നടത്താൻ ആഹ്വാനം ചെയ്തിരിക്കുന്നത്. ബാങ്ക് വായ്പ എന്നാൽ തിരക്കേറിയ നിരത്തിലൂടെ വാഹനം ഓടിക്കുന്നതിനേക്കാൾ ജാഗ്രതയും കരുതലും ആവശ്യപ്പെടുന്ന നടപടിയാണ്. വായ്പക്കാരെ ഓടിച്ചിട്ട് പിടിച്ചുകൊണ്ടുവന്ന് ഉത്തേജക വായ്പകൾ നല്കുമ്പോൾ, കിട്ടാക്കടക്കുരുക്ക് മുറുകുന്നതിലേക്കാണ് നീങ്ങുക. മാത്രവുമല്ല, പൊള്ളലേറ്റ് കഴിയുന്ന

ബാങ്കുകൾ ഉദാരമായ വായ്പാമേള സാഹസങ്ങൾക്കൊന്നും സ്വമേധയാ വഴങ്ങുമെന്ന് കരുതാനാവില്ല. സാമ്പത്തിക പ്രതിസന്ധിയുടെ നാരായ വേര് കണ്ടെത്താതെ ബലൂൺ വീർപ്പിക്കുന്ന ലാഘവത്തോടെ മുതലാളി മാർക്ക് സൗജന്യങ്ങൾ വാരി വിതറിക്കൊണ്ട് ഇന്നത്തെ സാമ്പത്തിക മാന്ദ്യത്തിൽ നിന്ന് കരകയറാനാകില്ല.

വാഹന ഉടമകളും, പാർലെ - ബ്രിട്ടാനിയ മുതലാളിമാരും തുണിമി ല്ലുടമകളും അവരുടേതായ റിഥത്തിൽ മാറത്തടിച്ച് കരഞ്ഞുകൊണ്ടിരി ക്കുകയാണ്. ഓട്ടോറിക്ഷയിലും, ബാർബർ ഷോപ്പിലും, ഡ്രൈക്ലീനിങ് കടയിലും സാമ്പത്തിക മാന്ദ്യത്തിന്റെ തേങ്ങലുകൾ കാണാനാകും. പുഴ യൊഴുകും പോലെ സ്വച്ഛന്ദം, തുടർച്ചയോടെ നീങ്ങേണ്ട ഒന്നാണ് നാടിന്റെ സമ്പദ് വ്യവസ്ഥ. വൈവിദ്ധ്യങ്ങളായ ഘടകങ്ങളുടെ പാരസ്പര്യത്താലും, മുൻപിൻ ബന്ധങ്ങളെ കോർത്തിണക്കിയും മുന്നോട്ടു നീങ്ങേണ്ട ജൈവ പ്രക്രിയയാണത്. ഏറ്റവും അടിസ്ഥാനമായി വർത്തിക്കുന്ന കാർഷികമേ ഖലയിൽ നിന്ന് തുടങ്ങുന്നു അതിന്റെ പ്രാരംഭപ്രവർത്തനം. ഇന്ത്യയുടെ അനൗപചാരിക മേഖലയാകട്ടെ (Informal Sector) കാർഷിക മേഖല യോട് ചേർന്നു കിടക്കുന്ന അതിബൃഹത്തായ വികസന മേഖലയാണ്. ഇവ ഊർജ്ജസ്വലമാകുമ്പോഴാണ്, തുടർന്ന് വ്യവസായിക മേഖലയും സേവനമേഖലയും തളിരിടുന്നതും പുഷ്പിക്കുന്നതും. 1990 ൽ തുടങ്ങിയ പുതിയ സാമ്പത്തിക നയങ്ങൾ കൃഷിയേയും അനൗപചാരിക മേഖല യെയും തളർത്തിയിടുകയും, ഗ്ലാമറില്ലാത്തതെന്ന് വിധികല്പിക്കുകയും ചെയ്തു. 2016 ലെ നോട്ടുനിരോധനവും, 2017 ലെ ജി എസ് ടി യും കൂടി യായതോടെ ഈ വികസന മേഖലകൾ അടിപതറി വീഴുകയുണ്ടായി. ഇന്ത്യൻ ജനതയിലെ 54% ജനങ്ങളും ജീവനോപാധിയായി ഇപ്പോഴും ആശ്രയിക്കുന്നത് കാർഷിക മേഖലയെയാണ്. അതിവിശാലമായ അനൗ പചാരിക മേഖല രാജ്യത്തിന്റെ ജി.ഡി.പി. യിലേക്ക് 45% ശതമാനമേ സംഭാ വന ചെയ്യുന്നുള്ളുവെങ്കിലും, മികച്ച തൊഴിൽദായകരെന്ന നിലയിൽ 94% തൊഴിൽ ശക്തിയെ ഉൾക്കൊള്ളുന്നുണ്ട്. മറ്റൊന്ന്, നവലിബറൽ നയങ്ങ ളുടെ സ്വാധീനത്താൽ, കേന്ദ്രസർക്കാർ സർവ്വീസിലും, പൊതുമേഖലാ, സ്ഥാപനങ്ങളിലും സ്ഥിരം നിയമനങ്ങൾ നിലക്കുകയുണ്ടായി. 2018 മാർച്ചിൽ കേന്ദ്രസർക്കാർ പുറത്തിറക്കിയ സ്ഥിരം നിയമനങ്ങൾ ഇല്ലാതാ ക്കുന്ന ഉത്തരവ് ഇന്ത്യൻ യുവതയുടെ ജീവിത സ്വാതന്ത്ര്യത്തെയാണ് തല്ലിക്കെടുത്തിയത്. അതോടൊപ്പം സമ്പദ് വ്യവസ്ഥയിൽ ഉപഭോഗതൃ ഷ്ണയുണ്ടാക്കാൻ കഴിയുന്ന മദ്ധ്യവർഗ്ഗത്തിന്റെ സാന്നിദ്ധ്യം ഇല്ലാതാ ക്കുകയും ചെയ്തു. ഇന്ത്യൻ ജനതയുടെ ഉപഭോഗ നിരക്ക് ഏറ്റവും കുറഞ്ഞ അളവിൽ എത്തിച്ചേർന്നത് ഇതിന്റെയെല്ലാം ഫലമായിട്ടാണ്. തൊഴിലുകളെല്ലാം കാഷ്വൽ, താല്ക്കാലിക, കോൺട്രാക്ട് സംവിധാന ത്തിലായപ്പോൾ കൂലി വരുമാനം ശുഷ്കിക്കുകയും, സാധാരണക്കാരുടെ വാങ്ങൽ കഴിവ് നിരന്തരം ശോഷിക്കാനിടവരികയും ചെയ്തു. അതേസ മയം സമ്പന്നമായ നാടിന്റെ ആസ്തികൾ ഏതാനും കോർപ്പറേറ്റുകളിൽ

സാന്ദ്രീകരിക്കാനും കേന്ദ്രീകരിക്കാനും ഉതകുന്ന നടപടികൾ കേന്ദ്ര സർക്കാർ ആവിഷ്കരിക്കുകയും ചെയ്തു. ഒരു ശതമാനം അതിസമ്പന്നരുടെ പക്കൽ നാടിന്റെ ആകെ സമ്പത്തിന്റെ 54% കുന്നുകൂടിയതിന്റെ പരിണതഫലം കൂടിയാണ് കമ്പോളച്ചുരുക്കവും കമ്പോള മാന്ദ്യവുമെന്നു കാണാം. രണ്ടായിരമാണ്ട് വരെ ശതകോടീശ്വരന്മാരില്ലാതിരുന്ന നമ്മുടെ നാട്ടിൽ, ഇപ്പോൾ അവരുടെ എണ്ണം 119 ലെത്തി നില്ക്കുന്നത്, നാടിന്റെ വിഭവസ്രോതസ്സുകളുടെ വിന്യാസത്തിന്റെ ഭീകരമായ കേന്ദ്രീകരണത്തെയാണ് ചൂണ്ടിക്കാണിക്കുന്നത്. ഇവരുടെ ആകെ ആസ്തിയെന്നത് കേന്ദ്ര സർക്കാരിന്റെ കഴിഞ്ഞ വർഷത്തെ ബജറ്റിന്റെ അടങ്കൽത്തുകയുടെ 120% വരും. രൂക്ഷമായ തൊഴിലില്ലായ്മയും അതിരൂക്ഷമായ അസമത്വവുമാണ് സാമ്പത്തിക മാന്ദ്യത്തിന്റെ സുപ്രധാന പ്രത്യാഘാതങ്ങൾ. യുദ്ധക്കെടുതികളും അഭയാർത്ഥി പാലായനങ്ങളുമാണ് സാമ്പത്തിക മാന്ദ്യത്തിന്റെ മൂർദ്ധന്യാവസ്ഥയിൽ സംഭവിച്ചിട്ടുള്ളത്. കോർപ്പറേറ്റുകളും ഭരണാധികാരികളും ലയിച്ചൊന്നാകുന്നിടത്ത് സംഭവിക്കുന്ന സാമൂഹ്യ പ്രതിഭാസമാണത്രേ ഫാസിസമെന്നത്!!

ഉല്പന്നങ്ങൾ കെട്ടിക്കിടക്കുന്നതും, അവ വാങ്ങാനാളില്ലാത്തതുമാണ് ഇന്നത്തെ സാമ്പത്തിക പ്രതിസന്ധിയുടെ ഉറവിടം. സമാനമായ പ്രതിസന്ധി കാർഷിക, അനൗപചാരിക മേഖലയിൽ ദീർഘനാളായി നിലനില്ക്കുന്നുണ്ട്. 2016, 2017 വർഷങ്ങളിലെ നോട്ടുനിരോധനം, ജി.എസ്.ടി. പരിഷ്കാരങ്ങളെത്തുടർന്ന് ഈ രണ്ടു വികസനതുറകളും അക്ഷരാർത്ഥത്തിൽ തകർന്നടിയുകയുണ്ടായി. പക്ഷേ, ദുരിതം പേറിയ ജനവിഭാഗങ്ങൾ സമൂഹത്തിലെ വെണ്ണപ്പാളികളിൽപ്പെടാത്തവരായതിനാൽ, അവരുടെ ദുഃഖ ദുരിതങ്ങളെ സമൂഹം പരിഗണിച്ചില്ല; മുഖ്യധാരാ ചർച്ചയാക്കിയില്ല. അവരുടെ ദീനരോദനങ്ങളുടെ പിന്നാമ്പുറം പരിശോധിക്കുന്നതിനും നിർദ്ധാരണം നടത്തുന്നതിനും ഒരു ശ്രമവുമുണ്ടായില്ല. അതിനാൽ ലക്ഷക്കണക്കിനാളുകൾ ചത്തൊടുങ്ങി. അതിലധികം പേർക്ക് തങ്ങളുടെ തൊഴിലിടം വിട്ട് കൂടുമാറി പോകേണ്ടിവന്നു. ഒരു സമ്പദ് വ്യവസ്ഥയുടെ സ്വാഭാവിക പ്രക്രിയയെന്നവിധം, ഈ മേഖലയിലെ മരവിപ്പ് അരിച്ചരിച്ച് തൊട്ടടുത്ത വികസന മേഖലയായ വ്യവസായ രംഗത്തേക്കും സേവന മേഖലയിലേക്കുമെത്തിയപ്പോൾ ടൂവീലർ, കാർ ഉടമകളേയും, ബിസ്കറ്റ് കമ്പനികളെയും, ടെക്സ്റ്റൈൽ സംരംഭകരെയും പൊള്ളിക്കാൻ തുടങ്ങി. അങ്ങനെ മേൽത്തരം – ഇടത്തരം മുതലാളിമാരുടെ അസ്ഥിയിലേക്ക് ശരം തറയ്ക്കാൻ തുടങ്ങിയപ്പോഴാണ്, പത്രമാദ്ധ്യമങ്ങളും അധികാരികളും സാമ്പത്തിക മാന്ദ്യത്തെക്കുറിച്ച് ഉരിയാടാൻ തുടങ്ങിയത്. ഉടനടി പ്രശ്ന പരിഹാരം കണ്ടെത്തിയില്ലെങ്കിലുള്ള പ്രത്യാഘാതങ്ങളെക്കുറിച്ച് ഇക്കൂട്ടർ വാചാലരാകുകയും, തുടർന്ന് കോർപ്പറേറ്റുകൾക്ക് സമാശ്വാസം നല്കാൻ നിരവധി ഉത്തേജന പാക്കേജുകൾ സജ്ജമാക്കുകയും ചെയ്തു. പക്ഷേ, എത്ര വലിയ ആനുകൂല്യം ലഭിച്ചാലും, ഇന്നത്തെ കാലാവസ്ഥയിൽ ഒരു രൂപ പോലും അധിക മൂലധനമിറക്കാനോ, ഉല്പാദനം

വർദ്ധിപ്പിക്കാനോ മുതലാളിമാർ സന്നദ്ധരാകില്ല. സർക്കാരിൽനിന്ന് ലഭ്യമാകുന്ന വൻ ഇളവുകൾ അവർക്ക് ആശ്വാസമുണ്ടാക്കുമെന്നത് തീർച്ചയാണ്. പക്ഷേ കെട്ടിക്കിടക്കുന്ന ഉല്പന്നങ്ങൾ വിറ്റുപോകണമെങ്കിൽ, അസംഖ്യം വരുന്ന സാധാരണ ഉപഭോക്താക്കളുടെ പക്കൽ പണമെത്തിക്കുകയാണ് വേണ്ടത്. അങ്ങനെ വരുമാനം വർദ്ധിച്ചാൽ ജീവിതത്തിലുണ്ടാകുന്ന ക്രമാനുഗതമായ വളർച്ചയ്ക്കനുസരണമായി ബിസ്കറ്റ്, പലവ്യഞ്ജനങ്ങൾ, തുണിത്തരങ്ങൾ, ടൂവീലർ, കാർ എന്നിവ വാങ്ങാനാരംഭിക്കും. തൽഫലമായി ഇവയുല്പാദിപ്പിക്കുന്ന മുതലാളിമാരുടെ ബിസിനസ് വർദ്ധിക്കുകയും ലാഭം കൂടുകയും ചെയ്യും. ഇതാകട്ടെ സാമ്പത്തിക മാന്ദ്യത്തെ ലഘൂകരിച്ചുകൊണ്ട് ആഭ്യന്തരകമ്പോളം ചലനാത്മകമാകുന്നതിന് വഴിയൊരുക്കുകയും ചെയ്യും.

ഇന്ത്യയിൽ അസംഘടിത മേഖലയിൽ പണിയെടുക്കുന്ന 42 കോടി തൊഴിലാളികളുണ്ട്. അവരുടെ മിനിമം കൂലിയായി കേന്ദ്രസർക്കാർ പ്രഖ്യാപിച്ചിട്ടുള്ളത് 2017 ൽ 176 രൂപയും 2019 ൽ 178 രൂപയുമാണ്. എല്ലാ ട്രേഡു യൂണിയനുകളും സംയുക്തമായി ആവശ്യപ്പെടുന്ന മിനിമം കൂലി 700 രൂപയാണ്. ബി ജെ പി യുടെ തെരഞ്ഞെടുപ്പ് മാനിഫെസ്റ്റോയിലെ വാഗ്ദാനം 477 രൂപയാണ്. പ്രസ്തുത 42 കോടി തൊഴിലാളികളുടെ മിനിമം കൂലി നിരക്ക് 300–400 രൂപ കണ്ട് വർദ്ധിപ്പിക്കാൻ തീരുമാനിച്ചാൽ, നാടിന്റെ സമ്പദ് വ്യവസ്ഥയിൽ വരുന്ന 6 മാസത്തിനകം വമ്പിച്ച കുതിച്ചുചാട്ടം ഉണ്ടാക്കാനാകും. പ്രതിവർഷം 250 തൊഴിൽദിനമെന്നു കണക്കാക്കിയാൽ ഈയൊരു നടപടിയിലൂടെ മാത്രം 30–40 ലക്ഷം കോടി രൂപയുടെ പണമൊഴുക്ക് സമ്പദ്ഘടനയിൽ ഉടലെടുക്കും. ഇക്കാര്യത്തിൽ കേന്ദ്രസർക്കാരിന് യാതൊരു അധികബാദ്ധ്യതയും ഉണ്ടാകുന്നില്ല. മിനിമം കൂലി 300 – 400 രൂപ ഉയർത്തുന്നതിന്റെ ഫലമായി ഒരു സ്ഥാപനവും അടച്ചുപൂട്ടേണ്ടി വരില്ലെന്നത് നിശ്ചയമാണ്. അതുപോലെ വിവിധ കേന്ദ്രസർക്കാർ സ്ഥാപനങ്ങളിലും, പൊതുമേഖലാ സ്ഥാപനങ്ങളിലുമായി നിലനില്ക്കുന്ന 28 ലക്ഷം സ്ഥിരം തസ്തികകൾ നികത്താൻ തീരുമാനിച്ചാൽ അഭ്യസ്തവിദ്യരായ അത്രയും യുവജനങ്ങൾക്ക് സ്ഥിരം തൊഴിലും മാന്യമായ ജീവിതവും സാദ്ധ്യമാകും. ഇങ്ങനെ ഈ ജനവിഭാഗങ്ങൾക്കുണ്ടാകുന്ന സ്ഥിരം വരുമാന വർദ്ധനവ്, ഇന്ത്യയിലെ കെട്ടിക്കിടക്കുന്ന സ്കൂട്ടറുകളും കാറുകളും വിറ്റുപോകാൻ അവസരമുണ്ടാക്കും. ഈ ദിശയിൽ കാർഷിക ഉല്പന്നങ്ങൾക്ക് ന്യായവിലയും, ഗ്രാമീണ തൊഴിലുറപ്പു പദ്ധതി വിപുലീകരണവും, ചെറുകിട വ്യവസായ, വാണിജ്യ സംരംഭങ്ങളുടെ സംരക്ഷണവും കേന്ദ്രസർക്കാർ ഉറപ്പാക്കിയാൽ, ലോകത്തെ തന്നെ ഒന്നാം നമ്പർ സമ്പദ്ഘടനയാകാനുള്ള ബാല്യമുള്ള നാടാണ് ഇന്ത്യ. കാരണം ജനസംഖ്യയിലെ 54% പേരും 25 വയസ്സിനു താഴെയാണെന്നുള്ളതാണ് ഇന്ത്യൻ കമ്പോളത്തിന്റെ ഏറ്റവും സുപ്രധാന ആകർഷണീയത. ഇത്തരം അടിസ്ഥാന ഗുണഗണങ്ങളെ പ്രയോജനപ്പെടുത്താൻ കഴിയുന്ന ഏറ്റവും കരുത്തുറ്റ ഉപാധിയാണ് ബാങ്കുകൾ.

പക്ഷേ, ബാങ്കുകളിൽ അനുവർത്തിക്കുന്ന സമ്പന്ന പക്ഷപാതിത്വത്തിന്റെ ഫലമായി അവയും കടുത്ത പ്രതിസന്ധിയിലാണ്. ജനകീയ ബാങ്കിങ് നിലയ്ക്കുകയും സമ്പന്ന കേന്ദ്രീകൃത വായ്പാ ക്രമം നടപ്പാക്കുകയും ചെയ്തതിന്റെ ബാക്കിപത്രമാണ് വർദ്ധിച്ചുവരുന്ന ബാങ്ക് കിട്ടാക്കടം. ബാങ്ക് കിട്ടാക്കടത്തിലെ 88 ശതമാനം തുകയും 5 കോടി രൂപയ്ക്ക് മുകളിലുള്ളവരുടേതാണ്. അവരുടെ ആസ്തികൾ പിടിച്ചെടുക്കാൻ നിയമമുണ്ടെങ്കിലും ഭരണാധികാരികൾക്ക് ആത്മാർത്ഥതക്കുറവുണ്ട്. അതുകൊണ്ട് തന്നെ ചെറുകിട വായ്പക്കാരുടെ കുടിശ്ശികയിൽ കുതിരകയറ്റം നടക്കുമെങ്കിലും വൻ കുത്തകകളുടെ കാര്യം വരുമ്പോൾ മെല്ലെപ്പോക്ക് നയമാണ് അനുവർത്തിക്കാറുള്ളത്. 2017 ൽ 2.53 ലക്ഷം കോടി രൂപ കുടിശ്ശികയുള്ള 12 കുത്തകളുടെ പേര് വിവരം റിസർവ്വ് ബാങ്ക് പുറത്തുവിടുകയുണ്ടായി. അതിശക്തമായ പാപ്പർ നിയമപ്രകാരം (Insolvency & Bankruptcy Code - IBC) ഒരു ലക്ഷം കോടി രൂപയുടെ കിട്ടാക്കടം കുറയ്ക്കാനായി എന്നതാണല്ലോ അധികാരികളുടെ അവകാശവാദം. എന്നാൽ, ഒരു ലക്ഷം കോടി രൂപ കുറഞ്ഞപ്പോൾ ബാങ്കുകൾക്കുണ്ടായ നഷ്ടത്തെക്കുറിച്ചു പരാമർശിക്കാത്തതാണ് കണക്കുവായനയിലെ കാപട്യം. ഐ ബി സി നിയമപ്രകാരം കുടിശ്ശിക പിടിച്ചെടുക്കുമ്പോൾ കുത്തകകൾക്ക് വമ്പൻ ആനുകൂല്യങ്ങളും ഇളവുകളുമാണ് നല്കിക്കൊണ്ടിരിക്കുന്നത്. ഈ ഇളവുകൾ ബാങ്കുകളുടെ കനത്ത നഷ്ടമായി തീരുകയും ചെയ്യുന്നു. അലോക് ഇൻഡസ്ട്രീസ് എന്ന കമ്പനിയുടെ ബാദ്ധ്യത, 22075 കോടി രൂപയായിരുന്നു. പക്ഷേ, അവർ 3755 കോടി രൂപ അടച്ച് വായ്പ ഇല്ലാതാക്കി. ഈ ഇടപാടിൽ ബാങ്കിന് വന്ന നഷ്ടം 18320 കോടി രൂപയാണ്. 2019 മെയ് മാസത്തിൽ ഡിഗി പോർട്ട് എന്ന ഭീമൻ കമ്പനിയുടെ 3075 കോടി രൂപയുടെ വായ്പ 854 കോടി രൂപ അടച്ച് തീർപ്പാക്കിക്കൊടുത്തു. ബാങ്കിന് സംഭവിച്ചത് 2221 കോടി രൂപയുടെ നഷ്ടം! ഇത്തരത്തിൽ വൻ തുകകൾ ബാങ്കുകൾക്ക് നഷ്ടം വരുത്തിക്കൊണ്ട് ഐ ബി സി നിയമപ്രകാരം ഇളവുകൾ നല്കുന്ന പ്രവണതയ്ക്ക് നല്കിയിട്ടുള്ള പേരാണ് ഹെയർ കട്ടിങ്!! മുടിവെട്ടിന് ശേഷം ബാങ്കുകളുടെ തല കൂടി വെട്ടിയില്ലാതാക്കുന്ന ആഗോളവല്ക്കരണ നയമാണ് ബാങ്ക് ലയനങ്ങളിലൂടെയും സ്വകാര്യവല്ക്കരണത്തിലൂടെയും കേന്ദ്രസർക്കാർ നടപ്പാക്കുന്നതെന്നു കാണാം.

വ്യത്യസ്തമായ സംസ്കാരങ്ങളുള്ള ബാങ്കുകളെ കൂട്ടിക്കെട്ടി ഒറ്റ വലിയ ബാങ്കാക്കുമ്പോൾ നേട്ടങ്ങൾ എത്തിച്ചേരാൻ പോകുന്നത് വലിയ വായ്പകൾ ആവശ്യമായി വരുന്ന വമ്പൻ കോർപ്പറേറ്റുകൾക്കാണ്. മാത്രവുമല്ല ഇന്ത്യയുടെ സാമ്പത്തിക മേഖലയിൽ നോട്ടമിട്ടിരിക്കുന്ന ആഗോള മൂലധന ശക്തികൾക്ക് വലിയ ബാങ്കുകളുടെ സാന്നിദ്ധ്യം ഏറെ പ്രിയപ്പെട്ട കാര്യമാണ്. ലയന പദ്ധതിയിലൂടെ ജനങ്ങൾക്ക് വമ്പിച്ച നേട്ടമുണ്ടാകുമെന്ന് വാചകമടിക്കുന്നവർ വിലയിരുത്തേണ്ടത്, ഏറെ കൊട്ടിഘോഷിക്കപ്പെട്ട് നടപ്പാക്കിയ 1991 ലെ പുതിയ സാമ്പത്തിക നയങ്ങളുടെ

സമ്പൂർണ്ണ പരാജയത്തെയാണ്. അന്ന് ഉദ്ഘോഷിച്ചിരുന്ന നേട്ടങ്ങളെല്ലാം ജലരേഖകളായി തീരുകയാണുണ്ടായി. നാടിന്റെ സാമ്പത്തിക വളർച്ച ഗണ്യമായി ഇടിഞ്ഞു. സമ്പദ് വ്യവസ്ഥ വിറങ്ങലിച്ചു നില്ക്കുകയാണ്. തൊഴിലില്ലായ്മ അതിരൂക്ഷമായി തുടരുന്നു. ചരക്കുകൾ കെട്ടിക്കിടക്കുന്നതും, കർഷക ആത്മഹത്യയും ശിശുമരണ നിരക്കും പെരുകുന്നതും ഒരു ജനതയുടെ ചലനശേഷി നിലച്ചു പോകുന്നതിന്റെ തെളിവുകളാണ്. അതേസമയം ഈ നയംകൊണ്ട് വമ്പൻ സാമ്പത്തിക നേട്ടമുണ്ടാക്കിയ ഒട്ടനവധി പുതിയ സമ്പന്നവിഭാഗമുണ്ട്. 119 ശതകോടീശ്വരന്മാർ മാത്രമല്ല, അതിസമ്പന്നരുടെ (Super Rich) ഒരു കുതിപ്പ് തന്നെ ഇന്ത്യയിൽ യാഥാർത്ഥ്യമായി. ഈ സമ്പന്ന കേന്ദ്രീകൃത വ്യവസ്ഥിതിയാണ് നാട്ടിൽ നാനാവിധ അസ്വസ്ഥതകൾക്കും അരാജകത്വത്തിനും വഴിയൊരുക്കുന്നത്. എന്നാൽ ഗൗരവകരമായ ഈ പ്രശ്നങ്ങളിലേക്ക് അധികാരികളുടെ ദൃഷ്ടി പതിയുന്നില്ല എന്നതാണ് വസ്തുത. തടിച്ചുകൊഴുത്തുകൊണ്ടിരിക്കുന്ന അതിസമ്പന്നരിൽ നിന്ന് കൂടുതൽ നികുതി വസൂലാക്കുകയാണ് സമ്പദ് വ്യവസ്ഥയുടെ നിലനില്പിന് അത്യന്താപേക്ഷിതമായ ഘടകം. 125 ലക്ഷം കോടി രൂപ നിക്ഷേപവും 84 ലക്ഷം കോടി രൂപ വായ്പയുമുള്ള ഇന്ത്യൻ ബാങ്കിങ് സംവിധാനം രാഷ്ട്ര ഖജനാവായിട്ടാണ് നിലകൊള്ളുന്നത്. ബാങ്കുവായ്പകൾ പരമാവധി ചെറുകിട - ഇടത്തരം സംരംഭങ്ങൾക്കായി നീക്കിവെക്കുന്ന അനുവദിക്കുന്ന നയം സാക്ഷാൽക്കരിച്ചാൽ അത് സമ്പദ്ഘടനയിൽ വലിയ ഉണർവ്വും ഉന്മേഷവും പ്രദാനം ചെയ്യും. ഇത്തരം ബദലുകൾക്കായുള്ള സാമൂഹ്യ സമ്മർദ്ദങ്ങളാണ് മൈക്രോ തലത്തിൽനിന്നും ഉയർന്നുവരേണ്ടത്.

(സംസ്ഥാന പ്രസിഡന്റ്, ബെഫി)

സൃഷ്ടിക്കപ്പെട്ട പ്രതിസന്ധി

ഡോ. ഡി നരസിംഹ റെഡ്ഡി

ഇന്ത്യൻ സമ്പദ്‌വ്യവസ്ഥ താഴോട്ട് പോകുകയാണെന്ന കാര്യത്തിൽ സർക്കാരും കോർപ്പറേറ്റ് മേഖലയും നിക്ഷ്പക്ഷ സൂക്ഷ്മ പരിശോധകരും അടങ്ങുന്ന നിരീക്ഷകരെല്ലാം ഏകാഭിപ്രായക്കാരാണ്. മാന്ദ്യത്തിന്റെ സ്വഭാവരീതി, ഉത്ഭവം, ആഘാതത്തിന്റെ തീവ്രത, പുനരുജ്ജീവന നടപടികൾ എന്നിവയുടെ കാര്യത്തിൽ മാത്രമാണവർക്ക് അഭിപ്രായ വ്യത്യാസമുള്ളത്. 2019–20 ലെ ആദ്യ മൂന്ന് മാസക്കാലയളവിലെ (ഏപ്രിൽ - ജൂൺ) മൊത്തം ആഭ്യന്തര ഉല്പാദനം 5 ശതമാനത്തിലേക്ക് കുത്തനെ താഴ്ന്നത് വലിയ വാർത്താ പ്രാധാന്യം കൈവരിച്ചപ്പോഴാണ് കേന്ദ്രസർക്കാരിന് ആ പ്രശ്നം അംഗീകരിക്കേണ്ടി വന്നത്. ഭാരതീയ റിസർവ്വ് ബാങ്ക് ഈ സെപ്തംബറിൽ ഇറക്കിയ 2018–19 വാർഷിക റിപ്പോർട്ടിൽ സാമ്പത്തിക വളർച്ചാമാന്ദ്യത്തെക്കുറിച്ചും അതിന്റെ കാരണങ്ങളെക്കുറിച്ചും വ്യക്തമാക്കുന്നുണ്ട്. 2014–18 ൽ മൊത്തം ആഭ്യന്തര ഉല്പന്ന വളർച്ചാനിരക്ക് 7.7 ശതമാനമായിരുന്നത്, 2018 ഏപ്രിൽ - ജൂണിൽ 8 ശതമാനമായി ഉയർന്നു. 2018 ജൂലൈ മുതൽ വളർച്ച വീണ്ടും കീഴോട്ട് പോയി. പ്രതിസന്ധി മൂർച്ഛിച്ച് ഉല്പാദന മേഖലയെയും കയറ്റുമതിയെയും ഇതു പ്രതിസന്ധിയിലാക്കിയെന്ന് റിസർവ്വ് ബാങ്ക് നിരീക്ഷിച്ചു.

വളർച്ചയുടെ അടിസ്ഥാനശില ആഭ്യന്തര ചോദനയിലെ വളർച്ചയും മൂലധന നിക്ഷേപവുമാണെന്ന് റിസർവ്വ് ബാങ്ക് തറപ്പിച്ചു പറയുകയും ചെയ്തു. 2018 സെപ്തംബർ മുതൽ കാർഷിക വളർച്ച താഴോട്ടു പോയതിനാൽ മൊത്തം ചോദനയിൽ ക്ഷീണമുണ്ടായി. കുന്നുകൂടിയ ബഫർ സ്റ്റോക്ക് മൂലം കാർഷികരംഗത്ത് അതിരു കവിഞ്ഞ വിതരണത്തിന് ഇട വരുത്തി. അന്തർദ്ദേശീയ കാർഷികവിലയിൽ തകർച്ചയുണ്ടായത് നമ്മുടെ കയറ്റുമതിയെ പ്രതികൂലമായി ബാധിച്ചു. ഇതെല്ലാം കർഷകരുടെ വരു

മാനത്തെ ചുരുക്കുകയും ഗ്രാമീണ ചോദനയെ പൊതുവിൽ കീഴോട്ട് വലിക്കുകയും ചെയ്തു. 2016-17 മുതലേ പ്രതിസന്ധിയിലായ മൂലധന മുതൽമുടക്ക്, ഉല്പാദനമേഖലയിലെ സംരംഭങ്ങളവരുടെ അധിക ഉല്പാദനം വിറ്റഴിക്കുന്ന ശ്രമത്തിനിടയിൽ, വീണ്ടും കൂടുതൽ കുറഞ്ഞു. പ്രതിസന്ധിയുടെ കാരണങ്ങളെക്കുറിച്ച് നന്നായി അറിയാവുന്ന റിസർവ്വ് ബാങ്ക്, പക്ഷേ വിശദമായ വിശകലനത്തിനൊടുവിൽ. മാന്ദ്യത്തിന്റെ സ്വഭാവം തിരിച്ചറിയുന്നതിന് ബുദ്ധിമുട്ടാണെന്നും അത് മൃദുവായ കീറലോ ചാക്രികമായതോ ഘടനാപരമായതോ ആകാമെന്ന് മൃദുഭാഷയിൽ പറഞ്ഞു വച്ചു.

റിസർവ്വ് ബാങ്കിന്റെയും മറ്റ് സർക്കാർ ഏജൻസികളുടെയും സ്ഥിതി വിവരക്കണക്കുകൾ ഉപയോഗിച്ച് തന്നെ, ഒരുപടി കൂടെ കടന്ന്, വർത്തമാന സാമ്പത്തികമാന്ദ്യം താല്ക്കാലികമായതും മൃദുവായതും ചാക്രികമായതുമൊന്നുമല്ലെന്ന് മാത്രവുമല്ല ഘടനാപരമായ ഗൗരവപരമായ പ്രശ്നങ്ങൾ അന്തർലീനമായിരിക്കുന്നുവെന്ന് കൂടി പഠിക്കുകയാണ് ഈ പ്രബന്ധത്തിന്റെ ലക്ഷ്യം. അബദ്ധജടിലമായ നോട്ടുനിരോധനം പോലുള്ള നയങ്ങൾ മൂലം തൊഴിലിൽനിന്നുള്ള വരുമാനവുമായി ബന്ധപ്പെട്ട ചോദനയിലെ പ്രശ്നങ്ങൾ അവഗണിക്കുകയും അനാവശ്യധൃതിയിലൂടെ അതിസങ്കീർണ്ണമായ ചരക്ക് സേവന നികുതി സമ്പ്രദായം കെട്ടിയിറക്കിയപ്പോഴുണ്ടായ ദശലക്ഷക്കണക്കിന് ചെറുകിട സംരംഭങ്ങളുടെ കഴുത്ത് ഞെരിക്കലും കുത്തകകൾക്ക് അനർഹമായ നിലയിൽ നികുതി ഇളവുകൾ നല്കിയതിലൂടെ പൊതു ചെലവിലുണ്ടായ പ്രതിലോമകരമായ പ്രത്യാഘാതങ്ങളും അവയിലൂടെയെല്ലാം മൊത്തത്തിലുള്ള ചോദനക്കുറവും ആണ് ഈ സാമ്പത്തിക മാന്ദ്യം ഘടനാപരമായതാണെന്ന് സൂചിപ്പിക്കാൻ ഹേതുവാകുന്നത്.

മൂലധന സ്വരൂപിക്കൽ, പൊതു മുതൽമുടക്ക് എന്നിവയിലെ ഇടിവ്

കഴിഞ്ഞ കുറേ വർഷങ്ങളിലെ മൊത്ത മുതൽമുടക്ക്, തൊഴിൽ, മൊത്തം ചോദന എന്നിവയുടെ പ്രവണതയും ഗതിയും എങ്ങനെയാണെന്ന് നമുക്ക് പരിശോധിക്കാം. ഒന്ന്, പൊതുവായ സമ്പാദ്യം, മുതൽമുടക്ക് അല്ലെങ്കിൽ മൊത്തം മൂലധന സ്വരൂപണം എന്നിവയുടെ ഗതി പരിശോധിക്കാം. മൂലധന സ്വരൂപണം പിന്നീട് അതിന്റെ ഘടകങ്ങളായ പൊതു മുതൽമുടക്കായും സ്വകാര്യ കുത്തക മുതൽമുടക്കായും മാറുന്നതും പരിശോധിക്കാം. പൊതു, കുത്തക, ഗാർഹിക സമ്പാദ്യങ്ങളെന്ന വിശാലമായ മൂന്ന് ഘടകങ്ങൾ മൊത്തം ആഭ്യന്തര സമ്പാദ്യത്തിനുണ്ട്. 2011-12 ൽ മൊത്തം ആഭ്യന്തര ഉല്പാദനത്തിന്റെ 34.6 ശതമാനമുണ്ടായിരുന്ന മൊത്തം ആഭ്യന്തര സമ്പാദ്യമിന്ന് അധോഗതിയിലാണ്. 2015-16 ൽ 31.1 ശതമാന വിഹിതമുണ്ടായിരുന്നത് 2017-18 ൽ വീണ്ടും 30.5 ശതമാനത്തിലേക്ക് കുറഞ്ഞു. ഗാർഹിക സമ്പാദ്യം മൊത്തം ആഭ്യന്തര ഉല്പന്ന

ത്തിന്റെ 23.6 ശതമാനത്തിൽനിന്നും 17.2 ശതമാനത്തിലേക്ക് ഇക്കാലയളവിൽ കുറയുന്നതുകൊണ്ടാണ് ആഭ്യന്തര സമ്പാദ്യത്തിൽ മൊത്തത്തിൽ കുറവുവന്നത്. ഗാർഹിക വരുമാനത്തിലുണ്ടായ കുറവിന്റെ പ്രതിഫലനമാണിത് സൂചിപ്പിക്കുന്നത്. മുതൽ മുടക്കാകട്ടെ 2011-12 ൽ മൊത്തം ആഭ്യന്തര ഉല്പന്നത്തിന്റെ 39.6 ശതമാനമായിരുന്നത് 2015-16 ൽ 32.1 ശതമാനമായും 2017-18 ൽ 30.9 ശതമാനമായും കുറഞ്ഞു.

ഇന്ത്യയെപ്പോലുള്ള ഒരു വികസ്വര രാജ്യത്തിൽ തൊഴിലവസര സൃഷ്ടിക്ക് മാത്രമല്ല സ്വകാര്യ മുതൽ മുടക്കിന് പ്രചോദനമാകുന്നതിലും നിർണ്ണായക പങ്ക് വഹിക്കുന്നത് പൊതു മുതൽമുടക്കാണ്. പൊതു ചെലവഴിക്കൽ ആകെയുള്ള ചോദനയെ എങ്ങനെ ബാധിക്കുന്നുവെന്നതിന്റെ എളുപ്പത്തിലും ഏകദേശവും ശരിയുമായ സൂചികയാണ്, പൊതു ചെലവഴിക്കലും മൊത്തം ആഭ്യന്തര ഉല്പന്നവും തമ്മിലുള്ള അനുപാതം. കേന്ദ്രസർക്കാരിന്റെ ആകെയുള്ള ചെലവ് 2014-2015 ൽ മൊത്തം ആഭ്യന്തര ഉല്പന്നത്തിന്റെ 15.4 ശതമാനമായിരുന്നത് 2017-18 ൽ 12.5 ശതമാനത്തിലേക്കത് കൂപ്പുകുത്തി. അത് വീണ്ടും 2018-19 ൽ 12.2 ശതമാനത്തിലേക്ക് താണു. ക്ഷേമകാര്യ പ്രവർത്തനങ്ങളിലെ ചെലവഴിക്കലിലടക്കമുള്ള പൊതു ചെലവഴിക്കലിൽ ദീർഘ കാലാടിസ്ഥാനത്തിൽ വൻ ഇടിവാണുണ്ടായത്. ഉദാഹരണത്തിന്, സർക്കാരിന്റെ പ്രധാന പരിപാടികളായ ദേശീയ സാമൂഹ്യ സുരക്ഷാ പരിപാടിയിലും മഹാത്മാഗാന്ധി ദേശീയ ഗ്രാമീണ തൊഴിലുറപ്പ് പദ്ധതികളിലും 2019-20 ൽ ബജറ്റിൽ നീക്കിവച്ചതിനേക്കാളും കുറച്ചാണ് ചെലവഴിച്ചത്. ബജറ്റിന്റെ ഗതിവിഗതികളെ സൂക്ഷ്മമായി നോക്കുമ്പോൾ മനസ്സിലാകുന്നതെന്തെന്നാണെന്ന് അറിയുമോ? പൊതുചെലവ് വെട്ടിച്ചുരുക്കിക്കൊണ്ട് വിദേശനിക്ഷേപകർക്കും കുത്തകകൾക്കും നികുതി ഇളവുകൾ നല്കിക്കൊണ്ടാണ് സർക്കാരിന്റെ ഭരണനിർവ്വഹണം സുഗമമാക്കുന്നത്.

ഉദാഹരണത്തിന്, കുത്തകനികുതി 35 ശതമാനത്തിൽനിന്നും 25 ശതമാനമായി കുറച്ചു. 2017-18 ൽ നികുതി ഇളവുകളായും സൗജന്യമായും മറ്റ് പ്രോത്സാഹന തുകയായും നല്കിയത് 84000 കോടി രൂപയായിരുന്നുവെങ്കിൽ 2018-19 ലത് ഒരു ലക്ഷം ഒൻപതിനായിരം കോടി രൂപയായി വർദ്ധിച്ചു. 2013-14 ൽ 5.8 ലക്ഷം കോടിയായിരുന്ന നികുതി കുടിശ്ശിക തുടർച്ചയായി വർദ്ധിച്ച് 2017-18 ൽ 11.1 ലക്ഷം കോടി രൂപയായി മാറി. ഇതിൽ 98 ശതമാനവും തിരിച്ച് അടപ്പിക്കാൻ വളരെ പ്രയാസമേറിയ വിഭാഗത്തിലേതാണെന്ന് കംപ്ട്രോളർ ആന്റ് ഓഡിറ്റർ ജനറലിന്റെ റിപ്പോർട്ട് നിരീക്ഷിക്കുന്നുണ്ട്. തിടുക്കത്തിലും സങ്കീർണ്ണമായ രീതിയിലും ജി എസ് ടി നടപ്പിലാക്കിയത് പരോക്ഷ നികുതി പിരിവിനെ പ്രതികൂലമായി ബാധിച്ചുവെന്നു മാത്രമല്ല ചെറുകിട സംരംഭങ്ങളിലെ മുതൽമുടക്കിനെയും തൊഴിലിനെയും അത് ഞെരുക്കിക്കളഞ്ഞു.

നിലവിൽ 1.39 കോടി ജി എസ് ടി നികുതിദായകർ ഉള്ളതിൽ 5 ശതമാനം വരുന്ന വൻകിട നികുതിദായകരാണ് 95 ശതമാനം നികുതിയും

അടയ്ക്കുന്നത്. 86 ശതമാനത്തോളം വരുന്ന ചെറുകിട സംരംഭകരും 2 കോടി രൂപയിൽ താഴെ വാർഷിക വിറ്റുവരവുള്ളവരാണ്. വർഷത്തിൽ 2 കോടി രൂപയിൽ താഴെ വാർഷിക വിറ്റുവരവുള്ള യൂണിറ്റുകളാണ് ചെറുകിട സംരംഭങ്ങളിൽ 86 ശതമാനവും. ഇത്തരം യൂണിറ്റുകൾക്ക് വാങ്ങുന്ന ഇനങ്ങളെ രണ്ടായി തരംതിരിക്കുന്നതും വില്ക്കുന്നവയെ, അവ വാങ്ങുന്ന കച്ചവടക്കാർക്കനുസരിച്ച് രണ്ടായി തരംതിരിക്കുന്നതുമെല്ലാം അവരുടെ വരുമാനത്തെ പ്രതികൂലമായി ബാധിച്ചു. ജി എസ് ടി ഡിസൈനിന്റെ കാതൽ ഇൻവോയിസ് മാച്ചിങ് സമ്പ്രദായമാണ്. അതാകട്ടെ ഇതുവരെയും പ്രയോഗത്തിൽ കൊണ്ടുവരാൻ കഴിഞ്ഞിട്ടുമില്ല. മേല്പറഞ്ഞ സമ്പ്രദായങ്ങളെല്ലാം നേരെയാക്കുന്നതുവരെയും നിരക്കുകൾ യുക്തിസഹമാക്കുന്നതുവരെയും ചെറുകിട സംരംഭ യൂണിറ്റുകളെ ജി എസ് ടിയിൽ നിന്നും ഒഴിവാക്കേണ്ടതാണ്. ജി എസ് ടി ഫയൽ ചെയ്യുന്നതിന്റെ എണ്ണം കുറഞ്ഞുവരികയും ജി എസ് ടി ഇനത്തിൽ പിരിച്ചെടുത്തു തുക 2019 സെപ്തംബറിൽ 19 മാസക്കാലത്തെ ഏറ്റവും കുറഞ്ഞ സംഖ്യയിൽ എത്തുകയും ചെയ്തു.

ആഭ്യന്തര ചോദനയെ പുനരുദ്ധരിക്കുന്നതിനും വളർച്ചയെ പ്രചോദിപ്പിക്കുന്നതിനുമായി നികുതി വിഭവങ്ങൾ കൂടുതലായി പിരിച്ചെടുത്ത് പൊതുചെലവ് വർദ്ധിപ്പിക്കേണ്ട സന്ദിഗ്ദ്ധ ഘട്ടത്തിലാണ് കേന്ദ്രസർക്കാർ വ്യാമോഹങ്ങളിലും വ്യാജ പ്രതീക്ഷകളിലും വിരാജിക്കുന്നത്. നികുതി വെട്ടിക്കുറയ്ക്കുന്നതും കൂടുതൽ സൗജന്യങ്ങൾ നല്കുന്നതും കോർപ്പറേറ്റ് മേഖലയുടെ മൃഗതൃഷ്ണയെ ഉണർത്തുമെന്നാണ് സർക്കാർ കരുതുന്നത്. അടുത്ത അഞ്ചുവർഷത്തിൽ അടിസ്ഥാന സൗകര്യമേഖലയിൽ 100 ലക്ഷം കോടി രൂപയുടെ നിക്ഷേപം വരുമെന്ന വ്യാജ പ്രഖ്യാപനവും നടത്തുന്നു. ഇത്തരം വ്യാജ പ്രഖ്യാപനങ്ങൾക്ക് യാഥാർത്ഥ്യവുമായി യാതൊരു പൊരുത്തവുമില്ല താനും.

കോർപ്പറേറ്റ് മുതൽമുടക്ക്

നോട്ടുനിരോധനത്തിനെതിരെയുള്ള വിമർശനങ്ങളെ സർക്കാർ അവഗണിക്കുകയാണ്. തൊഴിലിലും വരുമാനത്തിലും, പ്രത്യേകിച്ച് അസംഘടിത മേഖലയെ ആശ്രയിച്ചവരുടെയിടയിൽ, ഉടലെടുത്ത ഗുരുതരമായ പ്രത്യാഘാതങ്ങളെ ഉൾക്കൊള്ളാനവർ തയ്യാറല്ല. ഈ മേഖലയാണ് രാജ്യത്തെ മൊത്തം ആഭ്യന്തര ഉല്പാദനത്തിന്റെ 40 ശതമാനവും 90 ശതമാനം തൊഴിലും സംഭാവന ചെയ്യുന്നത്. പക്ഷേ, നിലവിലെ സാമ്പത്തിക മാന്ദ്യത്തിന് തിരി കൊളുത്തിയ നോട്ടു നിരോധനത്തിന്റെ പ്രത്യാഘാതത്തെക്കുറിച്ച് നിരവധി നിഷ്പക്ഷ വിലയിരുത്തലുകളും പരിശോധനകളും ഉണ്ടായിട്ടുണ്ട്. ഒന്നര ദശലക്ഷം തൊഴിലുകൾ നഷ്ടപ്പെട്ടുവെന്നും അസംഘടിത - അനൗപചാരിക മേഖലയിൽ ആയിരക്കണക്കിന് സംരംഭങ്ങൾ പൂട്ടപ്പെട്ടുവെന്നും ഇന്ത്യൻ സമ്പദ്വ്യവസ്ഥയെ നിരീക്ഷിക്കുന്ന പഠന കേന്ദ്രം (Centre for Monitoring the Indain Economy) വെളിപ്പെടു

ത്തുന്നു.

സംഘടിത മേഖലയെയും അസംഘടിത മേഖലയെയും കണ്ണി ചേർക്കുന്ന ശക്തമായ അന്തർമേഖലാ ബന്ധങ്ങൾ ഉണ്ടെന്നുള്ളത് ഏവർക്കും അറിവുള്ളതാണ്. അസംഘടിത മേഖലയിലെ തൊഴിൽ - വരുമാന നഷ്ടം സംഘടിത മേഖലയിലെ ചോദനയെ പ്രതികൂലമായി ബാധിക്കും. മാത്രവുമല്ല സംഘടിത കുത്തക മേഖലയിലെ മുതൽമുടക്കിനെ അത് സാരമായി ബാധിക്കുകയും ചെയ്യും. നേരിട്ടുള്ള പുതിയ നികുതി ഘടനാ നിയമത്തെ ലഘൂകരിക്കാനുള്ള കരട് തയ്യാറാക്കുന്നതിനായി കേന്ദ്ര സർക്കാർ 2017 നവംബറിൽ നിയമിച്ച ടാസ്ക് ഫോഴ്സ് ഇക്കാര്യം വെളിപ്പെടുത്തുന്നുണ്ട്. 2018 സെപ്തംബറിൽ ഇതിന്റെ റിപ്പോർട്ട് സമർപ്പിക്കപ്പെട്ടു. പക്ഷേ, ഇതിലെ ചില കണ്ടെത്തലുകൾ സർക്കാരിന് അഭികാമ്യമല്ല എന്ന കാരണത്താൽ പ്രസ്തുത റിപ്പോർട്ട് പുറത്തുവിടാൻ സർക്കാർ വൈകിക്കുകയാണ്. സർക്കാർ ഇത്തരത്തിലുള്ള റിപ്പോർട്ടുകൾ പൂഴ്ത്തിവെക്കുന്നത് ഇതാദ്യമല്ല. നിശ്ചിത ഇടവേളകളിലെ തൊഴിൽ സേനാസർവ്വേ 2017-18 നും ഇതേ ഗതിയാണുണ്ടായത്.

കോർപ്പറേറ്റുകളുടെ നിയമപരമായ സാദ്ധ്യതയുടെ അടിസ്ഥാനത്തിലെ വെളിപ്പെടുത്തലുകളുടെയും 2010-11 മുതൽ 2016-17 വരെയുള്ള മൊത്തം 7 വർഷത്തെ വാർഷിക കുത്തക മുതൽമുടക്കിന്റെയും രേഖകളാണ് ടാസ്ക്ഫോഴ്സ് ക്രോഡീകരിച്ചത്. മൊത്തം ആഭ്യന്തര ഉല്പന്നത്തിൽ ആകെയുള്ള കുത്തക നിക്ഷേപവിഹിതം ക്രമാനുഗതമായി കുറയുന്നുവെന്ന് ഈ സ്ഥിതി വിവരക്കണക്ക് വെളിപ്പെടുത്തുന്നു. 2010-11 മുതൽ 2014-15 വരെയുള്ള കാലയളവിലിത് 15 ശതമാനമായിരുന്നത് 2015-16 ൽ 7.5 ശതമാനമായും 2016-17 ൽ ഈ അനുപാതം കുത്തനെ ഇടിഞ്ഞ് 2.5 ശതമാനമായി. അസംഘടിത മേഖലയിൽ മാത്രമല്ല സംഘടിത മേഖലയിലും നോട്ടു നിരോധനം വമ്പൻ പ്രത്യാഘാതമാണുണ്ടാക്കിയതെന്നതിന്റെ എതിർക്കപ്പെടാനാവാത്ത തെളിവാണ് മേല്പറഞ്ഞ കണക്കുകൾ സൂചിപ്പിക്കുന്നത്.

2013-14 മുതൽ ലാഭത്തിൽ പ്രവർത്തിക്കുന്ന കമ്പനികൾ അവരുടെ ലാഭം പുനർ മുതൽ മുടക്കുന്നതിന് പകരം സൂക്ഷിച്ചിരുന്നുവെന്നത് ശ്രദ്ധിക്കപ്പെടേണ്ട ഒരു വസ്തുതയാണ്. ആവശ്യത്തിന് വരുമാനം വന്നു ചേർന്നുവെങ്കിലും കോർപ്പറേറ്റ് മുതൽമുടക്ക് മാറ്റമില്ലാതെ തുടർന്നു. നോട്ടുനിരോധനംമൂലം കച്ചവടത്തിൽ വൻ ഇടിവുണ്ടാക്കിയെന്ന് എല്ലാ വ്യാവസായിക വാണിജ്യ സംഘടനകളും എന്തിനേറെ സിമന്റും ഉപഭോക്തൃ വസ്തുക്കൾ വില്ക്കുന്നവർവരെ റിപ്പോർട്ട് ചെയ്തിട്ടും സർക്കാർ വളർച്ചാനിരക്ക് 7.1 ശതമാനത്തിൽനിന്നും 2016-17 ൽ 8.2 ൽ എത്തിക്കേണ്ട തിരക്കിലായിരുന്നു(?)

സ്വകാര്യ കുത്തക മുതൽമുടക്കിന് മറ്റൊരു തലമുണ്ട്, വിശിഷ്യാ അടിസ്ഥാന സൗകര്യ വികസന മേഖലയിൽ ഇതിന് മുൻപുള്ള കോൺഗ്രസ് സർക്കാരിന്റെ നവലിബറൽ കാല്പാടുകൾ തന്നെയാണ്

മുതൽമുടക്കിൽ പിന്തുടരുന്നത്. വ്യാവസായിക ധനകാര്യ കോർപ്പറേഷൻ ഓഫ് ഇന്ത്യ, ഇന്ത്യൻ വ്യാവസായിക വികസനബാങ്ക്, ഇന്ത്യൻ വ്യാവസായിക വായ്പ - മുതൽമുടക്ക് കോർപ്പറേഷൻ, സംസ്ഥാനങ്ങളിലെ വ്യാവസായിക ധനകാര്യ കോർപ്പറേഷനുകൾ പോലുള്ള പ്രത്യേക ധനകാര്യ വികസന സ്ഥാപനങ്ങൾ മുൻപ് ഉണ്ടായിരുന്നു. ദീർഘകാലം വേണ്ടിവരുന്ന അടിസ്ഥാന സൗകര്യ - വ്യാവസായിക വികസന പ്രോജക്ടുകൾക്ക് ഇത്തരം സ്ഥാപനങ്ങൾ ദീർഘകാല വായ്പകൾ നല്കിയിരുന്നു. നവലിബറൽ നയങ്ങളിലേക്ക് വ്യതിചലിച്ചതോടെ, ബാങ്കിങ് മേഖല പുനഃസംഘാടനത്തിന്റെ പേരിൽ മേൽപ്പറഞ്ഞ ധനകാര്യ സ്ഥാപനങ്ങൾ ഒന്നുകിൽ അടച്ചിടുകയോ അതല്ലെങ്കിൽ കൊമേഴ്സ്യൻ ബാങ്കുകൾ ഇത്തരം ദീർഘകാല വായ്പകൾ നല്കണ്ട എന്ന തീരുമാനം എടുക്കുകയുണ്ടായി. രണ്ടായിരത്തിന്റെ ആദ്യ വർഷങ്ങൾ മുതൽ ദീർഘകാല അടിസ്ഥാന സൗകര്യ വികസന വായ്പകളുടെ വിഹിതം 3 ശതമാനത്തിൽനിന്നും 30 ശതമാനമായി ഉയർന്നിരുന്നു. പ്രോജക്ടുകൾ പൂർത്തീകരിച്ചതിന് ശേഷം അവയിൽനിന്നുള്ള വരുമാനം താമസിക്കുകയും വായ്പ തിരിച്ചടവ് കുടിശ്ശിക വൻതോതിൽ വർദ്ധിക്കുകയും ചെയ്തു. 2015 നും 2018 നും ഇടയിൽ കോമേഴ്സ്യൽ ബാങ്കുകളുടെ കിട്ടാക്കടം (Non Performing Assets) 3.23 ലക്ഷം കോടി രൂപയിൽ നിന്നും 10.36 ലക്ഷം കോടിയിലേക്ക് ഉയരുകയും അവയിൽ പലതും എഴുതിത്തള്ളുകയും ചെയ്തു. ഇതിലൂടെ സംജാതമായ ബാങ്കുകളുടെ നഷ്ടം കുറച്ചു കാണിക്കുകയും ബാങ്കുകളുടെ പുനർ മൂലധനവല്ക്കരണം നടത്തിയതിലൂടെയും സർക്കാരിന് 2.46 ലക്ഷം കോടി രൂപ ചെലവായി.

കാർഷികത്തകർച്ച

കാർഷികരംഗം പ്രത്യേകിച്ചും ചെറുകിട - പരിമിത കർഷകർ കഴിഞ്ഞ രണ്ട് ദശകങ്ങളായി അരക്ഷിതരായും പലപ്പോഴും തകർച്ചയിലൂടെയുമാണ് നീങ്ങിക്കൊണ്ടിരിക്കുന്നത്. വാർഷിക കാർഷിക മൊത്ത ആഭ്യന്തര ഉലപ്ന്നം 2010-14 ൽ 4.3 ശതമാനമായിരുന്നത് 2015-19 ലത് 2.9 ശതമാനമായി കുറഞ്ഞു. കാർഷികവളർച്ചയും കർഷകരുടെ ക്ഷേമവും തമ്മിൽ ബന്ധമില്ലാതായി. ഒരു കാർഷിക ഉല്പന്ന യൂണിറ്റിനുള്ള ചെലവ് വർദ്ധിച്ചു കൊണ്ടേയിരിക്കുന്നുവെന്നതിനാലാണിത്. നവലിബറൽ പരിഷ്കരണം തുടങ്ങിയത് മുതൽ കാർഷികരംഗത്തെ പൊതു മുതൽമുടക്ക് കുത്തനെ ഇടിയുകയും കർഷകർ തന്നെ 80 ശതമാനവും മുതൽമുടക്കേണ്ട സ്ഥിതി സംജാതമാകുകയും ചെയ്തു. ഈയടുത്ത വർഷങ്ങളിൽ പ്രത്യേകിച്ച് 2016-17 മുതൽ ലാഭം വളരെ ഞെരുക്കത്തിലാണ്. കാർഷികോല്പന്ന വില താഴോട്ടു പോയിക്കൊണ്ടിരിക്കുന്നു, പലപ്പോഴും ഏറ്റവും കുറഞ്ഞ താങ്ങ് വിലയിലും കുറവാണത്. 2013-14 ൽ മൂന്ന് ലക്ഷം കോടി രൂപയുടെ ഏറ്റവും ഉയർച്ചയിലെത്തിയ കാർഷിക കയറ്റുമതി, കഴിഞ്ഞ അഞ്ചുവർഷങ്ങളിൽ ന്യൂന വളർച്ചയിലാണ്. കാർഷികമൊത്തം ആഭ്യ

ന്തര ഉല്പന്നത്തിന്റെ വിഹിതം 2011-12 ലെ 18.2 ശതമാനത്തിൽനിന്നും 2016-17 ൽ 13.8 ശതമാനത്തിലെത്തി.

2016 നും 2022 നുമിടയിൽ കർഷകരുടെ വരുമാനം രണ്ടിരട്ടി ആക്കുമെന്നൊക്കെ സർക്കാർ വീമ്പുളക്കുകയുണ്ടായല്ലോ. ഒരുവർഷം അഞ്ചു ലക്ഷം കോടി രൂപ വീതം 25 ലക്ഷം കോടിരൂപ മുതൽമുടക്കുമെന്ന് ഭാരതീയ ജനതാപാർട്ടിയുടെ 2019 ലെ തിരഞ്ഞെടുപ്പ് മാനിഫെസ്റ്റോവിലും പറഞ്ഞിരുന്നു. സംഭവിച്ചതോ, 2019-20 ലെ ബജറ്റ് വിഹിതമായി 53 കോടി രൂപയും. ബേയർ പോലുള്ള സ്വകാര്യ കമ്പനികൾ ചെലവിടുന്നതിനേക്കാൾ ലജ്ജാകരമായ ചെറിയ തുകയാണ് കാർഷിക ഗവേഷണത്തിന് നീക്കിവച്ചിരിക്കുന്നത്. പ്രധാനമന്ത്രിയുടെ കിസാൻ സമ്മാൻ നിധിയിലൂടെ മൂന്ന് ഗഡുക്കളായി ഗ്രാമീണ കർഷകർക്ക് കിട്ടുമെന്ന് പ്രതീക്ഷിക്കുന്ന 6000 രൂപയാകട്ടെ, ഒരു കാർഷിക കുടുംബത്തിന്റെ വാർഷിക വരുമാനത്തിന്റെ വെറും 6 ശതമാനം മാത്രമാണ്. പൊതുവിതരണത്തിന് വേണ്ടതിലും കൂടുതൽ ഭക്ഷ്യധാന്യങ്ങൾ ബഫർ സ്റ്റോക്കായി കുന്നുകൂടിയിരിക്കുകയാണ്. കഴിഞ്ഞ വർഷത്തെ തന്നെ ഉല്പാദനം പ്രതീക്ഷിക്കുമ്പോഴും ആഗോള വിലനിലവാരം താഴ്ന്നിരിക്കുന്ന സാഹചര്യത്തിൽ കാർഷികരംഗത്ത് അധിക വിതരണം ഉണ്ടാക്കുകയും കാർഷിക വരുമാനവും ഗ്രാമീണ ചോദനയും വീണ്ടും കുറയുകയും ചെയ്യും.

നവലിബറൽ ഭരണകാലത്ത് ഉയർന്ന വളർച്ച ഉണ്ടാകുമെന്ന് പറയുമ്പോഴും തൊഴിൽരഹിത വളർച്ചയെന്ന ഇരുണ്ടവശം കാണാതിരുന്നുകൂടാ. കൃഷിപോലുള്ള അനൗപചാരിക മേഖലകളുടെ പ്രാമുഖ്യമുള്ളപ്പോൾ ഈ തൊഴിൽ ശക്തി വർദ്ധിത തോതിൽ ദുർബ്ബലമായ തൊഴിലിൽ വ്യാപരിക്കുകയും മറ്റ് ഭൂരിപക്ഷം വരുന്നവരും തൊഴിൽരഹിതരാകുകയും ചെയ്യുന്നു. തൊഴിലില്ലായ്മാനിരക്ക് 2012 വരെ നിരവധി വർഷങ്ങളായി ഏറ്റവും കുറഞ്ഞ 2 ശതമാനത്തിലാണ്. 2017-18 ലെ തൊഴിൽ ശക്തി സർവ്വേ (Periodic Labour Force Survey, PLFS 2018) പ്രകാരം കാർഷിക തൊഴിൽ വൻതോതിൽ കുറഞ്ഞുവരികയാണ്, കാർഷികേതര തൊഴിൽ വളർച്ച പരിമിതമാണ്, തൊഴിലില്ലായ്മ നിരക്ക് റിക്കാർഡ് ലെവലിൽ എത്തിയിരിക്കുന്നു. ഇതിനാലാണ് 2019 ലോകസഭ തെരഞ്ഞെടുപ്പ് ഫലം പുറത്തുവരുന്നതുവരെയും 2018 ലെ സർവ്വേ റിപ്പോർട്ട് വെളിച്ചം കാണാതിരുന്നത്. രാജ്യത്തെ മൊത്തം തൊഴിൽ ലഭ്യത 2012 ലെ 472.5 ദശലക്ഷത്തിൽനിന്നും 2017-18 ൽ 471.3 ദശലക്ഷമായി കുറഞ്ഞു.

2005-12 കാലം മുതലേ കാർഷിക മേഖലയിൽനിന്നുമുള്ള തൊഴിലിൽ ഘടനാപരമായ മാറ്റമുണ്ടായി. 34.4 ദശലക്ഷം തൊഴിൽ അക്കാലയളവിൽ കുറഞ്ഞുവെങ്കിൽ 2012-18 ലതിൽ 27.1 ദശലക്ഷത്തിന്റെ കുറവാണുണ്ടായത്. കാർഷികേതര മേഖലയിൽ തൊഴിൽ കൂടുകയും അങ്ങനെ നിർമ്മാണ മേഖലയിൽ 19 ദശലക്ഷം അധികം തൊഴിലുണ്ടാകുകയും ചെയ്തു. 2012-18 കാലയളവിൽ കാർഷിക മേഖലയിലെ തൊഴിൽ നഷ്ടത്തോടൊപ്പം നിർമ്മിത ഉല്പന്ന മേഖലയിൽ ഒരു ദശ

ലക്ഷം തൊഴിൽ നഷ്ടമുണ്ടായി. നിർമ്മാണമേഖലയിലെ തൊഴിൽ വല്ലാതെ ചുരുങ്ങി. വെറും 1.6 ദശലക്ഷം തൊഴിൽ മാത്രമേ ഇവിടെ അധികമായി സൃഷ്ടിക്കാനായുള്ളു. നോട്ടു നിരോധനത്തിന്റെയും സങ്കീർണ്ണ ജി എസ് ടിയുടെയും ദുഷ്ഫലങ്ങൾ കൊണ്ടാണിങ്ങനെ ഭവിച്ചത്. മുമ്പൊരിക്കലുമില്ലാത്ത തരത്തിൽ തുറന്ന തൊഴിലില്ലായ്മയിൽ വൻ വർദ്ധനവുണ്ടായി. 2012 ൽ 10.5 ദശലക്ഷമായിരുന്നത് 2018 ൽ 30 ലക്ഷമായി വർദ്ധിച്ചു. കഴിഞ്ഞ 45 വർഷത്തിലെ ഏറ്റവും വലിയ, 6.1 ശതമാനം, തൊഴിലില്ലായ്മാ നിരക്കിലേക്ക് ഉയർന്നു.

ചോദനയിലുണ്ടായ വൻകുറവ്

തൊഴിൽ വർദ്ധനവില്ലാത്തതും കാർഷിക മേഖലയ്ക്ക് പുറമെ മറ്റു പല മേഖലകളിലെയും തൊഴിൽ നഷ്ടവും വരുമാന നഷ്ടവും ആഭ്യന്തരചോദനയിൽ അതിഭീമമായ കുറവും സൃഷ്ടിച്ചു. തൊഴിൽ ബ്യൂറോയുടെ കണക്കുപ്രകാരം കഴിഞ്ഞ അഞ്ചുവർഷം തൊഴിലിൽനിന്നുമുള്ള കൂലി കുറഞ്ഞുവന്നു. ഇത് ഉപഭോഗ ചോദനയേയും കുറച്ചു. ഏറ്റവും കുറഞ്ഞ കൂലിയെ കുറച്ചു നിർത്തുവാനുള്ള ബോധപൂർവ്വമായ ശ്രമവുമുണ്ടായി.

ഉദാഹരണത്തിന്, ദേശീയ തലത്തിൽ ഏറ്റവും കുറഞ്ഞ കൂലി നിർദ്ദേശിക്കാനായുള്ള രീതിശാസ്ത്രം നിശ്ചയിക്കാനായി ഒരു വിദഗ്ദ്ധ രീതിശാസ്ത്രം നിശ്ചയിക്കാനായി ഒരു വിദഗ്ദ്ധ കമ്മറ്റിയെ നിയമിച്ചു. 2019 ജനുവരിയിൽ സമർപ്പിക്കപ്പെട്ട കമ്മറ്റി റിപ്പോർട്ടിൽ 375 രൂപയാണ് ഏറ്റവും കുറഞ്ഞ പ്രതിദിന കൂലിയായി വേണ്ടതെന്ന് കണ്ടെത്തിയിരിക്കുന്നു. പക്ഷേ, സർക്കാർ ഈ ശുപാർശ അംഗീകരിക്കാൻ തയ്യാറല്ല. സർക്കാർ ഏകപക്ഷീയമായി കുറഞ്ഞകൂലി 178 രൂപയായി നിശ്ചയിച്ചു.

കാർഷികോല്പന്നങ്ങളുടെ താരതമ്യ വിലയിൽ 2018-19 മുതൽ കുറവ് അനുഭവപ്പെടുകയാണ്. കാർഷികോല്പന്ന വില കുറയുന്നു, ഉല്പാദനച്ചെലവ് വർദ്ധിക്കുന്നു, ഇതിന്റെയൊക്കെ ഫലമായി ചെറുകിട - പരിമിതകർഷകരുടെ ശരാശരി വരുമാനം വല്ലപ്പോഴും തൊഴിൽ ലഭിക്കുന്ന തൊഴിലാളികളുടെതിനേക്കാളും കുറവാണ്. 2014 ലെയും 2017-18 ലെയും ദേശീയ സാമ്പിൾ സർവ്വേ പ്രകാരം ഇക്കാലയളവിൽ ഉപഭോഗച്ചെലവിൽ യഥാർത്ഥ ഇടിവുണ്ടായിരുന്നു. പ്രതിമാസം ഗ്രാമപ്രദേശത്ത് ഒരാളുടെ ചെലവ് 1587 രൂപയിൽനിന്നും 1524 രൂപയിലേക്കും നഗരപ്രദേശത്ത് 2926 രൂപയിൽനിന്നും 2909 രൂപയിലേക്കുമാണ് കുറഞ്ഞിരിക്കുന്നത്. ആഭ്യന്തര ചോദന മുരടിച്ചു നില്ക്കുവെന്നുമാത്രമല്ല, കുറഞ്ഞുകൊണ്ടേയിരിക്കുന്നുവെന്നാണ് ഇതെല്ലാം സൂചിപ്പിക്കുന്നത്.

മുൻകാല കോൺഗ്രസ് സർക്കാരിനെയും അവരുടെ നയ പക്ഷാഘാതങ്ങളെയും കുറ്റപ്പെടുത്തിക്കൊണ്ടാണ് 2014 ൽ ബി ജെ പി സർക്കാർ അധികാരത്തിലെത്തിയത്. പക്ഷേ, കഴിഞ്ഞ അഞ്ചു വർഷത്തേയും ഇപ്പോഴത്തേയും അവരുടെ ചില നയങ്ങൾ സാമ്പത്തിക പക്ഷാഘാതം തന്നെ

യുണ്ടാക്കിയെന്നാണ് അനുഭവത്തിൽനിന്നും നമുക്ക് മനസ്സിലാകുന്നത്. നോട്ടുനിരോധനവും ജി എസ് ടിയും ഇതിന് തെളിവാണ്. നികുതി ഇളവുകൾ, ബാങ്ക് ലയനം പോലുള്ള ഒരുനിര നടപടികൾ പ്രഖ്യാപിച്ചെങ്കിലും അവയൊന്നും പുത്തൻ മുതൽമുടക്കോ, തൊഴിലോ അധിക ചോദനയോ സൃഷ്ടിക്കുമെന്ന വാഗ്ദാനങ്ങളോട് നീതി പുലർത്തുന്നില്ല.

നമ്മുടെ മുഴുവൻ ശേഷി തന്നെ ഉപയോഗിക്കപ്പെടാതെ കിടക്കുന്ന അവസ്ഥയിൽ വിദേശ പോർട്ട്ഫോളിയോ മുതൽമുടക്കുകാരുടെ ലാഭത്തിൽ മേലുള്ള സർച്ചാർജ് പിൻവലിച്ചതുകൊണ്ട് കൂടുതൽ വിദേശ നിക്ഷേപത്തിന്റെ കുത്തൊഴുക്കൊന്നുമുണ്ടാകില്ല. 400 കോടി രൂപയിൽ കൂടുതൽ വിറ്റുവരവുള്ള കമ്പനികൾക്കും കൂടി 25 ശതമാനമെന്ന കുറഞ്ഞ കോർപ്പറേറ്റ് നികുതി മതിയെന്ന് ബജറ്റിൽ പറഞ്ഞിരുന്നു. ഇതിന് പുറമേ, പുതിയ മുതൽമുടക്കുകാരുടെ നികുതി 15 ശതമാനമാക്കി കുറഞ്ഞ പകരം നികുതിയും പിൻവലിച്ചു. ഇന്ത്യ ലോകത്തിലെ ഏറ്റവും കുറഞ്ഞ നികുതി നിരക്കുള്ള രാജ്യമാണെന്നും ഇവിടെ സുഗമമായി ബിസിനസ് ചെയ്യാമെന്നും മറ്റുള്ളവരെ ബോദ്ധ്യപ്പെടുത്താനായിരുന്നു ഇത്. പക്ഷേ, ഇത്തരം നടപടികളിലൂടെ മുതൽമുടക്ക് അധികമായി എത്തിയതായോ അതിലൂടെ തൊഴിലും ആഭ്യന്തര വരുമാനവും വർദ്ധിച്ചതായോ തെളിവും കണക്കുമൊന്നുമില്ല.

കോൺഗ്രസ് സർക്കാരിന്റെ കാലം മുതലേ തുടർന്നുവന്ന സാമ്പത്തിക വികസന സ്ഥാപനങ്ങളുടെ തകർക്കൽ മൂലം ബാങ്കിങ് മേഖലയിൽ പ്രതിസന്ധി ഉടലെടുത്തു. അവയുടെ ആസ്തിമേന്മയിൽ അപചയമുണ്ടായി. രാഷ്ട്രീയ സ്വാധീനത്താൽ അഴിമതി നടമാടി. നവലിബറൽ ഭരണവ്യവസ്ഥയിൽ അടിസ്ഥാന സൗകര്യ - വ്യാവസായിക പ്രോജക്ടുകൾക്ക് ദീർഘകാലവായ്പ നല്കാൻ ബാങ്കുകൾ നിർബ്ബന്ധിക്കപ്പെട്ടു, കിട്ടാക്കടം പെരുകി. സാമ്പത്തികമായി ഭദ്രമായിരുന്ന ലൈഫ് ഇൻഷുറൻസ് കോർപ്പറേഷൻ ഓഫ് ഇന്ത്യ (LIC) യെപ്പോലുള്ള പൊതുമേഖലാ സ്ഥാപനത്തിനെ നഷ്ടത്തിലോടുന്ന ഭാരതീയ വ്യാവസായിക വികസന ബാങ്കിലും ഓറിയന്റൽ ബാങ്ക് ഓഫ് കോമേഴ്സിലും നിക്ഷേപിക്കാൻ നിർബ്ബന്ധിക്കപ്പെട്ടു. ഇത് എൽ ഐ സിയെ വൻനഷ്ടത്തിലാക്കിയെന്നല്ലാതെ മേല്പറഞ്ഞ ബാങ്കുകളിൽ മെച്ചപ്പെടൽ ഒന്നും നടന്നില്ല.

അതുപോലെ പ്രവർത്തനം നന്നാക്കാനെന്ന പേരിൽ 10 പൊതുമേഖലാ ബാങ്കുകളെ ലയിപ്പിച്ചതും ജുഗുപ്സാവഹമാണ്. വലിയ വലിപ്പമുള്ള ബാങ്കുകളായാൽ കാര്യക്ഷമത വർദ്ധിക്കില്ല എന്നതിന്റെ തെളിവാണ് ലോകത്തെല്ലായിടത്തും 'തീരെ വലുതായാൽ പൊളിയും' എന്ന നയപരിപാടി പരാജയപ്പെട്ടത് തന്നെ. ഭാരതീയ സ്റ്റേറ്റ് ബാങ്കിന്റെ ലയനവും തൊഴിൽ ലഭ്യത കുറവുമെന്ന് മാത്രമല്ല യുക്തിസഹമാക്കലിന്റെ പേരിൽ ശാഖകളുടെ അടച്ചു പൂട്ടലിലേക്കും ചെന്നെത്തുമെന്നതിൽ സംശയം വേണ്ട. ചെറുകിട - ഇടത്തരം സംരംഭങ്ങളിലും ഗ്രാമീണ വായ്പയിലുമായിരിക്കും ഇതിന്റെ കൂടുതൽ പ്രത്യാഘാതം. ഭാരതീയ സ്റ്റേറ്റ് ബാങ്കിന്റെ

വായ്പാനിരക്ക് 2017 ലെ 14.2 ശതമാനത്തിൽ നിന്നും 2018 ൽ 11.6 ശതമാനമായി കുറഞ്ഞുവെന്നാണ് ഭാരതീയ റിസർവ്വ് ബാങ്കിന്റെ കണക്കുകൾ സൂചിപ്പിക്കുന്നത്.

ലാഭത്തിൽ പ്രവർത്തിക്കുന്ന പൊതുമേഖലാ യൂണിറ്റുകളുടെ ഓഹരി വിറ്റഴിക്കൽ

സ്വകാര്യ നിക്ഷേപത്തിനും കൂടുതൽ തൊഴിലവസരങ്ങൾ സൃഷ്ടിക്കുന്നതിനുമായി വർദ്ധിച്ച പൊതുനിക്ഷേപം നടത്തേണ്ട സന്ദിഗ്ദ്ധ ഘട്ടത്തിലാണ് സർക്കാർ വിവിധ മേഖലകളിൽ ഒരു ലക്ഷം കോടി രൂപയുടെ ഓഹരി വിറ്റഴിക്കാൻ ഒരുങ്ങുന്നത്. സുനിശ്ചിത ലാഭമുണ്ടാക്കുന്ന റെയിൽവേ, താപനിലയങ്ങൾ, കോൾ ഇന്ത്യയുടെ വിവിധ ഡിവിഷനുകൾ, ഫാക്ടറികളിലെയും സ്ഥാപനങ്ങളിലെയും 250 ലേറെ ഉല്പാദന ഇനങ്ങൾ തുടങ്ങിയവ ഇതിലുൾപ്പെടും. ഓഹരി വിറ്റഴിക്കലിലൂടെ ലഭിക്കുന്ന വിഭവങ്ങൾ പുതുതായി മുതൽമുടക്കിയില്ലെങ്കിൽ അതിലൂടെ പുതിയ തൊഴിലോ ഉല്പാദനമോ വരുമാനമോ ലഭിക്കില്ല. പക്ഷേ, 1.4 ലക്ഷം കോടിരൂപയുടെ ഉദാരമായ നികുതി വെട്ടിക്കുറയ്ക്കലും സൗജന്യങ്ങളും നല്കുന്ന ഇപ്പോഴുള്ള സർക്കാർ ധനക്കമ്മി നികത്തുന്നതിനാണ് ഓഹരി വിറ്റഴിക്കുന്ന തുക വിനിയോഗിക്കുന്നത്. ഇതിനുപുറമെ, പൊതുമേഖലാ സംരംഭങ്ങളുടെ ഓഹരി വിറ്റഴിച്ച്, സ്വകാര്യവല്ക്കരണത്തിന് ശേഷമുള്ള അനുഭവം വെളിപ്പെടുത്തുന്നത് സംവരണ വ്യവസ്ഥയുടെ അട്ടിമറിയാണ്. ഈ സ്വകാര്യ സംരംഭങ്ങളിൽ തൊഴിൽ സുരക്ഷയെ തകർത്തുകൊണ്ട് വമ്പിച്ച തോതിൽ തൊഴിലിന്റെ കരാർവല്ക്കരണം സംഭവിക്കുന്നു. ഇത്തരം നടപടികളെല്ലാം തൊഴിൽ - വരുമാന സാഹചര്യങ്ങളെ മന്ദീഭവിക്കുന്നു.

പോംവഴി

ഭാരതീയ റിസർവ്വ് ബാങ്ക്, കേന്ദ്ര സ്ഥിതി വിവരക്കണക്കിന്റെ ഓഫീസ്, തൊഴിൽ ശക്തി സർവ്വേ, തൊഴിൽ മന്ത്രാലയം, ധനമന്ത്രാലയം, കംപ്ട്രോളർ ആന്റ് ഓഡിറ്റ് ജനറൽ എന്നിവയിൽനിന്നും സാമ്പത്തിക മാന്ദ്യത്തിന്റെ തെളിവുകൾ പുറത്തുവന്നതോടെ നിഷ്പക്ഷ ഗവേഷകർ മാത്രമല്ല, ചില സ്വകാര്യ വിലയിരുത്തൽ ഏജൻസികൾ പോലും നിക്ഷേപവും ആഭ്യന്തര ചോദനയും തകർന്നുവെന്ന് ഐകകണ്ഠ്യേന അഭിപ്രായപ്പെട്ടു. വളർച്ചയെ പ്രചോദിപ്പിച്ച് തൊഴിലും വരുമാനവും വർദ്ധിപ്പിക്കാനുള്ള നയപരിപാടികൾക്ക് മാത്രമേ ഈ പ്രതിസന്ധിക്ക് പരിഹാരമാകൂവെന്നവർ അഭിപ്രായപ്പെടുന്നു. അത്തരം പരിപാടികളെ വിശാലാടിസ്ഥാനത്തിൽ മൂന്നായി തരംതിരിക്കാം.

ഒന്ന്, സ്ഥാപനപരമായ വിഘ്നങ്ങൾ നീക്കണം, ഉദാഹരണത്തിന് ജി എസ് ടിയുടെ യുക്തിസഹമാക്കലും ലളിതവല്ക്കരണവും, വൗച്ചറു

മായി പൊരുത്തപ്പെടുത്തുന്ന സംവിധാനം അന്തിമമാക്കുന്നതുവരെ ചെറുകിട യൂണിറ്റുകളെ ജി എസ് ടിയുടെ പരിധിയിൽനിന്നും ഒഴിവാക്കണം. ഈ യൂണിറ്റുകളുടെ നിവേശ നികുതിക്ക് വേഗത്തിലുള്ള തിരിച്ചുനല്കൽ ഉണ്ടാകണം. സർവ്വത്ര വസ്ത്ര ശൃംഖലയ്ക്കും എഞ്ചിനീയറിങ് ഉല്പന്നങ്ങൾക്കും കയറ്റുമതി പ്രോത്സാഹനത്തിനായി കേന്ദ്ര - സംസ്ഥാന നികുതിയിന്മേൽ റിബേറ്റ് നല്കണം. അമേരിക്കയും ചൈനയും തമ്മിലുള്ള വാണിജ്യവ്യവസ്ഥകൾ കാരണം ചൈനയിൽനിന്നുമുള്ള പല സംരംഭങ്ങളും പകരം സ്ഥലങ്ങൾ തേടുന്നുണ്ട്. ഇത്തരം നിക്ഷേപങ്ങളെ ആകർഷിക്കാൻ പക്ഷേ, ഇന്ത്യ ഒന്നും ചെയ്ത് കാണുന്നില്ല. പല ഇലക്ട്രോണിക്സ് കമ്പനികൾ വിയറ്റ്നാമിലേക്കും നിർമ്മിത വസ്തു കമ്പനികൾ തായ്‌ലന്റിലേക്കും ഇന്തോനേഷ്യയിലേക്കും വസ്ത്ര നിർമ്മാണകമ്പനികൾ ബംഗ്ലാദേശിലേക്കും പറിച്ചു നടപ്പെട്ടുകൊണ്ടിരിക്കുകയാണ്.

രണ്ട്, അടിസ്ഥാന സൗകര്യ വികസനത്തിൽ കനത്ത മുതൽമുടക്കിനായി ഒരുകൂട്ടം നടപടിക്രമങ്ങൾ സർക്കാരിന് വേണം. കൂടുതൽ തൊഴിൽ സാന്ദ്ര മേഖലകളായ വസ്ത്രനിർമ്മാണം, ഓട്ടോമൊബൈൽസ്, ഭവനമേഖല എന്നിവയിൽ കൂടുതൽ പ്രോത്സാഹനവും സൗജന്യങ്ങളും സർക്കാർ നല്കണം. കൂടുതൽ തൊഴിൽ സൃഷ്ടിക്കായി സൂക്ഷ്മ, ചെറുകിട, ഇടത്തരം സംരംഭങ്ങളെ പുനരുദ്ധരിപ്പിക്കണം.

മൂന്ന്, ഗ്രാമീണ വരുമാനത്തെയും ചോദനയേയും നേരിട്ട് വർദ്ധിപ്പിക്കുന്ന നടപടികൾ വേണം. മഹാത്മാഗാന്ധി ഗ്രാമീണ തൊഴിലുറപ്പ് പദ്ധതിക്ക് കൂടുതൽ വിഭവങ്ങൾ വകയിരുത്തണം. സംസ്ഥാന സർക്കാരുകളുമായി ചേർന്ന് പ്രധാനമന്ത്രി കിസാൻ പദ്ധതികൾ പോലുള്ളവയിലൂടെ ചെറുകിട - പരിമിത കർഷകർക്ക് കൂടുതൽ ധനസഹായം നല്കണം. സാമൂഹ്യക്ഷേമ മേഖലയിൽ, വിശിഷ്യാ പൊതുജനാരോഗ്യ - പൊതുവിദ്യാഭ്യാസ സൗകര്യങ്ങൾക്കായി മെച്ചപ്പെട്ട ധനവിഭവം നല്കണം.

മലർപ്പൊടിക്കാരന്റെ സ്വപ്നങ്ങൾ

തൊഴിൽ ലഭ്യതയിലൂന്നിയ ആഭ്യന്തര വളർച്ചയേയും ചോദനയേയും പുനരുദ്ധരിപ്പിക്കുന്ന ആത്മാർത്ഥ നടപടികൾക്ക് പകരം വ്യാജ സ്വപ്നങ്ങളാണ് സർക്കാർ പ്രഖ്യാപിക്കുന്നത്. ഉദാഹരണത്തിന് 2016 നും 2022 നുമിടയിൽ കർഷകരുടെ വരുമാനം ഇരട്ടിപ്പിക്കുമെന്നത്. നമ്മൾ കണ്ടതോ, കർഷകരുടെ ഉപഭോഗരീതികളിലെ തുടർച്ചയായ മുരടിപ്പ്. 2019 മുതലിലെ 5 വർഷങ്ങളിൽ 100 ലക്ഷം കോടി രൂപ, 20 ലക്ഷം കോടി രൂപ പ്രതിവർഷം അടിസ്ഥാന സൗകര്യ വികസന മേഖലയിൽ മുതൽമുടക്കുമെന്ന് കൊട്ടും കുരവയുമായി സർക്കാർ അവകാശവാദമുന്നയിച്ചിരുന്നു. പക്ഷേ, യാഥാർത്ഥ്യമോ, കഷ്ടിച്ച് ആദ്യവർഷം അതിന്റെ പത്തിലൊന്നുപോലും ഉണ്ടായില്ല.

ഇപ്പോൾ സർക്കാർ മറ്റൊരു വ്യാജ വാഗ്ദാനത്തിൽ അഭിരമിക്കുക

യാണ്. 2024 ൽ ഇന്ത്യ 5 ട്രില്യൺ ഡോളർ സമ്പദ് വ്യവസ്ഥയുള്ള ഒരു രാജ്യമായി മാറുമെന്ന്. അങ്ങനെ ആകുമെന്നുള്ള കാലിക ലക്ഷണ മൊന്നും കാണുന്നില്ല, യാഥാർത്ഥ്യമാകുകയാണെങ്കിൽ അതൊരു മഹാത്ഭുതമായിരിക്കും. കടുത്ത അസമത്വമാണ് സമൂഹത്തിൽ പടരുന്നത്. ആഭ്യന്തര മൊത്തം ഉല്പന്നത്തിന്റെ ഓരോ രൂപയുടെയും 66 പൈസ 10 ശതമാനം വരുന്ന മേൽത്തട്ടിലെ സമ്പന്ന കുടുംബങ്ങളിലേക്കും, 23 പൈസ അടുത്ത 40 ശതമാനം വരുന്ന മദ്ധ്യവർഗ്ഗ കുടുംബങ്ങളിലേക്കും വെറും 11 പൈസ മാത്രം 50 ശതമാനം വരുന്ന അടിത്തട്ടിലെ കുടുംബങ്ങളിലേക്കും പോകുന്ന രാജ്യമാണിത്. 5 ട്രില്യൺ ഡോളർ സമ്പദ് വ്യവസ്ഥയിലേക്ക് ആര് നമ്മുടെ രാജ്യത്തെ കൊണ്ടു പോകുമെന്നതാണ് നമ്മെ തുറിച്ചു നോക്കുന്ന പ്രശ്നം.

(ഹൈദരാബാദ് യൂണിവേഴ്സിറ്റിയിലെ സാമ്പത്തികശാസ്ത്ര മുൻ പ്രൊഫസറാണ് ഡി നരസിംഹ റെഡ്ഡി)

ദേശീയ വരുമാനത്തിൽ വികസിത - വികസ്വര രാജ്യങ്ങളിലെ തൊഴിലിന്റെ പങ്ക് കുറയുന്നു (UNCTAD Report)

1980 ൽ വികസിത രാജ്യങ്ങളുടെ ദേശീയ വരുമാനത്തിൽ തൊഴിലിന്റെ പങ്ക് 61.5% ആയിരുന്നെങ്കിൽ 2018 ൽ അത് 54% ആയി കുറഞ്ഞു. വികസ്വര രാജ്യങ്ങളിൽ അത് 1990 ൽ 52.5% ആയിരുന്നത് 2018 ൽ 50% ആയി താണു. 2006 ലായിരുന്നു ഇത് ഏറ്റവും കുറവ് രേഖപ്പെടുത്തിയത്. 48% ഈ കാലയളവിൽ മൊത്തം ആഭ്യന്തര വരുമാനത്തിന്റെ (GDP) 10% തൊഴിലാളികളിൽനിന്നും മുതലാളിമാരിലേക്കു മാറ്റപ്പെട്ടു. (Trade and Development Report 2019)

വേതനത്തിൽ വരുത്തിയ വെട്ടിക്കുറവും സ്വകാര്യ മൂലധനത്തെ ആകർഷിക്കാനായി തൊഴിൽ കമ്പോളത്തിലെ നിയന്ത്രണങ്ങൾ എടുത്തുമാറ്റിയതും ഇതിനു കാരണമായിട്ടുണ്ട്.

ആ റിപ്പോർട്ടിൽ അടിവരയിടുന്ന മറ്റൊരു കാര്യം, ജീവിത നിലവാരത്തിൽ ഉണ്ടാകുന്ന വളർച്ചയ്ക്കനുസരിച്ച് കൂലിയിൽ വർദ്ധനവുണ്ടാകുന്നില്ല എന്നതാണ്. അതേസമയം കോർപ്പറേറ്റുകളുടെ ലാഭ വിഹിതത്തിൽ വൻവർദ്ധന രേഖപ്പെടുത്തുന്നു. ജീവിത നിലവാരത്തിൽ ഉണ്ടാകുന്ന ഇടിവ് ഉല്പാദനക്ഷമതയുടെ കുറവിലേക്കും സാമൂഹ്യ സുരക്ഷിതത്വത്തിന്റെ കുറവിലേക്കും കമ്പോള കേന്ദ്രീകൃത ജീവിതത്തിലേക്കും ആഗോള മൂല്യ ശൃംഖലകൾ വഴി പുറം തൊഴിൽ നല്കലിലേക്കും നയിക്കുന്നു (UNCTAD).

വികസ്വര രാജ്യങ്ങളിലാകട്ടെ തൊഴിൽ കമ്പോള ഉദാരവല്ക്കരണം വഴി സ്ഥിരവും സർക്കാർ നിയന്ത്രിതവുമായ തൊഴിൽ സാദ്ധ്യതകൾ മങ്ങി. ഇത് തൊഴിലാളികളുടെ വിലപേശൽ ശക്തികുറച്ചു. കുടുംബ ആവശ്യങ്ങൾക്കായി പണം കടം വാങ്ങേണ്ട അവസ്ഥ സംജാതമാകുന്നു. ഇതെല്ലാം ആത്യന്തികമായി ചോദനയിൽ വൻകുറവുണ്ടാക്കുകയും കമ്പോളമാന്ദ്യം സംജാതമാവുകയും ചെയ്യും.

തൊഴിൽ പങ്കാളിത്തക്കുറവ്, പൊതു ചെലവിന്റെ വെട്ടിച്ചുരുക്കൽ, ഉല്പാദന മേഖലയിലെ നിക്ഷേപക്കുറവ് കാർബണിക വാതകങ്ങളുടെ ബഹിർഗ്ഗമനം എന്നിവമൂലം സുസ്ഥിര വികസന ലക്ഷ്യം കൈവരിക്കാനാവുന്നില്ല. ആഗോള സമ്പദ് വ്യവസ്ഥയുടെ പുനരുജ്ജീവനത്തിനുള്ള തടസ്സമായി ഘടനാപരമായ വെല്ലുവിളികൾ നിലകൊള്ളുന്നു. വെല്ലുവിളികളെ അഭിമുഖീകരിക്കുന്നതിനുപകരം തൊഴിൽ വെട്ടിക്കുറച്ചും സാമ്പത്തിക പരിഷ്കാരങ്ങൾ ഏർപ്പെടുത്തിയും തെറ്റായ നയങ്ങൾ നടപ്പിലാക്കുന്നു.

മാന്ദ്യം എന്തുകൊണ്ട്? എന്താണ് ബദൽ?

എം ബി രാജേഷ്

ഇന്ത്യൻ സമ്പദ് വ്യവസ്ഥയിൽനിന്ന് നല്ല വാർത്തകളൊന്നും വരാതായിട്ട് കാലം കുറച്ചായിരിക്കുന്നു. അടുത്ത കാലത്താണെങ്കിൽ ദിനേനയെന്നോണം അശുഭ വാർത്തകൾ വന്നുകൊണ്ടിരിക്കുകയുമാണ്. സമ്പദ്ഘടന മാന്ദ്യത്തിലേക്ക് പതിക്കുകയാണ് എന്ന ഭീതി ശരിവെച്ചു കൊണ്ട് സെപ്തംബർ 30 ന് അവസാനിച്ച തുർച്ചയായ ആറാമത്തെ പാദത്തിലും വളർച്ച ഇടിഞ്ഞതിന്റെ വാർത്തയാണ് ഒടുവിൽ വന്നിരിക്കുന്നത്. ഈ പാദത്തിൽ രേഖപ്പെടുത്തിയ ആഭ്യന്തര സാമ്പത്തിക ഉൽപ്പാദന (ജി ഡി പി) വളർച്ചാ നിരക്കായ 4.5 ശതമാനം 2012 നു ശേഷമുള്ള ഏറ്റവും കുറഞ്ഞ നിരക്കാണ്. ഒന്നര വർഷം മുമ്പുണ്ടായിരുന്ന 8 ശതമാനത്തിൽ നിന്നാണ് വളർച്ചാ നിരക്ക് ഇടിഞ്ഞ് പാതിയിൽ എത്തി നിൽക്കുന്നത്. മോദി സർക്കാർ അധികാരത്തിൽ വന്നയുടൻ ജി ഡി പി വളർച്ചാ നിരക്ക് കണക്കാക്കുന്നതിന്റെ മാനദണ്ഡങ്ങളിൽ വിവാദമായ മാറ്റം വരുത്തിയ ശേഷമുള്ളതാണ് ഈ കണക്കുകൾ എന്ന് പ്രത്യേകം ഓർക്കണം. ജി ഡി പി വളർച്ച കണക്കാക്കുന്നതിന്റെ അടിസ്ഥാന വർഷം, രീതി ശാസ്ത്രം എന്നിവയിൽ വരുത്തിയ മാറ്റങ്ങളെ നിരവധി സാമ്പത്തിക ശാസ്ത്രജ്ഞരും വിവിധ അന്താരാഷ്ട്ര ഏജൻസികളുമെല്ലാം ചോദ്യം ചെയ്തിട്ടുള്ളതാണ്.. ഒന്നാം മോദി സർക്കാരിന്റെ മുഖ്യ സാമ്പത്തിക ഉപദേഷ്ടാവായിരുന്ന അരവിന്ദ് സുബ്രഹ്മണ്യം തന്നെ ഹാർവാർഡ് യൂണിവേഴ്സിറ്റിയിൽ അവതരിപ്പിച്ച പ്രബന്ധത്തിൽ ഇന്ത്യയിലെ ജി ഡി പി വളർച്ചാ കണക്കുകൾ ചുരുങ്ങിയത് 2.5 ശതമാനമെങ്കിലും പെരുപ്പിച്ചു കാണിക്കുന്നതാണ് എന്ന് വെളിപ്പെടുത്തിയിരുന്നു. ആ വസ്തുത കൂടി പരിഗണിച്ചാൽ സമ്പദ്ഘടനയുടെ ഇപ്പോഴത്തെ സ്ഥിതി അങ്ങേയറ്റം പരിതാപകരമാണ് എന്നതാണ് സത്യം. രാജ്യം എഴുപതു വർഷത്തിനിടയിലെ

ഏറ്റവും വലിയ സാമ്പത്തിക പ്രതിസന്ധിയെയാണ് അഭിമുഖീകരിക്കുന്നത് എന്ന നീതി ആയോഗ് വൈസ് ചെയർമാൻ രാജീവ് കുമാറിന്റെ തുറന്നു പറച്ചിലും ഇതോട് ചേർത്തു വായിക്കാവുന്നതാണ്.അന്താരാഷ്ട്ര സ്ഥാപനങ്ങളും ഏജൻസികളും മുതൽ വിവിധ ഇന്ത്യൻ ഏജൻസികൾ വരെ നടപ്പു വർഷത്തെ ഇന്ത്യയുടെ വളർച്ചാ പ്രവചനങ്ങൾ നേരത്തേയുള്ളതിൽ നിന്ന് വെട്ടിക്കുറച്ചിരിക്കുന്നു. ഐ എം എഫ്, ലോകബാങ്ക്, ഒ ഇ സി ഡി, ഏ ഡി ബി, മൂഡീസ്, എസ് ആന്റ് പി, ആർ ബി ഐ എന്നിവയെല്ലാം വളർച്ച നേരത്തേ പ്രതീക്ഷച്ചതിനേക്കാൾ കുറയുമെന്ന അശുഭ പ്രവചനം നടത്തിയവയിൽ ഉൾപ്പെടുന്നു.

സർവ്വത്ര കുഴപ്പം

സാമ്പത്തിക സൂചകങ്ങളൊന്നു പോലും ശുഭപ്രതീക്ഷയ്ക്ക് വക നല്കുന്നില്ല. അടിസ്ഥാന വ്യവസായങ്ങളിൽ 14 വർഷത്തിനിടയിലെ ഏറ്റവും വലിയ ഇടിവാണുണ്ടായിരിക്കുന്നത്. വ്യവസായ ഉല്പാദന സൂചികയെടുത്താൽ 8 വർഷത്തിൽ ഏറ്റവും കുറവാണ്. വൈദ്യുതി ഉപഭോഗം 12 വർഷത്തിനിടയിലെ ഏറ്റവും കുറഞ്ഞ നിലയിലാണ്. തൊഴിലില്ലായ്മയും സ്വകാര്യ ഉപഭോഗവും പതിറ്റാണ്ടുകൾക്കിടയിലെ ഏറ്റവും മോശം നിലയിലെത്തി. നിക്ഷേപ നിരക്കും ഏതാനും വർഷങ്ങൾക്കിടയിലെ ഏറ്റവും താഴ്ന്ന നിലയിലാണ്. വ്യവസായങ്ങൾക്കുള്ള വായ്പാ വളർച്ചാ നിരക്ക് 2.7 ശതമാനത്തിൽ 12 മാസത്തിൽ ഏറ്റവും കുറവാണ്. സേവന മേഖലയിലെ വായ്പാ വളർച്ചാ നിരക്ക് ഒരു വർഷത്തിനിടയിൽ 20 ൽ നിന്ന് വെറും 7.3 ശതമാനത്തിലെത്തിയിരിക്കുന്നു. സർക്കാർ ഏറെ കൊട്ടിഘോഷിച്ചു കൊണ്ടിരുന്ന പ്രത്യക്ഷ വിദേശ നിക്ഷേപം (എഫ് ഡി ഐ) ഒരു ദശകം മുമ്പ് ജി ഡി പി യുടെ 3.4 ആയിരുന്നത് ഇന്ന് 2.3 ശതമാനമായി കുറഞ്ഞു. രൂപയുടെ മൂല്യശോഷണം സർവ്വകാല റെക്കോഡ് കൈവരിച്ചത് മോദി ഭരണത്തിലാണ്. എന്നിട്ടും കയറ്റുമതി കുറഞ്ഞു. കയറ്റുമതിയിൽ ഒരിക്കൽ ആഗോളതലത്തിൽ ഇന്ത്യയുടെ സ്ഥാനം 10 ആയിരുന്നെങ്കിൽ ഇന്നത് 33 ആയി താഴ്ന്നിരിക്കുന്നു. ബാങ്കുകളുടെ കിട്ടാക്കടത്തിൽ സർവ്വകാല ഉയർച്ച ഉണ്ടായതും ഈ സർക്കാരിന് കീഴിൽ. ഡിജിറ്റൽ ഇന്ത്യയെക്കുറിച്ചുള്ള വാചകക്കസർത്തുകൾക്കിടയിലും വിവര വിനിമയ സാങ്കേതിക വിദ്യകൾ അവലംബിക്കുന്നതിലെ പിന്നാക്കാവസ്ഥ കാരണം ആഗോള മൽസരക്ഷമതാ സൂചികയിൽ ഇന്ത്യ 10 സ്ഥാനം താഴേക്കുപോയി. ലോകത്ത് ഏറ്റവും വേഗത്തിൽ വളരുന്ന സമ്പദ് വ്യവസ്ഥ, അഞ്ച് ലക്ഷം കോടി ഡോളറിന്റെ സമ്പദ് വ്യവസ്ഥ എന്നിങ്ങനെയുള്ള പൊങ്ങച്ചങ്ങളെല്ലാം പൊളിഞ്ഞു. ജി ഡി പി വളർച്ചാ നിരക്കിന്റെ കാര്യത്തിൽ അയൽക്കാരായ ബംഗ്ലാദേശും നേപ്പാളും ഇന്ത്യയെ പിന്നിലാക്കി കഴിഞ്ഞിരിക്കുന്നു. 2024 ആകുമ്പോഴേക്കും 5 ലക്ഷം കോടി ഡോളറിന്റെ അടുത്തൊന്നും എത്താൻ പോകുന്നില്ലെന്നും വ്യക്തമായിരിക്കുന്നു.

എന്നാൽ ഈ യാഥാർത്ഥ്യത്തെ വിതണ്ഡവാദങ്ങൾ കൊണ്ട് മറയ്

ക്കാനുള്ള പാഴ്ശ്രമത്തിലാണ് കേന്ദ്രസർക്കാർ ഇപ്പോഴുമുള്ളത്. സർക്കാർ ഏജൻസികളുടെ തന്നെ സ്ഥിതിവിവരക്കണക്കുകളേക്കാൾ സ്വയം ന്യായീകരിക്കാൻ ജനപ്രിയ സിനിമകളുടെ കളക്ഷൻ സംബന്ധിച്ച പത്രവാർത്തകളെ ആശ്രയിക്കുന്നിടത്തോളം സർക്കാർ അധഃപതിച്ചിരിക്കുന്നു. കേന്ദ്രധനമന്ത്രിയാവട്ടെ വാഹന വില്പന തുടർച്ചയായി കുറയുന്നതിന്റെ കാരണം ചെറുപ്പക്കാർ യൂബറും ഒലേയുമൊക്കെ ഉപയോഗിക്കുന്നതാണ് എന്ന വാദമുയർത്തി പരിഹാസ്യയാവുന്നു.

പ്രതിസന്ധിയുടെ സ്വഭാവം

രാജ്യത്തിന്റെ ജി ഡി പിയുടെ 60 ശതമാനത്തോളം സ്വകാര്യ ഉപഭോഗത്തിന്റെ സംഭാവനയാണ്. സ്വകാര്യ ഉപഭോഗത്തിലുണ്ടായ ഗണ്യമായ ഇടിവിന്റെ ഫലമാണ് ഇപ്പോഴത്തെ പ്രതിസന്ധി. ജനങ്ങളുടെ വാങ്ങൽ കഴിവ് ശോഷിച്ചതാണ് ഉപഭോഗം കുറയാൻ കാരണം. കാറുകൾ, ഇരുചക്രവാഹനങ്ങൾ, ട്രാക്ടറുകൾ, അപ്പാർട്ട്മെന്റുകൾ, ടൂത്ത് പേസ്റ്റ്, സോപ്പ് തുടങ്ങിയ ഉപഭോഗവസ്തുക്കൾ, അടിവസ്ത്രങ്ങളടക്കമുള്ള തുണിത്തരങ്ങൾ, വെറും 5 രൂപ വിലയുള്ള ബിസ്കറ്റ് പാക്കറ്റ് എന്നിവയുടെയെല്ലാം വില്പന ഇടിഞ്ഞിരിക്കുന്നു എന്ന വസ്തുത വാങ്ങൽ കഴിവ് എത്രത്തോളം ശോഷിച്ചു എന്നതിന്റെ തെളിവാണ്. സ്വകാര്യ ഉപഭോഗ ചെലവുകളിൽ നാലു പതിറ്റാണ്ടിൽ ആദ്യമായി കുറവുണ്ടായി എന്ന നാഷണൽ സ്റ്റാറ്റിസ്റ്റിക്കൽ ഓർഗനൈസേഷന്റെ സർവ്വേ റിപ്പോർട്ട് ജനങ്ങളുടെ വാങ്ങൽ കഴിവ് സാരമായി ശോഷിച്ചു എന്ന വസ്തുതയ്ക്ക് ആവർത്തിച്ച് അടിവരയിടുന്നു. ഗാർഹിക ഉപഭോഗ ചെലവുകൾ, അതായത് ഒരാൾ പ്രതിമാസം ചെലവഴിക്കുന്ന ശരാശരി ഉപഭോഗാവശ്യങ്ങൾക്കുള്ള ചെലവ് 2011-12 നും 2017-18 നും ഇടയിൽ 3.7 ശതമാനം കുറഞ്ഞു. 2011-12 ൽ ഇത് 1501 രൂപയായിരുന്നെങ്കിൽ 2017-18 ൽ 1446 രൂപയായിട്ടാണ് ചെലവഴിക്കുന്ന തുക കുറഞ്ഞത് ഇതിന്റെ പ്രധാന കാരണം രാജ്യത്തെ ഗ്രാമീണ മേഖലയിലെ ഉപഭോഗ ചെലവുകളിൽ കുത്തനെ ഇടിവുണ്ടായതാണ്. ഭക്ഷണത്തിന് ചെലവഴിക്കുന്ന തുകയിൽ പോലും കുറവുണ്ടായിട്ടുണ്ട് എന്ന കണ്ടെത്തൽ ഞെട്ടിപ്പിക്കുന്നതാണ്. ഉപഭോഗ ചെലവ് കുറയുമ്പോൾ തന്നെ സമ്പാദ്യ നിരക്കും കുറയുകയാണ്. 2011-12 ൽ ഗാർഹിക സമ്പാദ്യ നിരക്ക് 23.6 ശതമാനമായിരുന്നത് 2017-18 ൽ 17.2 ശതമാനമായിട്ടാണ് കുറഞ്ഞത്. ജനങ്ങളുടെ, പ്രത്യേകിച്ച് ഗ്രാമീണ ജനതയുടെ ജീവിത നിലവാരം പഴയതിനേക്കാൾ മോശമായി എന്നർത്ഥം. എന്നാൽ, കയ്പുള്ള സത്യം കണ്ടെത്തിയ ഈ സർവ്വേ പ്രസിദ്ധീകരിക്കേണ്ടെന്നാണ് ഇപ്പോൾ മോദി സർക്കാർ തീരുമാനിച്ചിരിക്കുന്നത്. ഡേറ്റ ഗുണമേന്മ കുറഞ്ഞതാണ് എന്നതാണ് പ്രസിദ്ധീകരിക്കാതിരിക്കാൻ പുറത്തു പറയുന്ന ന്യായം. സ്വന്തം ഉടമസ്ഥതയിലുള്ള പ്രൊഫഷണൽ ഏജൻസിയുടെ ഡേറ്റയേക്കാൾ സമ്പദ് വ്യവസ്ഥയെ സംബന്ധിച്ച് ഈ സർക്കാർ ആധികാരികമായി കണക്കാക്കുന്നത് സിനിമയുടെ വരുമാന

ക്കണക്കാണ് എന്നത് എത്ര പരിഹാസ്യമാണ്.

എന്താണ് കാരണം?

ജനങ്ങളുടെ വാങ്ങൽ കഴിവിലെ തകർച്ചയ്ക്ക് ഇടയാക്കിയ കാരണങ്ങൾ എന്തെല്ലാമാണ്? നോട്ടു നിരോധനവും ജി എസ് ടിയും മാത്രമാണോ? നോട്ട് നിരോധനവും ജി എസ് ടിയും സമ്പദ് സ്ഥിതി വഷളാക്കിയ മാരകപ്രഹരങ്ങളായിരുന്നു എന്നതിൽ സംശയമില്ല. എന്നാൽ ജനങ്ങളുടെ വാങ്ങൽ കഴിവിലെ തകർച്ചയ്ക്കിടയാക്കിയ അടിസ്ഥാന കാരണം നവ ഉദാര സാമ്പത്തിക നയങ്ങളാണ് എന്ന് കാണാതിരിക്കരുത്. നവ ഉദാരവല്ക്കരണം തൊഴിലാളികളും കർഷകരും ഉൾപ്പെടെയുള്ള സാധാരണ ജനങ്ങളിൽനിന്ന് വരുമാനവും സമ്പത്തും സമ്പന്നവർഗ്ഗങ്ങളിലേക്ക് കൈമാറ്റം ചെയ്യുന്ന പ്രക്രിയ ശക്തിപ്പെടുത്തി. ഐ എൽ ഒയുടെ 2018 ലെ റിപ്പോർട്ടനുസരിച്ച് ഇന്ത്യയിൽ തൊഴിലാളികളുടെ വേതനത്തേക്കാൾ വേഗത്തിൽ അവരുടെ ശരാശരി ഉല്പാദനക്ഷമത വർദ്ധിച്ചിട്ടുണ്ട്. ഉദാരവല്ക്കരണം ആരംഭിക്കുന്നതിന് ഒരു ദശകം മുമ്പ്, 1981 ൽ ഇന്ത്യയുടെ ജി ഡി പിയിൽ വേതനത്തിന്റെ വിഹിതം 38.5 ശതമാനമായിരുന്നത് 2013 ൽ 35.4 ശതമാനമായി കുറഞ്ഞു. അതേസമയം ജി ഡി പി യിലെ ലാഭത്തിന്റെ വിഹിതം കൂടുകയും ചെയ്തു. നവ ഉദാര നയങ്ങളുടെ യഥാർത്ഥ ഗുണഭോക്താക്കൾ ആരാണെന്നും വരുമാനം ആരിലാണ് കേന്ദ്രീകരിച്ചത് എന്നും ഇതിൽനിന്ന് വ്യക്തമാണല്ലോ. സമ്പന്നരുടെ വരുമാനവും ആസ്തിയും വൻതോതിൽ വർദ്ധിച്ചത് അസമത്വത്തിന്റെ ആഴം കൂട്ടി. ഓക്സ്ഫാമിന്റെ ആഗോള അസമത്വ റിപ്പോർട്ടനുസരിച്ച് 2017 ൽ ഇന്ത്യയിൽ ഉല്പാദിപ്പിച്ച സ്വത്തിന്റെ 73 ശതമാനവും ജനസംഖ്യയിൽ ഒരു ശതമാനം പേരാണ് സ്വന്തമാക്കിയത്. ജനസംഖ്യയിലെ 67 ശതമാനം പേർക്ക് ലഭിച്ച സ്വത്ത് കേവലം ഒരു ശതമാനം മാത്രമാണ്. ഇന്ത്യയിൽ മിനിമം കൂലി കിട്ടുന്ന ഒരു തൊഴിലാളിക്ക് കോർപ്പറേറ്റ് സ്ഥാപനത്തിലെ ഒരു ഉയർന്ന എക്സിക്യുട്ടീവിന് കിട്ടുന്ന വാർഷിക വരുമാനം ലഭിക്കണമെങ്കിൽ ആ തൊഴിലാളി 967 കൊല്ലം പണിയെടുക്കണം എന്ന ഓക്സ്ഫാം റിപ്പോർട്ടിലെ താരതമ്യം അസമത്വത്തിന്റെ വ്യാപ്തിയാണ് കാണിക്കുന്നത്. ഇങ്ങനെ വരുമാനവും സ്വത്തും സമ്പന്നരിൽ അമിതമായി കേന്ദ്രീകരിക്കുമ്പോൾ മഹാഭൂരിപക്ഷം ജനങ്ങളുടെ വാങ്ങൽ കഴിവും സമ്പദ്ഘടനയിലെ മൊത്തം ഡിമാന്റും സ്വാഭാവികമായും കുറയുകയും തല്ഫലമായ പ്രതിസന്ധി രൂപപ്പെടുകയും ചെയ്തു.

കാൽ നൂറ്റാണ്ടായി നടപ്പിലാക്കുന്ന നവ ഉദാര നയങ്ങൾ കൂടുതൽ ശക്തമായി പ്രയോഗിച്ച മോദി സർക്കാരിന്റെ കാലത്ത് ഈ പ്രതിസന്ധിയുടെ തീവ്രത ഏറി വന്നു. നേരത്തേ തന്നെ രൂപപ്പെട്ടിരുന്ന കാർഷിക പ്രതിസന്ധി വഷളായതോടെ ഗ്രാമീണ ജീവിതത്തകർച്ച അതീവ ഗുരുതരമായി വളർന്നു. ജനസംഖ്യയിൽ കൃഷിയെ ആശ്രയിച്ച് ജീവിക്കു

ന്നവരുടെ യഥാർത്ഥ പ്രതിശീർഷ വരുമാനത്തിൽ 2013-14 നും 2017-18 നും ഇടയിൽ ഇടിവുണ്ടായി. 2014-15, 2015-16 വർഷങ്ങളിൽ കടുത്ത വരൾച്ച കാർഷികോല്പാദനത്തെ ബാധിച്ചിട്ടു പോലും ആ സാഹചര്യം നേരിടാൻ മോദി സർക്കാർ കാർഷിക മേഖലയ്ക്കുള്ള ബഡ്ജറ്റ് വിഹിതം കാര്യമായി വർദ്ധിപ്പിക്കാൻ തയ്യാറായിരുന്നില്ല. ഉല്പാദന ചെലവും അതിന്റെ പകുതിയും ചേർത്ത താങ്ങുവില എന്ന വാഗ്ദാനവും നിറവേറ്റിയില്ല. കാർഷികോല്പന്ന വിലയിടിവ് കൃഷിക്കാർ അഭിമുഖീകരിച്ചു കൊണ്ടിരുന്നതിനൊപ്പം നോട്ട് റദ്ദാക്കലിന്റെ ആഘാതം കൂടിയായപ്പോൾ കാർഷിക പ്രതിസന്ധി അഗാധമായി. ഇതിന്റെ ഫലമായി ഗ്രാമീണ മേഖലയിലെ വേതന വളർച്ചാ നിരക്ക് താഴേക്ക് പതിച്ചു. 2013-14 ൽ ഗ്രാമീണ വേതന വളർച്ചാ നിരക്ക് 27.7 ശതമാനത്തിൽനിന്ന് ഇപ്പോൾ വെറും 5 ശതമാനത്തിലെത്തിയിരിക്കുന്നു. ഗ്രാമീണ മേഖലയിലെ യഥാർത്ഥ വേതനനിരക്ക് നെഗറ്റീവാണ് എന്ന് റിസർവ്വ് ബാങ്കിന്റെ പഠനം കണ്ടെത്തിയിട്ടുണ്ട്.

സ്ഫോടനാത്മകമായ തൊഴിലില്ലായ്മ

കാർഷികഗ്രാമീണ മേഖലയിലെ തകർച്ച വ്യവസായങ്ങളേയും നഗരജീവിതത്തേയും ബാധിച്ചു. തൊഴിലില്ലായ്മ പെരുകി വന്നു. ഇത് നഗര മേഖലയിലെ വേതന വളർച്ചാ നിരക്കിലും സാരമായ കുറവിന് കാരണമായി. 2010-11ൽ നഗരങ്ങളിലെ വേതന വളർച്ചാ നിരക്ക് 20.5 ശതമാനമായിരുന്നത് 2018-19ൽ ഒറ്റ അക്കത്തിലേക്ക് താഴ്ന്നതായി എസ് ബി ഐയുടെ പഠനം പറയുന്നു. ഇതോടൊപ്പം ഔപചാരിക അനൗപചാരിക മേഖലകൾ തമ്മിൽ വേതനത്തിൽ സാരമായ അന്തരവും വളർന്നു വന്നു. 2015-16 ലെ ഇക്കണോമിക് സർവ്വേ അനുസരിച്ച് ഔപചാരിക മേഖലയിലെ വേതനം അനൗപചാരിക മേഖലയിലേതിനേക്കാൾ ഇരുപതിരട്ടി കൂടുതലാണ്. ഇന്ത്യയിലെ തൊഴിലാളികളിൽ മഹാഭൂരിപക്ഷവും അനൗപചാരിക മേഖലയിലാണെന്ന് ഓർക്കണം. നോട്ട് നിരോധനവും ജി എസ് ടി യും ചെറുകിട ഉൽപ്പാദനം, കച്ചവടം, അനൗപചാരിക മേഖല എന്നിവയുടെ നട്ടെല്ലൊടിച്ചപ്പോൾ തൊഴിലില്ലായ്മ ഭയാനകമാം വിധം പെരുകി. നാഷണൽ സാംപിൾ സർവ്വേ ഓർഗനൈസേഷന്റെ 2019 ഫെബ്രുവരിയിലെ പി എൽ എഫ് സർവ്വേ കണ്ടെത്തിയത് രാജ്യത്തെ തൊഴിലില്ലായ്മ നാല്പത്തിയഞ്ച് വർഷത്തെ ഏറ്റവും ഉയർന്ന നിരക്കിലാണെന്നാണ്. നോട്ട് റദ്ദാക്കലിനെ തുടർന്ന് 2017-18 ൽ മാത്രം 11 ദശലക്ഷം തൊഴിൽ നഷ്ടപ്പെട്ടു എന്ന് സി എം ഐ ഇ പഠനം കണ്ടെത്തുകയുണ്ടായി. ഇവരുടെ പുതിയ പഠനമനുസരിച്ച് 2019 സെപ്തംബറിലെ 7.2 ൽ നിന്ന് തൊഴിലില്ലായ്മാ നിരക്ക് ഒക്ടോബറിൽ 8:5 ശതമാനത്തിലേക്ക് വീണ്ടുമുയർന്നിരിക്കുന്നു. തൊഴിലെടുക്കാവുന്ന പ്രായത്തിലുള്ളവരിൽ പകുതിയിലേറെ തൊഴിൽ സേനയ്ക്ക് പുറത്താണുള്ളത് എന്ന് തൊഴിൽ സേനയിലെ പങ്കാളിത്ത നിരക്ക് തെളിയിക്കുന്നു. പ്രതിവർഷം രണ്ടു കോടി

തൊഴിലവസരങ്ങൾ വാഗ്ദാനം ചെയ്ത് അധികാരത്തിലേറിയവരുടെ നയങ്ങളുടെ ഫലമായി 15-29 പ്രായപരിധിയിൽ ഉൾപ്പെട്ട 11.56 കോടി ചെറുപ്പക്കാർ 2017-18 ൽ തൊഴിൽരഹിതരായിരിക്കുന്നു. മുദ്ര വായ്പകളിലൂടെ തൊഴിലവസരങ്ങൾ സൃഷ്ടിച്ചു എന്ന സർക്കാർ അവകാശവാദം പൊള്ളയാണെന്ന് തെളിയിക്കുന്നതാണ് മുദ്ര വായ്പകളുടെ കിട്ടാക്കടത്തിൽ 2018-19 ൽ 126 ശതമാനം വർദ്ധനയുണ്ടായത്.. ഉദാരവല്ക്കരണം മൻമോഹൻ കാലത്തെ തൊഴിൽ രഹിത വളർച്ചയിൽനിന്ന് മോദിക്കാലത്ത് തൊഴിലും വളർച്ചയുമില്ലാത്ത സ്ഥിതിയിലേക്കാണ് രാജ്യത്തെ നയിച്ചിരിക്കുന്നത്. തൊഴിലും വരുമാനവും ഇല്ലാതായതാണ് ജനങ്ങളുടെ വാങ്ങൽ കഴിവ് ശോഷിപ്പിച്ച് മാന്ദ്യത്തിലേക്ക് സമ്പദ്ഘടനയെ തള്ളിവിട്ടത്.

കേന്ദ്രത്തിന്റെ വ്യാജ ചികിത്സ

ഇപ്പോഴത്തെ പ്രതിസന്ധിയുടെ മുഖ്യ കാരണം ജനങ്ങളുടെ വാങ്ങൽ കഴിവും ഡിമാന്റും കുത്തനെ കുറഞ്ഞതാണ് എന്ന് വ്യക്തമായാൽ അതിനനുസരിച്ച നയപരമായ നടപടികളിലൂടെ പ്രശ്ന പരിഹാരത്തിനാണ് സർക്കാർ ശ്രമിക്കേണ്ടിയിരുന്നത്. എന്നാൽ രോഗ നിർണ്ണയത്തിനനുസരിച്ചല്ല മോദി സർക്കാർ നടത്തുന്ന ചികിത്സ. മാന്ദ്യമില്ലെന്ന് ആവർത്തിച്ചു കൊണ്ടിരിക്കുന്നതിനിടയിൽ തന്നെയാണ് അസാധാരണമായ നിലയിൽ, ഒരു മാസത്തിനിടെ അഞ്ച് പാക്കേജുകൾ കേന്ദ്ര ധനമന്ത്രി പ്രഖ്യാപിക്കുകയുണ്ടായത്. അതും ജൂലായിലെ ബഡ്ജറ്റിന് തൊട്ടുപിന്നാലെ. ഈ പാക്കേജുകൾ അതു കൊണ്ടു തന്നെ മിനി ബഡ്ജറ്റ് എന്ന് വിശേഷിപ്പിക്കപ്പെട്ടു.

ഈ പാക്കേജുകളുടെ സാമ്പത്തിക യുക്തി, പലിശ നിരക്ക് കുറച്ച് ബാങ്ക് വായ്പകൾ കൂടുതൽ ലഭ്യമാക്കിയും നികുതിയിളവുകൾ നല്കി കോർപ്പറേറ്റുകൾക്ക് കൂടുതൽ ലാഭവും മുതൽ മുടക്കാനുള്ള ശേഷിയും വർദ്ധിപ്പിച്ചും സമ്പദ്ഘടനയെ ഉത്തേജിപ്പിക്കുക എന്നതായിരുന്നു. പലിശ നിരക്ക് നടപ്പു സാമ്പത്തിക വർഷത്തിൽ അഞ്ചു തവണയായി 1.35 ശതമാനം കുറയ്ക്കുകയുണ്ടായി. കോർപ്പറേറ്റ് നികുതി നിരക്കാവട്ടെ 30 ൽ നിന്ന് 22 ശതമാനമായാണ് കുറച്ചത്. കോർപ്പറേറ്റ് നികുതിയിളവുകളുടെ ഫലമായി കേന്ദ്രത്തിന് 1.45 ലക്ഷം കോടി രൂപയുടെ നഷ്ടം (കോർപ്പറേറ്റുകൾക്ക് അത്രയും തന്നെ ലാഭമെന്നുമർത്ഥം) ഉണ്ടാവുമെന്ന് പറഞ്ഞത് കേന്ദ്ര ധനമന്ത്രി തന്നെയാണ്. നികുതിയിളവിനെ ആവേശപൂർവ്വം സ്വാഗതം ചെയ്തുകൊണ്ട് ഒരു കോർപ്പറേറ്റ് സി ഇ ഒ ട്വീറ്റ് ചെയ്തത് ഇത്തവണ ദീപാവലി നേരത്തേ എത്തി എന്നായിരുന്നു. എന്നാൽ ഈ നടപടികൾ കൊണ്ടൊന്നും നിക്ഷേപത്തിലോ സമ്പദ്ഘടനയുടെ ഇതര മേഖലകളിലോ ഉണർവ്വിന്റെ ലക്ഷണങ്ങളൊന്നുമുണ്ടായിട്ടില്ല. പലിശ കുറച്ചിട്ടും വായ്പയെടുത്ത് മുതലാളിമാർ മുതൽമുടക്കാത്തതിന് കാരണം ജനങ്ങളുടെ വാങ്ങൽ കഴിവും ഡിമാന്റും വർദ്ധിക്കാത്തതുകൊണ്ട് മുതൽ

മുടക്കിയാലും ലാഭം കിട്ടുമെന്ന വിശ്വാസം അവർക്കില്ലാത്തതാണ്. കുറഞ്ഞ പലിശയല്ല ലാഭം കിട്ടുമെന്ന വിശ്വാസമാണ് മുതൽ മുടക്കിനെ സ്വാധീനിക്കുന്ന ഘടകം. ഈ വിശ്വാസം ഇല്ലാത്തതുകൊണ്ടു തന്നെ യാണ് കോർപ്പറേറ്റുകൾ നികുതിയിളവിന്റെ വൻ നേട്ടം കിട്ടിയിട്ടും മുതൽ മുടക്കാൻ തുനിയാത്തത്. ഈ നേട്ടം പണമായുള്ള നിക്ഷേപങ്ങളി ലൂടെയും മറ്റും സൂക്ഷിക്കാനാണ് അവർക്ക് കൂടുതൽ താല്പര്യമുണ്ടാ വുക എന്ന് പല സാമ്പത്തിക ശാസ്ത്രജ്ഞരും ചൂണ്ടിക്കാണിക്കുന്നു.

കോർപ്പറേറ്റ് നികുതിയിളവ് പോലുള്ള നടപടികൾ ഗുണം ചെയ്യി ല്ലെന്ന് മാത്രമല്ല വിപരീത ഫലമുളവാക്കുകയും ചെയ്യും. മാന്ദ്യത്തിന്റെ ഫലമായി ജി എസ് ടി വരുമാനത്തിലുണ്ടായ വൻ ഇടിവിനൊപ്പം നികുതിയിളവിന്റെ ഫലമായുണ്ടാകുന്ന ഭീമമായ നഷ്ടം കൂടിയാവുമ്പോൾ സമ്പദ്ഘടനയിൽ ഇടപെടാനുള്ള സർക്കാരിന്റെ ശേഷി കുറയുകയാണ് സംഭവിക്കുക. സർക്കാർ പൊതുനിക്ഷേപവും ക്ഷേമച്ചെലവുകളും വർ ദ്ധിപ്പിച്ച് ജനങ്ങളുടെ വാങ്ങൽ കഴിവ് കൂട്ടാനുള്ള സാദ്ധ്യതകളെ തീർത്തും ഇല്ലാതാക്കും. നടപ്പുവർഷത്തേക്ക് ലക്ഷ്യമിട്ട ധനക്കമ്മി ആറു മാസമായ പ്പോഴേക്കും തന്നെ പരിധി കവിഞ്ഞ ഇപ്പോഴത്തെ സ്ഥിതിയിൽ സർക്കാർ ക്ഷേമച്ചെലവുകൾ കർശനമായി വെട്ടിച്ചുരുക്കുമെന്ന് ഉറപ്പ്. തിരഞ്ഞെ ടുപ്പിന് മുമ്പ് കൃഷിക്കാർക്ക് പ്രഖ്യാപിച്ച 6000 രൂപയുടെ ധനസഹായ പദ്ധതിയായ പി എം കിസാന്റെ രണ്ടാം ഗഡു മഹാ ഭൂരിപക്ഷം കർഷ കർക്കും ഇതുവരെ വിതരണം ചെയ്യാത്തതും പദ്ധതിക്കാകെ നീക്കിവെച്ച 75000 കോടി രൂപ, അർഹരായ കർഷകരെ കണ്ടെത്താനായില്ല എന്ന ന്യായം പറഞ്ഞ് വെട്ടിക്കുറയ്ക്കാനുള്ള നീക്കവും വരാനിരിക്കുന്ന നട പടികൾ ഏത് തരത്തിലുള്ളതായിരിക്കുമെന്ന സൂചനകൾ നല്കുന്നുണ്ട്. ചുരുക്കിപ്പറഞ്ഞാൽ മാന്ദ്യകാലത്ത് കോർപ്പറേറ്റുകൾക്കുള്ള ഇളവുകൾ കർഷകരുടേയും പാവപ്പെട്ടവരുടെയും ചെലവിലാണ് കേന്ദ്ര സർക്കാർ നല്കുന്നത്.

കേന്ദ്ര സർക്കാരിന്റെ ഈ നടപടികൾ സംസ്ഥാന സർക്കാരുകളേയും കടുത്ത പ്രതിസന്ധിയിലേക്ക് തള്ളിവിടുന്നുണ്ട്. മാന്ദ്യം മൂലം ജി എസ് ടി വരുമാനത്തിലുണ്ടായ ഇടിവ് സംസ്ഥാന സർക്കാരുകളേയാണ് കൂടുതൽ ദോഷകരമായി ബാധിക്കുന്നത്. കാരണം കേന്ദ്രം പൊതു മേഖലാ ഓഹരികൾ വിറ്റുതുലച്ചും മറ്റും വരുമാന നഷ്ടം ഒരു പരിധി വരെ പരിഹരിക്കും. നടപ്പുവർഷം പൊതുമേഖലാ ഓഹരി വില്പന യിലുടെ 1.05 ലക്ഷം കോടി സമാഹരിക്കാനാണ് കേന്ദ്രം ലക്ഷ്യമിട്ടിട്ടുള്ളത്. എന്നാൽ ജി എസ് ടി വരുമാനത്തിലെ നഷ്ടം നികത്താൻ സംസ്ഥാനങ്ങൾ എന്തു ചെയ്യും? കേരളമുൾപ്പെടെയുള്ള പല സംസ്ഥാനങ്ങൾക്കും ജി എസ് ടി നിയമത്തിലെ നഷ്ടപരിഹാരവ്യവസ്ഥ പ്രകാരം കേന്ദ്രത്തിൽനിന്ന് ലഭിക്കാൻ അവകാശമുള്ള തുക ആഗസ്ത്, സെപ്തംബർ മാസങ്ങളിൽ കിട്ടിയിട്ടുമില്ല. കോർപ്പറേറ്റ് നികുതിയിളവും സംസ്ഥാനങ്ങളെ ബാധിക്കും. സംസ്ഥാനങ്ങളുടെ വിഹിതത്തിൽ ഇതിന്റെ ഫലമായി 600,00 കോടി

രൂപയുടെ കുറവുണ്ടാകും. നിർമ്മാണ, റിയൽ എസ്റ്റേറ്റ് മേഖലകളിലെ പ്രതിസന്ധിയുടെ ഫലമായി സംസ്ഥാനങ്ങളുടെ അവശേഷിച്ച വരുമാന മാർഗ്ഗമായ സ്റ്റാമ്പ് ഡ്യൂട്ടിയിലും ഗണ്യമായ കുറവുണ്ടാകും. ചുരുക്കത്തിൽ മാന്ദ്യവും അതിനുള്ള കേന്ദ്രത്തിന്റെ തെറ്റായ ചികിത്സയും സംസ്ഥാന സർക്കാരുകളേയും കടുത്ത വരുമാനവരൾച്ചയിലേക്ക് വലിച്ചെറിഞ്ഞിരിക്കുന്നു. നിക്ഷേപം വർദ്ധിപ്പിക്കാനും ക്ഷേമച്ചെലവുകൾക്കുമുള്ള സംസ്ഥാന സർക്കാരുകളുടെ ശ്രമങ്ങൾക്ക് ഇത് കൂച്ചുവിലങ്ങിടും. ഇന്ത്യയിലാകെ സംസ്ഥാന സർക്കാരുകളുടെ പുതിയ പദ്ധതികളുടെ മൂല്യം 2019 ൽ മുൻ വർഷത്തേക്കാൾ 75 ശതമാനമാണ് കുറഞ്ഞത്. ഇത് 15 വർഷത്തിലെ ഏറ്റവും കുറഞ്ഞ നിലയാണ്.

ബദലുണ്ടോ? ഉണ്ടല്ലോ

മാന്ദ്യത്തെ നേരിടാൻ എന്തെങ്കിലും ബദൽ നയമുണ്ടോ? തീർച്ചയായും. ഇടതുപക്ഷം മുന്നോട്ടു വെക്കുന്ന ബദൽ നയം ഊന്നുന്നത് കോർപ്പറേറ്റുകൾക്ക് ഇളവുകൾ കൊടുത്ത് സമ്പദ് വ്യവസ്ഥയെ ഉത്തേജിപ്പിക്കുന്നതിനു പകരം ജനങ്ങളുടെ തൊഴിലും വരുമാനവും വാങ്ങൽ കഴിവും വർദ്ധിപ്പിച്ച് മാന്ദ്യത്തെ മറികടക്കുന്നതിലാണ്. അതിന് സർക്കാർ സാമൂഹികവും സാമ്പത്തികവുമായ അടിസ്ഥാന സൗകര്യ വികസനത്തിനുള്ള പൊതുമുതൽ മുടക്ക് ഗണ്യമായി വർദ്ധിപ്പിക്കണം. സ്കൂളുകൾ, ആശുപത്രികൾ, റോഡുകൾ, ഹൈവേകൾ, ഊർജ്ജ പദ്ധതികൾ, പ്രത്യേകിച്ച് പാരമ്പര്യേതര ഊർജ്ജ മേഖലകളിലുള്ളവ എന്നിവയ്ക്കെല്ലാമായി വൻതോതിൽ പൊതുനിക്ഷേപം നടത്തണം. അതിലൂടെ ധാരാളം തൊഴിലവസരങ്ങളുണ്ടാകും. ജനങ്ങളുടെ വരുമാനവും വാങ്ങൽ ശേഷിയും ഉയരും. ദേശീയ തൊഴിലുറപ്പു പദ്ധതി മുഖേനയുള്ള തൊഴിൽ ദിനങ്ങൾ ഇരട്ടിയായി വർദ്ധിപ്പിക്കുകയും കൂലി കൂട്ടുകയും കുടിശ്ശികയില്ലാതെ കൃത്യമായി ലഭ്യമാക്കുകയും കൂടുതൽ പേർക്ക് തൊഴിൽ നല്കുകയും ചെയ്യുക, (നിർഭാഗ്യവശാൽ ഈ വർഷത്തെ ബഡ്ജറ്റിൽ തൊഴിലുറപ്പ് വിഹിതത്തിൽ 1000 കോടി രൂപയുടെ കുറവാണ് കേന്ദ്രം വരുത്തിയത്.) ഗ്രാമീണ തൊഴിലുറപ്പു പദ്ധതിയുടെ മാതൃകയിൽ നഗര തൊഴിലുറപ്പ് പദ്ധതി നടപ്പാക്കുക, ദേശീയ മിനിമം വേതനം ഗണ്യമായി വർദ്ധിപ്പിച്ചു നിശ്ചയിക്കുക, (മോദി സർക്കാർ രണ്ടു രൂപയുടെ തുച്ഛമായ വർദ്ധന മാത്രമാണ് വരുത്തിയത്) എന്നീ നടപടികളിലൂടെ ജനങ്ങളുടെ കൈയിൽ പണമെത്തിക്കാനാവും. സമ്പന്നരേക്കാൾ പാവപ്പെട്ടവർക്ക് ഉപഭോഗാവശ്യങ്ങൾക്ക് പണം ചെലവിടാനുള്ള പ്രവണത കൂടുതലാണ് എന്നത് പ്രാഥമികമായ സാമ്പത്തിക ശാസ്ത്ര തത്ത്വങ്ങളിലൊന്നാണ്. പാവപ്പെട്ടവരിൽ കൂലിയായും മറ്റും പണമെത്തിയാൽ ഉല്പാദിപ്പിക്കുന്ന ചരക്കുകൾക്കുള്ള ഡിമാന്റ് കൂടും. നിക്ഷേപവും തൊഴിലും കൂടും. സാമ്പത്തിക പ്രവർത്തനങ്ങൾ സജീവമാകും. എന്നാൽ ഈ ബദൽ നയം മോദി സർക്കാരിന് സ്വീകാര്യമല്ലാത്തതിന് കാരണം ആ സർക്കാരിന്റെ

സമ്പന്ന വർഗ്ഗ പക്ഷപാതിത്വമാണ്. ആ വർഗ്ഗ പക്ഷപാതിത്വം പ്രതിഫലിക്കുന്ന നവ ഉദാര നയങ്ങൾക്കെതിരെയും ബദൽ നയങ്ങൾ മുന്നോട്ടുവെച്ചു കൊണ്ടുമാണ് ജനുവരി 8 ന് ഇന്ത്യൻ തൊഴിലാളി വർഗ്ഗം ദേശീയ പണിമുടക്ക് നടത്തുന്നത്. നിരന്തരമായ ഇത്തരം പോരാട്ടങ്ങളിലൂടെ മാത്രമേ ബദൽ നയം നടപ്പാക്കാൻ കഴിയുന്ന ഒരു രാഷ്ട്രീയം ഇന്ത്യയിൽ വളർത്തിയെടുക്കാനാവൂ എന്ന് തിരിച്ചറിയുന്നതിനാലാണ് ഇടതുപക്ഷം ദേശീയ പണിമുടക്കിനെ പിന്തുണയ്ക്കുന്നത്.

സ്ഥായിയാകുന്ന വരുമാനാന്തരങ്ങൾ

ഡോ. പ്രൊണാബ് സെൻ

നമ്മുടെ സമ്പദ് വ്യവസ്ഥയിൽ ചോദനയുടെ കുറവുണ്ടോയെന്നു പലരും ചോദിക്കാറുണ്ട്. കുറവില്ല എന്നാണ് എന്റെ ഉത്തരം. അത് വർദ്ധിക്കുന്നില്ല എന്നതത്രെ പ്രതിസന്ധി. ദീർഘകാലം താണവരുമാനക്കാരിൽ നിന്ന് ഉയർന്ന വരുമാനത്തിലേക്ക് ആളുകൾ എത്തിച്ചേരുന്ന പ്രവണത നിലനിന്നു. അതിനനുസരിച്ച് അവരുടെ ഉപഭോഗവും ഉയർന്നു വന്നിരുന്നു. എന്നാൽ കഴിഞ്ഞ രണ്ടര വർഷക്കാലമായി ആ പ്രക്രിയ നിശ്ചലമായി. നമുക്കിപ്പോഴും ശക്തമായ ഒരു മദ്ധ്യവർഗ്ഗമുണ്ട്. എന്നാൽ അവരുടെ എണ്ണം വർദ്ധിക്കുന്നില്ല. ഇടത്തരം കുടുംബങ്ങളുടെ വരുമാനത്തിൽ വർദ്ധനവുണ്ട്. എന്നാൽ അവരുടെ ചോദന പരമാവധി ഘട്ടത്തിൽ എത്തിച്ചേർന്നിരിക്കുന്നു. അവർ അവർക്കാവശ്യമുള്ള സാധന സാമഗ്രികളെല്ലാം കരസ്ഥമാക്കിക്കഴിഞ്ഞിരിക്കുന്നു എന്നർത്ഥം. കഴിഞ്ഞ വർഷം മുതൽ ഈ പ്രശ്നം സങ്കീർണ്ണമായിത്തുടങ്ങി. അതിനുകാരണം നഗരങ്ങളിലെ കോർപ്പറേറ്റ് മേഖലയിൽ ചോദനയിൽ വൻ ഇടിവുണ്ടായി. ഗ്രാമീണ ഇന്ത്യയിലും ഇത് ദൃശ്യമായി. കർഷകരുടെ ഇടയിൽനിന്നും ഉയർന്നുവന്ന വൻ പ്രതിഷേധങ്ങൾ ഇതുമൂലം ഉണ്ടായതാണ്.

അപ്പോൾ ഒരു ചോദ്യം സ്വാഭാവികമായും ഉയർന്നുവരും. വരുമാന വർദ്ധനവ് എന്തുകൊണ്ടാണ് തടയപ്പെട്ടത്. അതിനുള്ള പ്രധാന കാരണം നോട്ടുനിരോധനമാണ്. നോട്ടുനിരോധനം കൃഷിയുടെയും ചെറുകിട മേഖലയുടെയും അനൗപചാരിക മേഖലകളെ അതു തകർത്തുകളഞ്ഞു. രൊക്കം പണ ഇടപാടുകളുമായി നേരിട്ട് ഇടപെടാത്തതു കാരണം അതു കോർപ്പറേറ്റ് മേഖലകളെ കാര്യമായി ബാധിച്ചിരുന്നില്ല. അനൗപചാരിക വായ്പകളാൽ നിലനിന്നുപോന്നിരുന്ന ചെറുകിട സംരംഭങ്ങളും കാർഷിക വിപണികൾ ഇതുമൂലം പ്രതിസന്ധിയിലായി. കാർഷിക വിലത്തകർച്ചയ്ക്കു കാരണവും ഇതുതന്നെ.

നമ്മുടെ മൊത്ത ആഭ്യന്തര ഉല്പാദനത്തിന്റെ 18% കൃഷിയിൽനിന്നുമാണ് ലഭിക്കുന്നത്. അതാണ് ഗ്രാമീണ ഇന്ത്യയുടെ നട്ടെല്ലും. കാർഷിക വിലത്തകർച്ച എല്ലാത്തരം കാർഷികേതര പ്രവർത്തനങ്ങളെയും ബാധിച്ചു. വരുമാനത്തിന്റെ മുമ്പോട്ടുള്ള കുതിപ്പിനെ ഇതു നിശ്ചലമാക്കി.

കഴിഞ്ഞ കുറെ വർഷങ്ങളായി നമ്മുടെ ഗ്രാമീണ വരുമാനം ഉയരുന്നില്ല. അതിനു ചില കാരണങ്ങളുണ്ട്. ഇന്ത്യയുടെ കാർഷികോല്പാദനം പ്രതിവർഷം 3% കണ്ട് വർദ്ധിച്ചുവരുന്നു. അതിനർത്ഥം കർഷകർ ഓരോ വർഷവും കൂടുതൽ ഉല്പാദിപ്പിക്കുന്നു എന്നതാണ്. വില വർദ്ധിക്കാത്തതിനാലോ ഇടിഞ്ഞതിനാലോ അവരുടെ വരുമാനത്തിൽ വർദ്ധനവുണ്ടാകുന്നില്ല. ഇതിനെ നമുക്ക് കാർഷികേതര ഉല്പന്നങ്ങളുടെ വില വർദ്ധനവുമായി ബന്ധപ്പെടുത്തി നോക്കിയാൽ ആളുകളുടെ വാങ്ങൽശേഷി വല്ലാതെ കുറഞ്ഞതായി മനസ്സിലാകും. ഇവിടെയാണ് യഥാർത്ഥ പ്രശ്നം.

അടിത്തട്ടിലെ മനുഷ്യരുടെ വരുമാനത്തിലെ ഈ സ്തംഭനാവസ്ഥ എങ്ങനെയാണ് ഇന്ത്യയുടെ വളർച്ചയെ ബാധിക്കുക? വളരെ ദയനീയമായ ചിത്രമാണ് നമുക്കിവിടെ കാണാനാവുന്നത്. ചോദനയുടെ പരമാവധിയിലെത്തി കഴിഞ്ഞ ഇന്ത്യയിലെ മദ്ധ്യവർഗ്ഗവും ഉപരി മദ്ധ്യവർഗ്ഗവും ഇറക്കുമതിയുല്പന്നങ്ങൾ വാങ്ങാൻ തുടങ്ങുകയും വിദേശരാജ്യങ്ങളിലേക്ക് വിനോദയാത്രകളും മറ്റും ചെയ്യാൻ തുടങ്ങുകയും ചെയ്തു. ഇത് ആഭ്യന്തര വിപണിയിൽ താഴേക്കുള്ള സമ്മർദ്ദം സൃഷ്ടിച്ചു. അതാണു നാമിന്നു കാണുന്നത്.

നോട്ടുനിരോധനം കർഷകരെ വലിയ കടക്കെണിയിൽ പെടുത്തുകയുണ്ടായി. ഏകദേശം 40% കാർഷിക മേഖലയിലെ നിക്ഷേപവും ബാങ്കിങ് മേഖലയിൽ നിന്നുമാണ്. പ്രതിസന്ധി രൂക്ഷമാവുമ്പോൾ തിരിച്ചടവിൽ മുടക്കം വന്നു. ഇതാണ് കാർഷിക മേഖലയിൽ തുടർന്നുവന്ന പ്രശ്നം. ഈ പ്രശ്നം നേരിടുന്നതിന് ഒരു സംവിധാനവും നിലവിലുണ്ടായിരുന്നു. സാധാരണയായി പ്രകൃതിദുരന്ത ഘട്ടങ്ങളിൽ കാർഷിക വായ്പാ തിരിച്ചടവ് ഒന്നോ രണ്ടോ വർഷത്തേക്ക് നിർത്തിവയ്ക്കാൻ അനുവദിക്കുന്ന സ്വാഭാവിക പ്രക്രിയ നടന്നുവന്നു. എന്നാൽ, നോട്ടുനിരോധനംമൂലം വന്നുചേർന്ന പ്രതിസന്ധിക്ക് ഈ ആനുകൂല്യം ലഭിച്ചില്ല. യഥാർത്ഥത്തിൽ പല പ്രകൃതി ദുരന്തങ്ങളേക്കാൾ വലിയ പ്രതിസന്ധി നോട്ടുനിരോധനം മൂലം കാർഷിക മേഖലയിൽ സംജാതമായിരുന്നു. ഇത് കർഷകരുടെ വായ്പാ തിരിച്ചടവ് ശേഷിയും പുനർ വായ്പാശേഷിയും തകർത്തു. ഈ പ്രതിസന്ധിയെ മറികടക്കാൻ കർഷകർക്ക് കൊള്ളപ്പലിശയ്ക്ക് പണം കൊടുക്കുന്നവരെ സമീപിക്കേണ്ടിവന്നു. ഈ കർഷകരെ ബാങ്കുകളിലേക്ക് എത്തിക്കാൻ നാല്പതുവർഷം വേണ്ടിവന്നു എന്ന കാര്യം നാമിവിടെ ഓർക്കണം. ഇതെല്ലാം നോട്ടുനിരോധനം മൂലം ഒറ്റയടിക്കു തകർന്നു.

കൂനിന്മേൽ കുരു എന്നു പറയുന്നതുപോലെ നാണയപ്പെരുപ്പം തടയാൻ കഴിയാത്തത് ഈ പ്രതിസന്ധിയുടെ ആക്കം കൂട്ടി. ആരും നാണയ

പ്പെരുപ്പം ഇഷ്ടപ്പെടുന്നില്ല. ഗവൺമെന്റ് നിശ്ചയിച്ച നാണയപ്പെരുപ്പ് ലക്ഷ്യം 4% ആണ്. അത് കൂടുതലല്ല. എന്നാൽ അതിന്റെ വിന്യാസത്തിലാണ് പ്രശ്നം. കാർഷിക മേഖലയിലെ നാണയപ്പെരുപ്പം 6% ഉം കാർഷികേതര മേഖലയിലെ നാണയപ്പെരുപ്പം 3% ഉം നിലനിർത്താനായാൽ 4% എന്ന ലക്ഷ്യം അപ്രാപ്യമല്ല. എന്നാൽ സംഭവിച്ചതോ? കാർഷികേതര മേഖലയിലെ നാണയപ്പെരുപ്പം 6% കഴിയുകയും കാർഷിക മേഖലയിൽ നാണയചുരുക്കം അനുഭവപ്പെടുകയും ചെയ്തു.

പണം പിൻവലിച്ചത് വൻനാശമാണ് സൃഷ്ടിച്ചത്. അതു മറികടക്കാൻ സർക്കാർ കൈക്കൊണ്ട പ്രധാന നടപടി നോട്ടിന്റെ ഉപയോഗം കുറയ്ക്കുവാൻ പ്രേരിപ്പിക്കുക എന്നതാണ്. അതിനോടൊപ്പം 50,000 രൂപയിൽ കൂടുതലുള്ള പണം പിൻവലിക്കലെല്ലാം ആദായ നികുതി വകുപ്പിനെ അറിയിക്കാനും തുടങ്ങി. ഇതുമൂലം വരുമാനം മാത്രമല്ല ചെലവുകളും ആദായ നികുതിവകുപ്പിന്റെ നിരീക്ഷണത്തിലായി. ഇത് ആളുകളെ ഭയപ്പെടുത്തി. ഇതിനുപുറമേ 2 ലക്ഷം രൂപയിൽ കൂടുതൽ പണം കൈവശം വയ്ക്കുന്നത് കുറ്റകരമാക്കി. മാർക്കറ്റിൽ വ്യാപാരം നടത്തുമ്പോൾ സാധാരണയായി. 20–30 ലക്ഷം രൂപയിൽ കൂടുതൽ പണം കൈകാര്യം ചെയ്യേണ്ടിവരും. ഒരു കോടി രൂപയിൽ കൂടുതൽ പണം ഇടപാടു നടത്തുന്നവർക്ക് അധിക നികുതി എന്ന പരിഷ്കാരവും ഏർപ്പെടുത്തി. സമാന്തരമായ മറ്റു സംവിധാനങ്ങൾ ശക്തിപ്പെടുത്താതെയാണ് സർക്കാർ നോട്ടു നിരോധനം കൊണ്ടുവന്നത്. ഇതിനെ നേരിടാൻ ഏർപ്പെടുത്തിയ യു പി ഐ (യൂണിഫൈഡ് പേയ്മെന്റ് ഇന്റർഫെയിഡ്) ഓൺലൈൻ പേയ്മെന്റിനുള്ള ഭീം മൊബൈൽ ആപ്പ് എന്നിവ അടിസ്ഥാന സൗകര്യ അപര്യാപ്തതമൂലം ഗ്രാമീണ മേഖലയിൽ പ്രാവർത്തികമായില്ല. കൂലിപ്പണിയെടുത്ത് അന്നന്നത്തെ അപ്പം കണ്ടെത്തുന്ന ഗ്രാമീണന് അടിസ്ഥാന സൗകര്യങ്ങൾ എത്തുന്നതുവരെ കാത്തിരിക്കാനാകുമോ?

(ഇന്ത്യയിലെ സ്ഥിതിവിവരക്കണക്കു വകുപ്പിന്റെ തലവനായിരുന്നു പ്രൊണാബ് സെൻ. ഇപ്പോൾ ഇന്റർനാഷണൽ ഗ്രോത്ത് സെന്ററിന്റെ ഇന്ത്യ പ്രോഗ്രാം ഡയറക്ടറായി പ്രവർത്തിക്കുന്നു. പ്രൊണാബ് സെന്നുമായി കുന്ദൻ പാണ്ഡെ നടത്തിയ അഭിമുഖത്തിൽ നിന്നാണീ ലേഖനം. സ്രോതസ്സ്: Down to Earth 16–31 ഒക്ടോബർ 2019)

നവഉദാരവല്ക്കരണകാലത്തെ സാമ്പത്തിക ദുരന്തങ്ങളും ജനാധിപത്യക്രമത്തിന്റെ നിലനില്പും

ഡോ. കെ എൻ ഹരിലാൽ

ഇന്ത്യ സ്വാതന്ത്ര്യാനന്തര കാലത്തെ ഏറ്റവും രൂക്ഷമായ സാമ്പത്തിക പ്രതിസന്ധിയെ നേരിടുകയാണ് എന്ന യാഥാർത്ഥ്യം ഇനി ആരും ആരെയും പറഞ്ഞു ബോദ്ധ്യപ്പെടുത്തേണ്ടതില്ല. മുറിയിലേക്കു കയറിവന്നു നിറഞ്ഞുനില്ക്കുന്ന ആനയെപ്പോലെ എല്ലാവരുടെയും കണ്ണുതുറപ്പിക്കുന്ന യാഥാർത്ഥ്യമായി ഇന്ത്യൻ സാമ്പത്തിക പ്രതിസന്ധി വളർന്നിരിക്കുന്നു. ബഹുരാഷ്ട്ര ഏജൻസികളും, വ്യാപാരി വ്യവസായി സംഘടനകളും, നീതി ആയോഗും, റിസർവ്വ് ബാങ്കും ഓടുവിലായി കേന്ദ്ര സർക്കാർ തന്നെയും രാജ്യം അതിരൂക്ഷമായ സാമ്പത്തിക പ്രതിസന്ധിയുടെ പിടിയിൽ അകപ്പെട്ടിരിക്കുകയാണ് എന്നു അംഗീകരിച്ചിരിക്കുന്നു. ആഗോള സാമ്പത്തിക പ്രതിസന്ധിയുടെ കഥയും വളരെ വ്യത്യസ്തമല്ല. ലോകബാങ്കും, ഐ എം എഫും മറ്റും ഭാവി വളർച്ചാ സാദ്ധ്യത സംബന്ധിച്ച അവരുടെ പ്രവചനങ്ങൾ വെട്ടിക്കുറയ്ക്കാൻ തയ്യാറായിട്ടുണ്ട്. ആഗോള സാമ്പത്തിക പ്രതിസന്ധി കൂടുതൽ ആഴവും പരപ്പും കൈവരിക്കും എന്ന യാഥാർത്ഥ്യത്തെ ലോകം അംഗീകരിച്ചിരിക്കുന്നു എന്നു വേണം പറയാൻ. പെരുകുന്ന തൊഴിലില്ലായ്മയും, രാജ്യങ്ങൾക്കിടയിൽ കൊടുമ്പിരിക്കൊള്ളുന്ന വ്യാപാരയുദ്ധവും, പരസ്പരം മത്സരിച്ചുള്ള ദേശീയ നാണയങ്ങളുടെ വെട്ടിക്കുറയ്ക്കലുമെല്ലാം സാമ്പത്തിക നാശത്തിന്റെ സൂചനകളാണ്. രണ്ടാം ലോകമഹായുദ്ധത്തിനു ശേഷം ലോകവും ഇന്ത്യയും കണ്ടിട്ടില്ലാത്തത്ര രൂക്ഷമായ സാമ്പത്തിക പ്രതിസന്ധിയുടെ വിവിധ വശങ്ങൾ ഇപ്പോൾ വ്യാപകമായി ചർച്ച ചെയ്യപ്പെട്ടുകൊണ്ടിരിക്കുകയാണ്. ഓരോ സാമ്പത്തിക ഉപമേഖലയെയും, പ്രദേശത്തെയും, ജനവിഭാഗത്തെയും പ്രതിസന്ധി എങ്ങനെ ബാധിക്കും എന്ന അന്വേഷണം വ്യാപകമായി നടക്കുന്നുണ്ട്. ഒപ്പം

സാമ്പത്തികേതര മണ്ഡലങ്ങളെ പ്രതിസന്ധി എങ്ങനെ ബധിക്കും എന്ന പരിശോധനയും നടക്കുന്നുണ്ട്. സാമ്പത്തിക പ്രതിസന്ധി രാഷ്ട്രീയത്തെ ആഗോളതലത്തിലും പ്രത്യേകിച്ചു ദേശീയതലത്തിലും എങ്ങനെ സ്വാധീനിക്കും എന്ന വിചാരത്തിനും സവിശേഷമായ പ്രാധാന്യമുണ്ട്. ജനാധിപത്യവ്യവസ്ഥ തന്നെ നേരിടുന്ന ഭീഷണിയും സവിശേഷ ശ്രദ്ധയാകർഷിക്കുന്നുണ്ട്. അതിലേക്കു കടക്കുന്നതിനു മുമ്പ് പ്രതിസന്ധി യുടെ നിർണ്ണായകമായ ചില വശങ്ങളെ ചുരുക്കി അവതരിപ്പിക്കുന്നത് നന്നായിരിക്കും.

പ്രതിസന്ധിയുടെ ചില മാനങ്ങൾ

ഇന്ത്യ സാമ്പത്തിക പ്രതിസന്ധിയിൽ അകപ്പെട്ടിരിക്കുന്നു എന്ന കാര്യം ഏറ്റവും അവസാനം അംഗീകരിച്ചത് ഒരുപക്ഷേ, കേന്ദ്രസർ ക്കാരായിരിക്കും. ലോകസഭാ തിരഞ്ഞെടുപ്പിനു മുൻപും അതിനുശേഷം പോലും കണ്ണടച്ചു ഓട്ടയടയ്ക്കുന്ന സമീപനമാണ് സർക്കാർ തുടർന്നത്. പക്ഷേ, കേന്ദ്രസ്ഥിതിവിവരകണക്കു ഏജൻസികൾ അവർ പ്രസിദ്ധീക രിക്കുന്ന കണക്കുകളിലൂടെ യാഥാർത്ഥ്യം അംഗീകരിക്കാൻ നിർബ്ബന്ധിക്ക പ്പെടുകയാണ് ഉണ്ടായത്. ഉദാഹരണത്തിനു 201819 ലെ വളർച്ചാ നിരക്ക് ആദ്യം പ്രഖ്യാപിച്ച 7.2 ശതമാനത്തിൽനിന്നും പിന്നീട് 7 ശതമാനമായും കുറേക്കൂടി കഴിഞ്ഞ് 6.8 ശതമാനമായും വെട്ടിക്കുറയ്ക്കാൻ സെൻട്രൽ സ്റ്റാറ്റിസ്റ്റിക്കൽ ഓർഗനൈസേഷൻ നിർബ്ബന്ധിതമായി. 2019 – 20 ലെ ആദ്യ പാദത്തിലെ വളർച്ചാ നിരക്കു കേവലം 5 ശതമാനമാണെന്ന് ഇപ്പോൾ വെളിപ്പെടുത്തുകയും ചെയ്തിരിക്കുന്നു. സർക്കാരിന്റെ മുൻ സാമ്പത്തിക ഉപദേഷ്ടാവ് അരവിന്ദ് സുബ്രഹ്മണ്യന്റെയും ആർ ബി ഐ മുൻ ഗവർണർ രഘുരാംരാജന്റെയും അഭിപ്രായത്തിൽ ദേശീയവരുമാന വളർച്ചയുടെ നിരക്കു രണ്ടു രണ്ടര ശതമാനംവരെ പെരുപ്പിച്ചാണ് കാണിക്കുന്നത്. അങ്ങനെയാണെങ്കിൽ യഥാർത്ഥ വളർച്ച മൂന്നു ശതമാനത്തിൽ അധികം വരില്ല. ദേശീയവരുമാനത്തെ അപേക്ഷിച്ചു വളരെ കുറഞ്ഞ ദീർഘകാല വളർച്ചയുള്ള കൃഷി - അനുബന്ധമേഖലകൾ, അസംഘടിതമേഖല, ഗ്രാമീണ വ്യവസായങ്ങൾ തുടങ്ങിയവയുടെ സ്ഥിതി എന്താണെന്നു ഊഹിക്കാവുന്നതേയുള്ളു. അവിടങ്ങളിൽ വളർച്ചയല്ല തകർച്ചയായിരിക്കും സംഭവിക്കുന്നത്.

ദേശീയ വളർച്ചാ നിരക്കുകൾ സർക്കാരിന്റെ അവകാശവാദത്തെ അപേക്ഷിച്ചു വളരെ കുറവായിരിക്കും എന്നു കാര്യം രാജ്യത്തെ തൊഴിലില്ലായ്മ, സമ്പാദ്യനിരക്കു, നിക്ഷേപ നിരക്ക്, പുതിയ പ്രോജക്ടുകളിലെ നിക്ഷേപ നിരക്ക്, വായ്പാവിതരണം, കയറ്റുമതി, ഇറക്കുമതി, വ്യാപാരക്കമ്മി, വിദേശവിനിമയനിരക്കുകൾ, ഉപഭോക്തൃ ചെലവിന്റെ സൂചികകൾ, നികുതി വരുമാന വളർച്ച തുടങ്ങിയവയിലെ ചലനങ്ങൾ നിരീക്ഷിക്കുന്നവർക്ക് ഏറക്കുറെ വ്യക്തമായിരുന്നു, നവഉദാരവല്ക്കരണക്കാലത്ത് രാജ്യത്ത് ഉണ്ടായിക്കൊണ്ടിരിക്കുന്നത്

തൊഴിലില്ലാ വളർച്ചയാണ് എന്നത് വ്യക്തമാണെങ്കിലും തൊഴിലില്ലായ്മയുടെ നിരക്ക് കഴിഞ്ഞ 45 വർഷക്കാലത്തെ ഏറ്റവും ഉയർന്ന നിരക്കായ 6.1 ശതമാനത്തിലേക്ക് എത്തി എന്നത് വളർച്ചാ മുരടിപ്പിന്റെ സൂചനയായി കൂടിയാണ് വിദഗ്ദ്ധർ കണ്ടത്.

രാജ്യത്തിന്റെ സമ്പാദ്യനിരക്കും, നിക്ഷേപനിരക്കും വർത്തമാന കാലത്തെ സാമ്പത്തിക പ്രവർത്തനങ്ങളുടെയും ഭാവിവളർച്ചാ സാദ്ധ്യതയുടെയും വ്യക്തമായ സൂചകങ്ങളാണ്. 2011 ൽ 36.9 ശതമാനം ആയിരുന്ന ഇന്ത്യയുടെ സമ്പാദ്യ നിരക്ക് തുടർന്നുള്ള വർഷങ്ങളിൽ തുടർച്ചയായി കുറയുകയും 2018ൽ 30.5 ശതമാനത്തിലേക്കു പതിക്കുകയും ചെയ്തു. ഇതേ കാലയളവിൽ രാജ്യത്തിന്റെ നിക്ഷേപനിരക്കിലും ഗണ്യമായ ഇടിവുണ്ടായി. 2007 ൽ 35.6 ശതമാനമായിരുന്ന നിക്ഷേപ നിരക്കു 2018 ആവുമ്പോഴേക്കും 26.4 ശതമാനമായി കുറഞ്ഞു. സെന്റർ ഫോർ മോണിറ്ററിങ് ഇന്ത്യൻ ഇക്കണോമി (സി എം ഐ ഇ) പ്രസിദ്ധീകരിക്കുന്ന പുതിയ പ്രോജക്ടുകളിലെ നിക്ഷേപം സംബന്ധിച്ച കണക്കിലും വലിയ ഇടിവ് റിപ്പോർട്ട് ചെയ്തിരുന്നു. 2014 മുതൽ പുതിയ പ്രോജക്ടുകളുടെ എണ്ണത്തിലും നിക്ഷേപത്തിലും കുറവു വന്നു തുടങ്ങിയിരുന്നു. നടപ്പുവർഷത്തെ ആദ്യത്തെ രണ്ടു പാദങ്ങളിൽ രേഖപ്പെടുത്തിയ പുതിയ നിക്ഷേപം കഴിഞ്ഞ 15 വർഷത്തെ ഏറ്റവും കുറഞ്ഞതാണ്.

പലിശ നിരക്കുകൾ തുടർച്ചയായി കുറച്ചിട്ടും ബാങ്കുകളിൽനിന്നുള്ള വായ്പാവിതരണം വർദ്ധിക്കാതിരിക്കുന്നതും സാമ്പത്തിക പ്രതിസന്ധിയുടെ സൂചനയാണ്. റിസർവ്വ് ബാങ്ക് കണക്കുപ്രകാരം 2019-20 ഏപ്രിൽ മുതൽ സെപ്തംബർ പകുതിവരെ ബാങ്കുകളിൽ നിന്നു വാണിജ്യ മേഖലയിലേക്കു നല്കിയ വായ്പ കേവലം 90,995 കോടി രൂപയാണ്. കഴിഞ്ഞ വർഷം ഇതേ കാലയളവിൽ 7,36,087 കോടി രൂപയായിരുന്നു ഈ രംഗത്തെ വായ്പാ വിതരണം. ഈ ഇടിവ് തുടർച്ചയായി സംഭവിച്ചുകൊണ്ടിരിക്കുകയാണ്.

ഒരു ഭാഗത്ത് കിട്ടാക്കടത്തിന്റെ ഭയം കാരണം വായ്പ നല്കുന്നതിൽ വാണിജ്യബാങ്കുകൾ വിമുഖരാണ്. വായ്പ തിരിച്ചടവു പ്രതീക്ഷിച്ചതുപോലെ ഉണ്ടായില്ലെങ്കിൽ കിട്ടാക്കടത്തിന്റെ അനുപാതം വർദ്ധിക്കും. ഉദ്യോഗസ്ഥരും ബാങ്കിന്റെ മാനേജുമെന്റ് മൊത്തത്തിലും മറുപടി പറയേണ്ടിവരും. മറുഭാഗത്ത് സമ്പദ്ഘടനയിലെ മാന്ദ്യം, വിശേഷിച്ചും സാധനങ്ങൾ വില്ക്കാതെ കെട്ടിക്കിടക്കുന്ന സ്ഥിതി വായ്പയെടുത്തു നിക്ഷേപം നടത്തുന്നതിനു സംരംഭകരെ വിമുഖരാക്കുന്നുണ്ട്. രാജ്യത്തെ ബാങ്കിങ് മേഖലയിലെ കിട്ടാക്കടം പത്തുലക്ഷം കോടി രൂപയിലധികമാണ് എന്നോർക്കണം. ഇത് വായ്പ കൊടുക്കുന്നവരുടെ മാത്രമല്ല സ്വീകരിക്കുന്നവരുടെയും ധനസ്ഥിതിയെ ബാധിക്കുന്ന അതീവ ഗുരുതരമായ തകർച്ചയെയാണ് സൂചിപ്പിക്കുന്നത്.

ഇനി കമ്പോളത്തിലേക്കും ഉപഭോക്തൃച്ചെലവിലേക്കും വന്നാലും

മാന്ദ്യത്തിനു കൃത്യമായ തെളിവു ലഭിക്കും. നാഷണൽ സാമ്പിൾ സർവ്വേ ഒർഗനൈസേഷൻ പുറത്തുവിട്ട കണക്കുകൾ പ്രകാരം ഗ്രാമീണ മേഖലയിൽ ഒരു പൗരന്റെ ശരാശരി പ്രതിമാസ ഉപഭോഗച്ചെലവ് 2014 ൽ 1587 രൂപയായിരുന്നെങ്കിൽ 2017-18 ൽ 1524 രൂപയായി കുറഞ്ഞു. നഗരങ്ങളിലെ ജനങ്ങളുടെ പ്രതിമാസ ഉപഭോഗച്ചെലവും ഇതെ കാലയളവിൽ 2926 രൂപയിൽ നിന്നും 2909 ആയി കുറഞ്ഞു. ഇന്ത്യയിലെ ജനങ്ങൾക്കു നിത്യനിദാന കാര്യങ്ങൾക്കു ചെലവു ചെയ്യാൻ കഴിയുന്ന പണം കുറഞ്ഞുവരുകയാണ് എന്നതിന് ഇതിൽ കൂടുതൽ തെളിവ് ആവശ്യമില്ല. ഓരോരുത്തരുടെയും ഉപഭോഗച്ചെലവിൽ ഇപ്രകാരം കുറവു വരുന്നുണ്ടെങ്കിൽ സമ്പദ്ഘടനയിലെ മൊത്തം ചെലവിന്റെയും ചോദനത്തിന്റെയും കാര്യം പറയാനുണ്ടോ. പിന്നെ എങ്ങനെയാണ് വളർച്ച സാദ്ധ്യമാവുക.

ഉപഭോഗച്ചുരുക്കത്തിന്റെയും ചോദനച്ചുരുക്കത്തിന്റെയും കൂടുതൽ അനുഭവവേദ്യമായ കണക്കുകളാണ് വാഹനങ്ങളുടെയും ബിസ്കറ്റിന്റെയും, തുണിത്തരങ്ങളുടെയും മറ്റും വില്പനയിലെ ഇടിവിൽ കണ്ടത്. കാറുകളുടെ വില്പന ഇടിഞ്ഞതിനെത്തുടർന്ന് 3,50,000 തൊഴിലാളികൾക്കാണ് പണി നഷ്ടമായത്. മറ്റ് നിരവധി വ്യവസായങ്ങളിലും സമാനമായ സാഹചര്യം സംജാതമായിരിക്കുകയാണ്. ഗ്രാമീണ അസംഘടിത മേഖലകൾ പൊതുസാമ്പത്തിക വളർച്ച മെച്ചമായിരുന്ന ഘട്ടത്തിൽ പോലും വലിയ തകർച്ചയെ നേരിട്ടിരുന്നു എന്നത് വസ്തുതയാണ്. നഗരങ്ങളിലെ ഇന്ത്യ തിളങ്ങുന്നു എന്ന അവകാശവാദം മുഴങ്ങുമ്പോൾ തന്നെയാണ് കർഷക ആത്മഹത്യകൾ വ്യാപകമായി റിപ്പോർട്ടു ചെയ്യപ്പെട്ടത്. ഉയർന്ന വളർച്ചയുടെ ഘട്ടത്തിൽപോലും ദുരിതം വിട്ടുമാറാത്ത മേഖലകളെയാണ് സാമ്പത്തിക തകർച്ച ഏറ്റവും രൂക്ഷമായി ബാധിക്കുക എന്നത് പ്രത്യേകം ശ്രദ്ധിക്കണം.

ഇന്ത്യയിലെ സ്വത്തിന്റെയും വരുമാനത്തിന്റെയും വിതരണത്തിലെ അസമത്വം നവലിബറൽ കാലഘട്ടത്തിൽ അഭൂതപൂർവ്വമായ തരത്തിൽ ഉയർന്നു എന്ന റിപ്പോർട്ടുകൾ ഇതിനോടൊപ്പം ചേർത്തു വായിക്കേണ്ടതാണ്. ഓക്സ്ഫാം എന്ന സംഘടനയും തോമസ് പിക്കറ്റി എന്ന വിഖ്യാത സാമ്പത്തിക ശാസ്ത്രജ്ഞനും അടുത്തകാലത്ത് പ്രസിദ്ധീകരിച്ച പഠനങ്ങൾ ഇന്ത്യയിൽ അസമത്വം അതിവേഗം വർദ്ധിക്കുന്നു എന്നാണ് കാണിക്കുന്നത്. നവഉദാരവല്ക്കരണ കാലത്ത് സാമ്പത്തിക അസമത്വം വർദ്ധിക്കുന്നത് ഒരു ആഗോള പ്രതിഭാസമാണ്. അസമത്വത്തിന്റെ വളർച്ച ഇന്ത്യയിൽ കൂടുതൽ നാടകീയമാണ് എന്നു മാത്രം.

മുതലാളിത്ത ഉല്പാദനവ്യവസ്ഥയിൽ മൂലധനസഞ്ചയനവും, വളർച്ചയും ഉണ്ടാവുമ്പോൾ സ്വത്തിന്റെയും, വരുമാനത്തിന്റെയും, വിതരണം കൂടുതൽ കൂടുതൽ അസമമാകുമെന്നും അത് തുടർച്ചയായി വഷളാകുന്ന പ്രതിസന്ധികൾക്കു കാരണമാവും എന്നുമുള്ള മാർക്സിന്റെ സൈദ്ധാന്തിക നിഗമനങ്ങൾക്കു ഇപ്പോൾ വ്യക്തവും അനിഷേദ്ധ്യവുമായ

തെളിവുകൾ ഉണ്ടായിരിക്കുകയാണ്. ലോകത്ത് അസമത്വം അതിശയകരമായ നിലയിൽ വളർന്നിരിക്കുന്നു എന്നു മാത്രമല്ല അത് പ്രതിസന്ധിക്കു മുഖ്യ കാരണമായി മാറുകയും ചെയ്യുന്നു. സ്വത്തിന്റെയും വരുമാനത്തിന്റെയും വിതരണത്തിൽ മഹാഭൂരിപക്ഷം വരുന്ന സാധാരണക്കാർ വലിയ തോതിൽ ഒതുക്കപ്പെടുന്നതിന്റെ ഫലമായാണ് (ചോദനം) ഡിമാന്റ് വളരാത്ത സ്ഥിതിയുണ്ടാവുന്നത്. ഉല്പാദനവും മൂലധനവും ആവശ്യത്തെ അപേക്ഷിച്ച് വളരെ അധികമായിപ്പോവുന്നതിന്റെയും അമിതോല്പാദനക്കുഴപ്പം ഉണ്ടാവുന്നതിന്റെയും അടിസ്ഥാന കാരണങ്ങളിൽ ഒന്നു ഇതാണ്. ബഹുഭൂരിപക്ഷത്തിന്റെ അപേക്ഷിക പാപ്പരീകരണം മുതലാളിത്തത്തിനു വിനയായി മാറുകയാണ്. ഇവിടെ പ്രതിസന്ധി താൽക്കാലികമായെങ്കിലും പരിഹരിക്കാൻ ചോദനത്തിന്റെ അഥവാ ഡിമാന്റിന്റെ ഭാഗത്താണ് ചികിത്സ വേണ്ടത് എന്ന കാര്യം വ്യക്തമാണ്. ജനങ്ങളുടെ വാങ്ങൽക്കഴിവും സമ്പദ് ഘടനയിലെ മൊത്തം ചോദനവും ഉയർത്തുന്ന നടപടികളാണ് ആവശ്യം. വൻകിടക്കാരിൽനിന്നും അധികം നികുതി പിരിച്ചോ ധനക്കമ്മി വർദ്ധിപ്പിച്ചുകൊണ്ടോ സർക്കാർ ചെലവു വർദ്ധിപ്പിക്കുന്നത് ഇതിനുള്ള ഒരു മാർഗ്ഗമാണ്. പക്ഷേ, സമ്പന്നരുടെ മുകളിലുള്ള നികുതി വർദ്ധിപ്പിക്കാനോ, ധനക്കമ്മി ഉയർത്താനോ വൻകിട മൂലധനം പ്രത്യേകിച്ചും അന്തർദ്ദേശീയ ഫിനാൻസ് മൂലധനം ഗവൺമെന്റുകളെ അനുവദിക്കില്ല. ധനക്കമ്മി ഉയർന്നാൽ മൂലധനവിപണിയിൽനിന്നും ഊഹക്കച്ചവട മൂലധനം പുറത്തേക്ക് പ്രവഹിക്കും എന്ന ഭീഷണിയുള്ളതിനാൽ ഗവൺമെന്റുകൾ അതിനു തയ്യാറാവില്ല. ഊഹക്കച്ചവട മൂലധനം പുറത്തേക്കു ഒഴുകിയാൽ അത് ഓഹരി വിപണിയുടെ തകർച്ചയ്ക്കു കാരണമാവും തുടങ്ങിയ ഭീഷണിയും ഉണ്ട്. ഫിനാൻസ് മൂലധനത്തോടുള്ള അപകടകരമായ ഈ വിധേയത്വമാണ് മറ്റു മാർഗ്ഗങ്ങൾ നോക്കാൻ സർക്കാരുകളെ പ്രേരിപ്പിക്കുന്നത്.

ഫിനാൻസ് മൂലധനത്തെ ഭയപ്പെട്ടുകൊണ്ടും കോർപറേറ്റു മൂലധനത്തെ പ്രീണിപ്പിച്ചുകൊണ്ടും നടത്തുന്ന മാന്ദ്യവിരുദ്ധ നടപടികളുടെ ഉദാഹരണമാണ് കഴിഞ്ഞ ബജറ്റിലും അതിനു ശേഷവും കേന്ദ്ര ധനമന്ത്രി നിർമ്മലാ സീതാരാമൻ പ്രഖ്യാപിച്ച നടപടികൾ. അവ ഏതാണ്ട് എല്ലാംതന്നെ യാഥാർത്ഥ പ്രശ്നമായ ചോദനച്ചുരുക്കത്തെ അഥവാ കമ്പോളച്ചുരുക്കത്തെ അവഗണിക്കുകയാണ് ചെയ്യുന്നത്. പകരം പ്രശ്നത്തെ വഷളാക്കാൻ മാത്രം സഹായിക്കുന്ന തരത്തിൽ പ്രദാനത്തിന്റെ അഥവാ സപ്ലൈയുടെ ഭാഗത്ത് ഇടപെടാനാണ് ശ്രമിക്കുന്നത്. പലിശനിരക്കു കുറച്ചു നിക്ഷേപകരെ പ്രോത്സാഹിപ്പിക്കുക, കോർപ്പറേറ്റുകളുടെ കടം വലിയ തോതിൽ എഴുതിത്തള്ളുക, കോർപറേറ്റു നികുതികൾ വെട്ടിക്കുറയ്ക്കുക, അവർക്കു പുതിയ വായ്പകൾ നല്കാൻ ബാങ്കുകളെ നിർബ്ബന്ധിക്കുക, നിക്ഷേപത്തിനുള്ള നടപടിക്രമങ്ങൾ ലളിതമാക്കുക തുടങ്ങിയ തന്ത്രങ്ങളാണ് സർക്കാർ സ്വീകരിക്കുന്നത്. ഈ പരിപാടികൾക്കായി നിരവധി ലക്ഷം കോടി ഉറുപ്പികയാണ് കേന്ദ്രസർക്കാർ

ഖജനാവിൽ നിന്നു ചെലവഴിക്കുന്നത്.

എന്നാൽ നിക്ഷേപവും, പ്രദാനവും വർദ്ധിപ്പിക്കാനുള്ള ഇത്യാദി നടപടികളൊന്നും ക്ലച്ചുപിടിക്കുന്നില്ല. നിക്ഷേപവും പ്രദാനവും കുറവായതല്ലല്ലോ അടിസ്ഥാന പ്രശ്നം. നിക്ഷേപകർ വായ്പ എടുക്കാനും നിക്ഷേപം നടത്താനും തയ്യാറാവുന്നില്ല. വായ്പയ്ക്കായി സമീപിക്കുന്നവരെ സഹായിക്കാൻ ബാങ്കുകൾ മടി കാണിക്കുന്നു. ഇനി ആരെങ്കിലും ഉല്പാദനം വർദ്ധിപ്പിച്ചു കമ്പോളത്തിലിറങ്ങിയാൽ ഉല്പന്നം കെട്ടിക്കിടക്കുന്നു. ഇതാണ് അവസ്ഥ. മുതലാളിത്ത പ്രതിസന്ധിയുടെ സാഹചര്യത്തിൽ തീർത്തും പ്രതീക്ഷിക്കാവുന്ന ഗതികേടാണ് ഇത്. പ്രതിസന്ധിയുടെ മൂലകാരണവും അതിനെ അവഗണിച്ചുകൊണ്ട് കോർപ്പറേറ്റുകളേയും ഫിനാൻസ് മൂലനധനത്തേയും പ്രീണിപ്പിക്കുന്ന നടപടികളും പ്രശ്നത്തിന്റെ വർഗ്ഗപരമായ ഉള്ളടക്കം വ്യക്തമാക്കുന്നുണ്ട്. രാജ്യം പ്രതിസന്ധിയുടെ ചുഴിയിൽപെട്ടു നട്ടം തിരിയുമ്പോൾ ഖജനാവിൽ നിന്നും ലക്ഷക്കണക്കിനു കോടി ഉറുപ്പിക എടുത്തു നല്കുന്നത് കോർപ്പറേറ്റുകൾക്കാണ്. ഇതിനെ പകൽക്കൊള്ള എന്നല്ലാതെ എങ്ങനെയാണ് വിശേഷിപ്പിക്കുക. ആനുകൂല്യം ലഭിക്കുന്ന കോർപ്പറേറ്റുകളിൽ എല്ലാ ജാതി മത വിഭാഗങ്ങളും ഉണ്ട്. അതുപോലെ സാമ്പത്തിക പ്രതിസന്ധിയുടെയും രൂക്ഷമാകുന്ന അസമത്വത്തിന്റെയും നുകം പേറേണ്ടിവരുന്ന സാധാരണ മനുഷ്യരുടെ ജാതിയും മതവുമൊന്നും ആരും അന്വേഷിക്കാറില്ല. നേട്ടങ്ങളും ദുരിതവും മതനിരപേക്ഷമായാണ് വിതരണം ചെയ്യപ്പെടുന്നത്! പക്ഷേ, ഇരുഭാഗത്തും അണിനിരന്നിരിക്കുന്നവരുടെ വർഗ്ഗഘടനയിൽ വലിയ അന്തരമുണ്ട്. ഒരു ഭാഗത്ത് കോർപ്പറേറ്റ് മൂലധനവും അന്തർദ്ദേശീയ പണമൂലധനവുമാണെങ്കിൽ മറുഭാഗത്ത് തൊഴിലാളികളും, കൃഷിക്കാരും, കൈവേലക്കാരും, അസംഘടിത മേഖലയിലെ ചെറുസംരംഭകരും, സ്വയം തൊഴിലു കണ്ടെത്തുന്നവരും മറ്റും ഉൾപ്പെടുന്ന മഹാഭൂരിപക്ഷം വരുന്ന സാധാരണ ജനങ്ങളാണ്. ഇപ്രകാരമുള്ള മുതലാളിത്ത വളർച്ചയ്ക്കു രസകരമായ ചില സ്ഥലപരമായ മാനങ്ങളും ഉണ്ട്. വികസിതരാജ്യങ്ങളിലുള്ള പണമൂലധന ഉടമസ്ഥരും, ഇന്ത്യയിലെ നഗരങ്ങളിൽ അധിവസിക്കുന്ന അതിസമ്പന്നരുമാണ് ഒരു ഭാഗത്ത്. മറുഭാഗത്ത് ഏറെയും ഗ്രാമീണരും നഗരങ്ങളിലെ സാധാരണ പൗരന്മാരുമാണ്.

ഒരു ശതമാനം വരുന്ന അതിസമ്പന്നരും തൊണ്ണൂറ്റി ഒൻപതു ശതമാനം വരുന്ന ചൂഷിതരുമായി ജനത വിഭജിക്കപ്പെടുന്ന അവസ്ഥയാണ് ഉണ്ടാകുന്നത് എന്നു പറഞ്ഞാൽ അതിശയോക്തിയാവില്ല. ബഹുഭൂരിപക്ഷത്തിന്റെ ആപേക്ഷിക ദരിദ്രവല്ക്കരണത്തോടൊപ്പം അവർക്കിടയിൽ കൂടുതൽ പിന്നാക്കം നില്ക്കുന്നവരുടെ കേലവ ദരിദ്രവല്ക്കരണവും നടക്കുന്നുണ്ട് എന്നതാണ് ഏറെ ശ്രദ്ധേയമായ കാര്യം. ലോകജനസംഖ്യയിലെ ഒരു നല്ല പങ്കും സ്വന്തം നാടും വീടും വിട്ടു ജീവിതമാർഗ്ഗം തേടി കുടിയേറാൻ നിർബ്ബന്ധിതരാവുന്നു. അതിലേറെപ്പേർ പോഷകാഹാ

രക്കുറവിന്റെയും, വളർച്ചാമുരടിപ്പിന്റെയും ദാരിദ്ര്യജന്യരോഗങ്ങളുടേയും, പകർച്ചാവ്യാധികളുടേയും, നിരക്ഷരതയുടേയും അന്ധകാരത്തിലേക്കു എടുത്ത് എറിയപ്പെടുന്നു. ഈ ദുരന്തനാടകത്തിന്റെ കേന്ദ്രമാണ് ഇന്ത്യ എന്ന വസ്തുതയും വിസ്മരിക്കാവുന്നതല്ല.

നവഉദാരവല്ക്കരണവും ജനാധിപത്യവും തമ്മിലുള്ള വൈരുദ്ധ്യം

മുതലാളിത്തവും ജനാധിപത്യവും തമ്മിലുള്ള വൈരുദ്ധ്യം മുറുകുന്നു എന്നതാണ് പ്രതിസന്ധികൾ നല്കുന്ന ഏറ്റവും ഗൗരവമുള്ള പാഠം. മുതലാളിത്തത്തിൽ യഥാർത്ഥ ജനാധിപത്യം തഴച്ചു വളരുക അസാദ്ധ്യമാണ്. പക്ഷേ, നാമമാത്ര ലിബറൽ ജനാധിപത്യവും മുതലാളിത്തവും തമ്മിലുള്ള സഹവർത്തിത്വം സാദ്ധ്യമായിരുന്നു. നവഉദാരവല്ക്കരണ കാലത്തെ മൂലധനസഞ്ചയന പ്രക്രിയ സൃഷ്ടിക്കുന്ന അസമത്വവും സാമൂഹ്യ സംഘർഷങ്ങളും നാമമാത്രമായ ജനാധിപത്യംപോലും അസാദ്ധ്യമാണ് എന്ന യാഥാർത്ഥ്യത്തിലേക്കാണ് വിരൽചൂണ്ടുന്നത്. ബൂർഷ്വാ ഭരണകൂടങ്ങളുടെ അടിസ്ഥാനമായി വർത്തിച്ചിരുന്ന 'സാമൂഹ്യ ഉടമ്പടി' അഥവാ 'പൊതു സമ്മതി' വളരെ വേഗം ദുർബ്ബലമായിക്കൊണ്ടിരിക്കുകയാണ്. അത്രത്തോളം ജനവിരുദ്ധമാണ് നവലിബറൽ കാലഘട്ടത്തിലെ മൂലധന സഞ്ചയനത്തിന്റെ മാർഗ്ഗം. ജനങ്ങൾ വൻതോതിൽ ഭരണകൂടത്തിന് എതിരാകുകയും കലാപത്തിന്റെ വഴികൾ തെരഞ്ഞെടുക്കാൻ നിർബ്ബന്ധിക്കപ്പെടുകയും ചെയ്യും. ഔപചാരിക ജനാധിപത്യം നിലനില്ക്കുന്ന ഇടങ്ങളിൽ ഭരണപക്ഷത്തിനെതിരായ ജനവിധികൾ ഉണ്ടാകും. രണ്ടാം യു പി എ സർക്കാരിന് എതിരായുണ്ടായ ജനവിധി ഇതിനു ഉദാഹരണമാണ്. നവ ഉദാരവല്ക്കരണ നയങ്ങൾ നടപ്പിലാക്കുന്ന രാജ്യങ്ങളിൽ പൊതുവെ ജനവിധികൾ ഭരണപക്ഷത്തിന് എതിരാവുന്നതാണ് അനുഭവം. പക്ഷേ, ഗവൺമെന്റുകൾ മാറിയാലും രാഷ്ട്രീയ കൂട്ടുകെട്ടുകൾ മാറിയാലും സാമ്പത്തിക നയങ്ങൾ മാറ്റാൻ കഴിയുന്നില്ല എന്നതാണ് വിരോധാഭാസം. സാർവ്വദേശീയ കരാറുകളുടെയും അന്തർദ്ദേശീയ ഫിനാൻസ് മൂലധനത്തിന്റെയും തദ്ദേശീയ വൻകിട മൂലധനത്തിന്റെയും നീരാളിപ്പിടുത്തം അത്രത്തോളം ശക്തമാണ് എന്നതാണ് യാഥാർത്ഥ്യം. ചുരുക്കത്തിൽ ജനങ്ങൾക്കു സ്വയം നിർണ്ണയ അവകാശം നഷ്ടപ്പെടുന്ന സ്ഥിതിയാണ് സംജാതമായിരിക്കുന്നത്. സ്വാതന്ത്ര്യം, ജനാധിപത്യം തുടങ്ങിയ മുദ്രാവാക്യങ്ങൾക്കും ബന്ധപ്പെട്ട മൂല്യങ്ങൾക്കും അർത്ഥം നഷ്ടപ്പെടുന്ന ഈ അവസ്ഥയാണ് ഭരണകൂടത്തിന്റെയും, വ്യവസ്ഥയുടെയും വിശ്വാസ്യത തകർക്കുന്നതും അരാജകത്വ പ്രവണതകൾക്കു വഴിമരുന്നിടുന്നതും.

ജനങ്ങളുടെ അതൃപ്തിയും, അവിശ്വാസവും എത്ര വലുതായാലും മുതലാളിത്ത ഭരണകൂടങ്ങൾക്ക് നവലിബറൽ സാമ്പത്തിക നയങ്ങളിൽ നിന്നും താൽക്കാലികമായിപ്പോലും പിന്മാറാൻ കഴിയുന്നില്ല. മൂലധന

സഞ്ചയന പ്രക്രിയയെ ബുൾഡോസറുകൾക്കു സമാനമായ നിലയിൽ ജനമനസ്സുകളെ തകർത്തെറിഞ്ഞു കൊണ്ട് മുന്നോട്ടു കൊണ്ടുപോകാൻ ഭരണകൂടങ്ങൾ നിർബ്ബന്ധിതമാണ്. ഇന്ത്യയടക്കമുള്ള മൂന്നാംലോക രാജ്യങ്ങളിലെ ഭരണകൂടങ്ങളും ഭരണാധികാരികളും ശക്തന്മാരാണ് എന്നു തെളിയിക്കുന്നത് ജനങ്ങൾക്കെതിരായ നടപടികൾ കണ്ണിമവെട്ടാതെ നടപ്പിലാക്കിക്കൊണ്ടാണ്. ദേശത്തോടും ജനങ്ങളോടുമുള്ള കൂറു നിലനിർത്താനുള്ള ശക്തിയാണ് അവർക്കു നഷ്ടപ്പെട്ടിരിക്കുന്നത്. അക്കാര്യത്തിൽ അവർ ദുർബ്ബലരാണ്. ജനവിരുദ്ധ, ദേശവിരുദ്ധ നടപടികൾ സ്വീകരിക്കുന്നതിനുള്ള ശക്തി അവർക്കു പകർന്നു നല്കുന്നതാകട്ടെ കോർപ്പറേറ്റു മൂലധനവും, അന്തർദ്ദേശീയ ഫിനാൻസ് മൂലധനവും സാമ്രാജ്യത്വ നിയന്ത്രണത്തിലുള്ള അന്താരാഷ്ട്ര വ്യവസ്ഥയു മാണ്.

ഫിനാൻസ് മൂലധനത്തിന്റെയും ബഹുരാഷ്ട്ര വ്യവസ്ഥയുടെയും പിന്തുണ പക്ഷേ, ജനങ്ങളുടെ എതിർപ്പിനെ മറികടക്കാനും അവരുടെ യിടയിൽ പൊതു സമ്മതി നിർമ്മിച്ചെടുക്കാനും അപര്യാപ്തമാണ്. സ്വാഭാവികമായും ഏകാധിപത്യത്തിലേക്കും, പട്ടാളഭരണത്തിലേക്കും മറ്റ് ജനാധിപത്യേതര ഭരണക്രമങ്ങളിലേക്കും മാറാനുള്ള പ്രവണത ശക്തമാവും. ഏത് ഭരണക്രമത്തിനും നിലനില്പിന് ജനങ്ങളുടെ 'സമ്മതി' ആവശ്യമാണ്. അത് സൃഷ്ടിക്കുന്നതിനു വിഭജിച്ചു ഭരിക്കുക എന്ന തന്ത്രമാണ് സ്വാഭാവികമായും സ്വീകരിക്കപ്പെടുക. നവഉദാരവല്ക്കരണ കാലത്തെ മൂലധന സഞ്ചയനത്തിന്റെ ബുൾഡോസറുകൾക്കിടയിൽപ്പെട്ട് ജനങ്ങൾ ഒന്നിക്കുന്നതു തടഞ്ഞ് അവരെ ഭിന്നിപ്പിക്കുന്നതിനു മതം, ജാതി, ഭാഷ, വംശീയത, വർണ്ണവ്യത്യാസം തുടങ്ങിയവയൊക്കെ ഉപയോഗപ്പെ ടുത്താം. ഇന്ത്യയിൽ ഇപ്പോൾ അക്ഷരാർത്ഥത്തിൽ പരീക്ഷിക്കപ്പെടുന്നത് മേൽപ്പറഞ്ഞ തരത്തിലുള്ള വിഭജിച്ചു അടക്കുക എന്ന തന്ത്രമാണ്. അത് അനിതരസാധാരണമായ കൈയടക്കത്തോടുകൂടി ചെയ്യുന്നു എന്നതാണ് സംഘപരിവാർ രാഷ്ട്രീയത്തിന്റെ പ്രത്യേകത.

കൊളോണിയൽ വാഴ്ച അങ്ങേയറ്റം ജനദ്രോഹപരമായപ്പോഴാണ് ജനങ്ങളെ ഭിന്നിപ്പിച്ചു ഭരിക്കുക എന്ന തന്ത്രം ബ്രിട്ടീഷുകാർ നടപ്പിലാക്കിയത്. ഇത് തിരിച്ചറിഞ്ഞുകൊണ്ടാണ് മഹാത്മാഗാന്ധിയും മറ്റു സ്വാതന്ത്ര്യസമര നേതാക്കളും സാമ്രാജ്യത്വ വിരുദ്ധതയ്ക്കൊപ്പം നാനാത്വത്തിൽ ഏകത്വം എന്ന കാഴ്ചപ്പാടിനെയും മുറുകെപ്പിടിച്ചത്. ജനങ്ങളുടെ ഐക്യത്തിന്റെയും സാമ്രാജ്യത്വവിരുദ്ധയുടെയും കാര്യത്തിൽ വിട്ടുവീഴ്ചയില്ലാത്ത നിലപാട് സ്വീകരിച്ചതാണ് ഇന്ത്യയുടെ സ്വാതന്ത്ര്യസമരത്തെ ഐതിഹാസിക വിജയത്തിലെത്തിച്ചത്. കോൺഗ്ര സിന്റെ നരസിംഹറാവുവും മൻമോഹൻ സിങ്ങും പിന്നീടു ചിദംബരവു മാണ് സാമ്രാജ്യത്വ അധിനിവേശത്തിനെതിരായ ജാഗ്രതയുടെ സ്ഥാനത്ത് നവലിബറൽ വിധേയത്വത്തെ പ്രതിഷ്ഠിച്ചത്. ഇന്ത്യ എന്ന ആശയത്തിനു പിന്നിൽ അണിനിരന്ന ജനങ്ങളുടെ ഐക്യം തകർക്കാൻ ഇത്

കാരണമായി. കോൺഗ്രസു ചെയ്ത ഈ മഹാപരാധമാണ് സംഘപരിവാർ ശക്തികളുടെ വളർച്ചയ്ക്കും അധികാരാരോഹണത്തിനും ഇടയാക്കിയത്. ജനങ്ങളെ ഭിന്നിപ്പിച്ചു അവരുടെ ഉത്തമ താല്പര്യങ്ങൾക്കുപോലും എതിരായി അണിനിരത്താനുള്ള സംഘപരിവാറിന്റെ ശേഷിയാണ് അവരെ ഇന്ത്യൻ കോർപ്പറേറ്റ് മുതലാളിമാരുടെയും അന്തർദ്ദേശീയ ഫിനാൻസ് മൂലധനത്തിന്റെ സഖ്യശക്തിയാക്കുന്നത്. ഇന്ത്യയെ ജനാധിപത്യത്തിന്റെ പാതയിലേക്കു തിരിച്ചുകൊണ്ടുവരാൻ ആദ്യം വേണ്ടത് ജനങ്ങളുടെ ഐക്യത്തിനുവേണ്ടി പോരാടുക എന്നതാണ്. ജനങ്ങളുടെ ഐക്യം നിർമ്മിച്ചുയർത്തേണ്ടത് സാമ്രാജ്യത്വ അധിനിവേശനയങ്ങൾക്കെതിരായ ചെറുത്തുനില്പ് സമരങ്ങളിലൂടെയാണ്. മൻമോഹൻസിങ്ങും, ചിദംബരവും മറ്റ് നവ ഉദാരവല്ക്കരണവാദികളും നേതൃത്വം കൊടുക്കുന്ന കോൺഗ്രസിനു ഇക്കാര്യത്തിൽ വലുതായൊന്നും ചെയ്യാനില്ല എന്നതാണ് ഖേദകരം. ജനജീവിതത്തെ ദുരന്തത്തിലേക്കു തള്ളിവിടുന്ന സാമ്രാജ്യത്വ നയങ്ങൾക്കും കാഴ്ചപ്പാടിനും എതിരെ ചങ്കുറപ്പോടെ നില്ക്കാൻ കഴിയുന്ന ഐക്യനിരയിലൂടെ മാത്രമേ സ്വാതന്ത്ര്യത്തെയും, ജനങ്ങളുടെ ഐക്യത്തെയും ജനാധിപത്യത്തെയും സംരക്ഷിക്കാനാവൂ.

തകരുന്ന സമ്പദ്‌വ്യവസ്ഥ

ഡോ. കെ എസ് പ്രദീപ്കുമാർ

കഴിഞ്ഞ ലോക്സഭ തിരഞ്ഞെടുപ്പിൽ മോദി പ്രചരണരംഗത്ത് അവകാശപ്പെട്ടിരുന്നത് രാജ്യത്തിന്റെ സമ്പദ് വ്യവസ്ഥ അതിശക്തവും വളർച്ചയുടെ ദിശയിലുമാണെന്നാണ്. ഇതിനെ ചുവട് പിടിച്ചാണ് ധനമന്ത്രി നിർമ്മല സീതാരാമൻ തന്റെ ആദ്യ ബജറ്റിൽ പ്രഖ്യാപിച്ചത് 2024 ൽ ഇന്ത്യൻ സമ്പദ്ഘടന 5 ട്രില്യൺ ഡോളറിന്റെ സമ്പദ് വ്യവസ്ഥയാക്കി മാറ്റുമെന്ന്. രാജ്യം അഭിമുഖീകരിക്കുന്ന ഗുരുതര സാമ്പത്തിക പ്രതിസന്ധി മറച്ചുപിടിച്ചാണ് ഇത്തരത്തിൽ പ്രചരണം നടത്തുന്നത്. മോദി സർക്കാർ തന്നെ നിയോഗിച്ച നീതി ആയോഗിന്റെ വൈസ് ചെയർമാൻ രാജീവ് കുമാർ പറഞ്ഞത് കഴിഞ്ഞ 70 വർഷത്തിനിടയിൽ രാജ്യത്തിന്റെ സമ്പദ്‌വ്യവസ്ഥ ഇത്തരത്തിലുള്ള ഒരു സ്ഥിതി നേരിട്ടില്ലയെന്നാണ്. ധനലഭ്യത ഇത്രയേറെ പ്രതിസന്ധിയിൽ ആയിട്ടില്ല. സാമ്പത്തികരംഗം ആകെ കുഴഞ്ഞുമറിഞ്ഞു കിടക്കുകയാണ്. ഓരോ ദിവസവും സമ്പദ് വ്യവസ്ഥയിലെ പ്രതിസന്ധി രൂക്ഷമാകുകയാണ്.

സമ്പദ് വ്യവസ്ഥയുടെ സ്ഥിതി

കഴിഞ്ഞ മൂന്ന് സാമ്പത്തിക വർഷങ്ങളായിട്ട് രാജ്യത്തിന്റെ സാമ്പത്തിക വളർച്ചാനിരക്ക് ഇടിയുകയാണ്. 2016-17 ൽ 7.1 ശതമാനം വളർച്ചനിരക്ക് 2018-19 ൽ അത് 6.6 ശതമാനമായി കുറഞ്ഞു. 2018 ഡിസംബർ മുതൽ 2019 മാർച്ച് വരെയുള്ള സാമ്പത്തികപാദത്തിൽ വളർച്ചാനിരക്ക് 6.6 ശതമാനമാണെങ്കിൽ 2019-20 സാമ്പത്തിക വർഷത്തിലെ ആദ്യപാദത്തിൽ വളർച്ചാനിരക്ക് 5.8 ശതമാനമാണ്. അന്താരാഷ്ട്ര റേറ്റിങ് ഏജൻസിയായ മൂഡീസ് വളർച്ചാനിരക്ക് 6.2 ശതമാനമായി കണക്കാക്കിയെങ്കിലും പിന്നീട് അത് 5.8 ശതമാനമായി താഴ്ത്തിയിരിക്കുകയാണ്. ലോകബാങ്കും

ഇതേ അഭിപ്രായമാണ് രേഖപ്പെടുത്തിയിരിക്കുന്നത്.

രാജ്യത്തിന്റെ നിലവിലുള്ള വളർച്ചാനിരക്ക് പോലും യഥാർത്ഥ കണക്കിൽനിന്നും പെരുപ്പിച്ച് കാട്ടിയതാണ്. സാമ്പത്തിക വളർച്ചയെ നിർണ്ണയിക്കുന്ന 17 മുഖ്യസൂചികകൾ പരിശോധിച്ച മോദി സർക്കാരിന്റെ മുൻ സാമ്പത്തിക ഉപദേഷ്ടാവ് അരവിന്ദ് സുബ്രഹ്മണ്യം പറഞ്ഞത് യഥാർത്ഥ വളർച്ചാനിരക്ക് 4.5 ശതമാനം മാത്രമാണെന്നാണ്. 2001-2002 മുതൽ 2017-18 വരെയുള്ള വൈദ്യുതി ഉപയോഗം, ഇരുചക്ര വാഹനം, വാണിജ്യവാഹനം എന്നിവയുടെ വില്പന, വിമാന യാത്രക്കാരുടെ എണ്ണം, റെയിൽവേ ചരക്ക് ഗതാഗതം, വ്യാവസായിക ഉല്പാദനസൂചിക, നിർമ്മിതോല്പന്ന മേഖലാസൂചിക, ഉപഭോക്തൃസൂചിക, പെട്രോളിയം, സിമന്റ്, ഉരുക്ക് ഉല്പാദനം, മൊത്തം വായ്പ വിതരണം, വ്യാവസായിക വായ്പകൾ, കയറ്റുമതി, ഇറക്കുമതി തുടങ്ങിയ സൂചികയാണ് പരിശോധനയ്ക്കു വിധേയമാക്കിയത്. 2011-12 മുതൽ 2016-17 വരെ ശരാശരി 7 ശതമാനം വളർച്ച കൈവരിച്ചെന്നാണ് ഔദ്യോഗിക കണക്കെങ്കിലും യഥാർത്ഥത്തിൽ വളർച്ച 4.5 ശതമാനമാണ്. രണ്ടാം യു പി എ സർക്കാരിന്റെ അവസാന കാലത്ത് വരുത്തിയ അശാസ്ത്രീയമായ മാറ്റങ്ങളാണ് വസ്തുതാപരമല്ലാത്ത നിഗമനങ്ങളിൽ എത്താൻ ഇടയാക്കിയത്. ഉയർന്ന സാമ്പത്തിക വളർച്ച അവകാശപ്പെടുമ്പോഴും തൊഴിലവസരങ്ങൾ സൃഷ്ടിക്കപ്പെടാതിരിക്കാനുള്ള കാരണമിതാണ്. സാമ്പത്തിക പ്രതിസന്ധിയുടെ തീവ്രത വ്യക്തമാക്കുന്ന ഘടകങ്ങൾ സമ്പദ് വ്യവസ്ഥയിൽ പ്രകടമായി പ്രതിഫലിച്ചു കഴിഞ്ഞിരിക്കുന്നു.

തൊഴിലില്ലായ്മ

നാഷണൽ സാമ്പിൾ സർവ്വേയുടെ കണക്കുപ്രകാരം രാജ്യത്തെ തൊഴിലില്ലായ്മ കഴിഞ്ഞ 45 വർഷത്തെ ഏറ്റവും ഉയർന്ന നിരക്കായ 6.1 ശതമാനത്തിലെത്തിയിരിക്കുന്നു. 2011-12 ൽ തൊഴിലില്ലായ്മ നിരക്ക് വെറും 2.2 ശതമാനം മാത്രമായിരുന്നു. അസംഘടിത തൊഴിൽ മേഖലയിൽ ദിനം പ്രതി ആയിരങ്ങൾക്കാണ് തൊഴിൽ നഷ്ടപ്പെടുന്നത്. 2018 ജനുവരിക്കു ശേഷം നിലവിലുള്ള 1.1 കോടി തൊഴിലുകളാണ് ഇല്ലാതായത്. ഗ്രാമീണ മേഖലയിൽ 91 ലക്ഷം പേർക്ക് തൊഴിൽ നഷ്ടപ്പെട്ടു. നഗരമേഖലയിൽ അനൗപചാരിക തൊഴിൽ മേഖലയിൽ മാത്രം 18 ലക്ഷം പേർക്കാണ് തൊഴിൽ നഷ്ടപ്പെട്ടത്. കഴിഞ്ഞ 6 വർഷത്തിനുള്ളിൽ 3 കോടിയിലേറെ താല്ക്കാലിക തൊഴിലുകൾ ഇല്ലാതായിരിക്കുന്നു. അസിം പ്രേംജി യൂണിവേഴ്സിറ്റിയുടെ റിപ്പോർട്ട് പ്രകാരം 2016 ന് ശേഷമാണ് രാജ്യത്ത് തൊഴിലില്ലായ്മ ഇത്രയേറെ വർദ്ധിച്ചത്. യുവാക്കളുടെ തൊഴിലില്ലായ്മ മൊത്തം തൊഴിലില്ലായ്മയുടെ മൂന്നിരട്ടിയായ സ്ഥിതിയാണ്. സ്ത്രീകളുടെ തൊഴിലിലും വലിയ ഇടിവ് ഉണ്ടായി. ഓരോ മാസവും പുതിയ തൊഴിലന്വേഷകരായി എത്തുന്നത് 10 ലക്ഷം പേരാണ്. 1983 നുശേഷം സ്ത്രീകളുടെ തൊഴിലില്ലായ്മ ഇത്രയേറെ വർദ്ധിച്ച ഒരു കാലഘട്ടമുണ്ടായിട്ടില്ല.

തകരുന്ന വ്യാവസായിക മേഖല

രാജ്യത്തെ വ്യാവസായിക വളർച്ച നെഗറ്റീവ് 1.1 ശതമാനമായി ആഗസ്ത് മാസത്തിൽ ഇടിഞ്ഞു. 2018 ഏപ്രിൽ മുതൽ ആഗസ്ത് വരെ 5.3 ശതമാനമുള്ളിടത്ത് 2019 ഇതേ കാലയളവിൽ വ്യവസായിക വളർച്ച 2.4 ശതമാനം മാത്രമാണ്. സമ്പദ്ഘടനയെ താങ്ങിനിർത്തുന്ന അടിസ്ഥാന മേഖലയുടെ വളർച്ചയിലും വൻ ഇടിവ് ഉണ്ടായിരിക്കുന്നു. കല്ക്കരി, അസംസ്കൃത എണ്ണ, വൈദ്യുതി തുടങ്ങി എട്ടു മേഖലകളിൽ ജൂലൈയിൽ വളർച്ച 3.1 ശതമാനമായി ഇടിഞ്ഞിരിക്കുന്നു.

വാഹന വില്പന കഴിഞ്ഞ 3 വർഷത്തെ ഏറ്റവും താഴ്ന്ന നിരക്കിലേക്കു എത്തിയിരിക്കുന്നു. യാത്രാ വാഹനങ്ങളുടെ വില്പന കഴിഞ്ഞ പതിനൊന്ന് മാസമായി തുടർച്ചയായി ഇടിയുകയാണ്. 2018 നെ അപേക്ഷിച്ച് ഇക്കൊല്ലം 31 ശതമാനത്തിന്റെ കുറവ് വാഹന വില്നയിലുണ്ടായിരിക്കുന്നത്. ഉല്പാദിപ്പിച്ചവ വിറ്റഴിക്കാൻ കഴിയാത്തതുമൂലം കെട്ടികിടക്കുന്നതുകൊണ്ട് കമ്പനികൾ ഉല്പാദനം കുറയ്ക്കുകയാണ്. ഫാക്ടറികൾ അടച്ചിട്ടും ഷിഫ്റ്റുകൾ ഒഴിവാക്കിയും താല്ക്കാലിക ജീവനക്കാരെ പിരിച്ചുവിട്ടുമാണ് വാഹനനിർമ്മാതാക്കൾ പ്രതിസന്ധിയെ നേരിടുന്നത്. വാഹന നിർമ്മാണരംഗത്തെ 2.3 ലക്ഷം പേർക്ക് തൊഴിൽ നഷ്ടപ്പെട്ടപ്പോൾ, സ്പെയർ പാർട്സ് നിർമ്മാണ മേഖലയിൽ 11 ലക്ഷം പേർക്ക് തൊഴിൽ നഷ്ടമായി. എന്നാൽ അത്യാഡംബര വാഹനങ്ങളുടെ നിർമ്മാണത്തിലും വില്പനയിലും കുറവുണ്ടായിട്ടില്ല. നോട്ട് നിരോധനത്തിന്റെ ഫലമായി രാജ്യത്തെ ചെറുകിട, സൂക്ഷ്മ, ഇടത്തരം വ്യവസായങ്ങളുടെ സമ്പൂർണ്ണതയാണ് ഉണ്ടായത്. അനേകം ലക്ഷങ്ങൾക്കാണ് തൊഴിൽ നഷ്ടപ്പെട്ടത്. കഴിഞ്ഞ രണ്ടു വർഷത്തിനിടയിൽ തമിഴ്നാട്ടിൽ 225 തുണിമില്ലുകൾ പൂട്ടി. 1.2 ലക്ഷം പേർക്ക് പ്രത്യക്ഷത്തിലും അനുബന്ധ മേഖലകളിലായി തൊഴിലെടുക്കുന്ന 9 ലക്ഷത്തിലധികം പേർക്കും തൊഴിൽ നഷ്ടമായി.

ഉപഭോക്തൃ ഉല്പന്നങ്ങളുടെ വില്പന ഇടിയുന്നു

ഉപഭോക്തൃ ഉല്പന്നങ്ങളുടെ വില്പനയിൽ കഴിഞ്ഞ ഏഴ് വർഷത്തിനിടയിലെ ഏറ്റവും വലിയ ഇടിവാണ് ഉണ്ടായിരിക്കുന്നത്. കഴിഞ്ഞ വർഷം 16 ശതമാനം വളർച്ചാനിരക്ക് ഉണ്ടായിരുന്നിടത്ത് ഈ വർഷം വളർച്ച 2 ശതമാനമായി ഇടിഞ്ഞിരിക്കുന്നു. ഉപഭോക്തൃക്കളുടെ നിലവിലെ പ്രതീക്ഷാ സൂചികയിലും (സി സി ഐ) ഭാവി പ്രതീക്ഷ സൂചികയിലും (എഫ് ഈ ഐ) കുറവ് രേഖപ്പെടുത്തിയിരിക്കുന്നു. 2019 ജൂലൈയിൽ 96.7 ആയിരുന്ന സി സി ഐ സെപ്തംബറിൽ 89.4 ലേക്ക് പതിച്ചു. 2014 ജൂലൈയിൽ 108 ആയിരുന്ന സൂചികയാണ് ഇത്രയും താഴേക്ക് പോയത്. വേഗത്തിൽ വിറ്റഴിക്കപ്പെടുന്ന ഉപഭോക്തൃ ഉല്പന്നങ്ങളുടെ വില്പന ഇടിയുകയാണ്. ഭക്ഷ്യ - ഭക്ഷ്യേതര ഉല്പന്നങ്ങളുടെ വില്പനയിൽ എല്ലാം തന്നെ പിന്നോട്ടടി പ്രകടമാണ്. ഉപ്പ് ചേർത്ത ലഘുഭക്ഷേ

ണം, ബിസ്കറ്റ്, സുഗന്ധദ്രവ്യങ്ങൾ, സോപ്പുകൾ, പാക്ക് ചെയ്ത തേയില തുടങ്ങി അടിവസ്ത്രങ്ങൾ വരെയുള്ള ഉല്പന്നങ്ങളുടെ വില്പനയിലാണ് വലിയ കുറവ് വന്നിരിക്കുന്നത്. വരുമാനം നഷ്ടപ്പെടുന്നതോടെ സാമ്പത്തികശേഷി കുറഞ്ഞ ഉപഭോക്താക്കൾ ആദ്യം ഉപയോഗിക്കുകയോ കുറയ്ക്കുകയോ ചെയ്യുന്നത് ഇത്തരം ഉപഭോക്തൃ ഉല്പന്നങ്ങളാണ്.

വായ്പ വിതരണത്തിൽ ഇടിവ്

രാജ്യത്തെ വാണിജ്യബാങ്കുകളുടെ വായ്പ വിതരണത്തിലെ വളർച്ച 2019 ഏപ്രിൽ മുതൽ സെപ്തംബർ വരെയുള്ള കാലയളവിൽ 8.74 ശതമാനമായി ഇടിഞ്ഞെന്ന് റിസർവ്വ് ബാങ്കിന്റെ റിപ്പോർട്ടിൽ പറയുന്നു. .... സാമ്പത്തികവർഷത്തിലെ ആദ്യ ആറുമാസം തന്നെ 3.64 ശതമാനത്തിന്റെ ഇടിവാണ് ഉണ്ടായിരിക്കുന്നത്. കഴിഞ്ഞ സാമ്പത്തിക വർഷം സമാന കാലയളവിൽ 12.38 ശതമാനം വളർച്ചയുണ്ടായിരുന്നു. വായ്പ വിതരണ രംഗത്തെ വളർച്ച റിയൽ എസ്റ്റേറ്റ് രംഗത്തെയും ബാധിച്ചിരിക്കുന്നു. ഇന്ത്യയിലെ 30 പട്ടണങ്ങളിലായി 2019 മാർച്ച് വരെ വില്പനയ്ക്കുവെച്ചിരുന്ന 12.8 ലക്ഷം വീടുകൾ വാങ്ങാനാളില്ല. കഴിഞ്ഞ വർഷത്തെ അപേക്ഷിച്ച് 7 ശതമാനത്തിന്റെ ഇടിവ് ഉണ്ടായിരിക്കുന്നു.

വികലമായ സാമ്പത്തികനയങ്ങൾ

രാജ്യത്തെ സമ്പദ് വ്യവസ്ഥയുടെ ഇന്നത്തെ പ്രതിസന്ധിക്ക് കാരണം മോദി സർക്കാർ നടപ്പിലാക്കിയ നോട്ട് നിരോധനമാണ്. നോട്ട് നിരോധനത്തിലൂടെ കള്ളപ്പണവും കള്ളനോട്ടും ഇല്ലാതാക്കുമെന്നാണ് മോദി പ്രഖ്യാപിച്ചത്. എന്നാൽ ഓരോ വർഷവും കള്ളനോട്ടുകളുടെയും കള്ളപ്പണത്തിന്റെയും അളവ് വർദ്ധിക്കുകയാണ്. 500 രൂപയുടെ കള്ളനോട്ടുകളുടെ എണ്ണത്തിൽ 12.1 ശതമാനത്തിന്റെയും 2000 രൂപയുടെ കള്ളനോട്ടുകളുടെ എണ്ണത്തിൽ 21.9 ശതമാനത്തിന്റെയും വർദ്ധനവാണ് ഉണ്ടായത്. 2018–19 ൽ മാത്രം ബാങ്ക് തട്ടിപ്പുകളുടെ നിരക്കിൽ 15 ശതമാനത്തിന്റെ വർദ്ധനവാണ് ഉണ്ടായത്. നോട്ട് നിരോധനം നടപ്പാക്കിയ ശേഷം രാജ്യത്തിന്റെ സാമ്പത്തിക വളർച്ച ഓരോ വർഷവും താഴോട്ടാണ് പോയത്.

നികുതി വരുമാനത്തിന്റെ ഇടിവ്

വേണ്ടത്ര ആസൂത്രണമില്ലാതെ ധൃതിപിടിച്ച് ജി എസ് ടി നടപ്പാക്കിയത് സമ്പദ് വ്യവസ്ഥയെ ദോഷകരമായി ബാധിച്ചു. സർക്കാരിന്റെ നികുതി വരുമാനത്തിൽ വലിയ കുറവാണ് വന്നിരിക്കുന്നത്. 2019 സെപ്തംബർ മാസത്തെ ജി എസ് ടി വരുമാനം 91, 916 കോടി രൂപയാണ്. കഴിഞ്ഞ 19 മാസത്തെ ഏറ്റവും കുറഞ്ഞ നിരക്കാണിത്. പ്രത്യക്ഷ നികുതി വരുമാനത്തിന്റെ വളർച്ചയിലും ഇടിവ് ഉണ്ടായി. 5 ശതമാനത്തിൽ താഴെയാണ് വളർച്ച നിരക്ക്. ബജറ്റിൽ പ്രഖ്യാപിച്ച ലഭ്യമായ 13.35 ലക്ഷം കോടി രൂപ

യുടെ നാലിലൊന്നുപോലും സമാഹരിക്കാൻ കഴിഞ്ഞ ആറ് മാസത്തിനുള്ളിൽ സർക്കാരിന് കഴിഞ്ഞിട്ടില്ല. സാമ്പത്തിക മാന്ദ്യം കണക്കിലെടുത്ത് വിപണിയെ ഉത്തേജിപ്പിക്കാൻ ജി എസ് ടി നിരക്കിൽ കുറവ് വരുത്തിയെങ്കിലും അതിന്റെ പ്രതിഫലനം വിപണിയിൽ ഉണ്ടാകുന്നില്ല.

പണലഭ്യത കുറയ്ക്കുന്നു

വിദേശ ധനമൂലധന ശക്തികളുടെ താല്പര്യത്തിനും നിർദ്ദേശത്തിനും വഴങ്ങി മോദി സർക്കാർ ധനക്കമ്മി ജി ഡി പിയുടെ 3.3 ശതമാനമാക്കി നിലനിർത്താനായി തീരുമാനിച്ചിരിക്കുന്നു. ഇതുമൂലം സർക്കാർ തങ്ങളുടെ സാമൂഹികക്ഷേമ പദ്ധതികൾക്കുള്ള വിഹിതവും വികസന പദ്ധതികൾക്കുള്ള മൂലധന ചെലവും വെട്ടിക്കുറയ്ക്കും. പത്തുവർഷം മുൻപ് ദേശീയ വരുമാനത്തിന്റെ 32 ശതമാനം മൂലധന നിക്ഷേപം നടത്തിയിരുന്നുവെങ്കിൽ ഇപ്പോൾ അത് 23 ശതമാനമായി കുറഞ്ഞിരിക്കുന്നു. ധനക്കമ്മിയുടെ തോത് ഉയർന്നാൽ പോലും സമ്പദ്ഘടനയ്ക്കു കുഴപ്പമുണ്ടാകില്ല. സർക്കാർ തങ്ങളുടെ ധനവിനിയോഗം പരിമിതപ്പെടുത്തുന്നതുമൂലം വിപണിയിൽ പണലഭ്യത കുറയുകയും അത് നിക്ഷേപത്തെയും തൊഴിലവസരങ്ങളെയും വരുമാനത്തിനെയും ഉല്പന്നങ്ങളുടെ വില്പനയെയും ഉല്പാദനത്തെയും വരെ ബാധിക്കുന്ന ചാക്രിക പ്രവർത്തനമായി മാറുന്നു. ഇത് സമ്പദ് വ്യവസ്ഥയിൽ ഏല്പിക്കുന്ന പ്രഹരം വലുതായിരിക്കും.

സാമ്പത്തിക ഉത്തേജനം കോർപ്പറേറ്റുകൾക്ക്

രാജ്യം നേരിടുന്ന സാമ്പത്തിക പ്രതിസന്ധി മറികടക്കാനായി ധനമന്ത്രി പ്രഖ്യാപിച്ച ഇളവുകൾ യഥാർത്ഥത്തിൽ കോർപ്പറേറ്റുകളെ സഹായിക്കുന്നതാണ്. മോദി സർക്കാരിന്റെ മുഖ്യ സാമ്പത്തിക ഉപദേഷ്ടാവ് കൃഷ്ണമൂർത്തി സുബ്രഹ്മണ്യം തന്നെ ഇതിനെതിരെ എതിർപ്പുമായി രംഗത്തുവന്നു. കോർപ്പറേറ്റുകൾക്ക് ഉത്തേജക പാക്കേജ് നല്കേണ്ട കാര്യമില്ല. കോർപ്പറേറ്റുകൾക്ക് ലാഭം ലഭിക്കുമ്പോൾ അവർ അത് സ്വകാര്യമായി പങ്കിട്ട് എടുക്കുകയും നഷ്ടം വരുമ്പോൾ പൊതു പണം ഉപയോഗിച്ച് അതു നികത്തുന്നതും തെറ്റായ സാമ്പത്തികനയമാണ്. കോർപ്പറേറ്റുകൾക്ക് വൻനികുതിയിളവാണ് സർക്കാർ നല്കിയത്. സെസും സർചാർജും ഉൾപ്പെടെ 34.94 ശതമാനമായിരുന്ന നികുതി 25.17 ശതമാനമായി സർക്കാർ വെട്ടിക്കുറച്ചു. ഇതിലൂടെ 1.45 ലക്ഷം കോടി രൂപയുടെ ഇളവാണ് കോർപ്പറേറ്റുകൾക്ക് നല്കിയത്. ഓഹരി വില്പന വഴി കമ്പനികൾക്ക് ലഭിക്കുന്ന മൂലധന ആദായത്തിനുമേൽ ബഡ്ജറ്റിൽ പ്രഖ്യാപിച്ച അധിക തീരുവയും ഓഹരികളുടെ വില്പനവഴി ലഭിക്കുന്ന മൂലധന ആദായത്തിനു മേലുള്ള അതിസമ്പന്ന നികുതിയും ഒഴിവാക്കി. കോർപ്പറേറ്റ് നികുതിയിളവിനായി വിവിധ മാർഗ്ഗങ്ങൾ സ്വീകരിക്കുന്ന കമ്പനികൾ നല്കേണ്ട കുറഞ്ഞ ബദൽ നികുതിയുടെ (എം എ ടി) നിരക്കിൽ

പോലും സർക്കാർ കുറവ് വരുത്തി. 18.5 ശതമാനത്തിൽനിന്നും 15 ശതമാനമായി കുറച്ചു.

കോർപ്പറേറ്റുകൾക്ക് നല്കിയ മറ്റൊരു പ്രധാനപ്പെട്ട ഇളവാണ് അവർ സാമൂഹിക സേവന പ്രവർത്തനങ്ങൾക്കായി ചെലവഴിക്കേണ്ട ലാഭവിഹിതം ചെലവഴിച്ചില്ലെങ്കിലും ഇനി ക്രിമിനൽ കുറ്റമാകില്ല. ഓരോ വർഷവും കോർപ്പറേറ്റ് സ്ഥാപനങ്ങൾ കഴിഞ്ഞ 3 വർഷത്തെ ശരാശരി ലാഭത്തിന്റെ 2 ശതമാനം സാമൂഹിക സേവനപ്രവർത്തനങ്ങൾക്കായി ചെലവഴിക്കണം. പൊതുജനാരോഗ്യ വിദ്യാഭ്യാസമേഖലയിൽ മാത്രം കഴിഞ്ഞ വർഷം 7000 കോടി രൂപയാണ് കോർപ്പറേറ്റുകൾ ചെലവിട്ടത്. ഗ്രാമീണ വികസനം അടക്കമുള്ള വിവിധ മേഖലകളിൽ കഴിഞ്ഞ വർഷം മൊത്തം ചെലവിട്ടത് 12000 കോടി രൂപയാണ്. നാല് വർഷത്തിനുള്ളിൽ 50,000 കോടി രൂപ നിയമത്തിന്റെ അടിസ്ഥാനത്തിൽ കോർപ്പറേറ്റുകൾ സാമൂഹിക സേവന പ്രവർത്തനങ്ങൾക്കായി ചെലവിട്ടു. ഈ തുക ചെലവഴിച്ചില്ലെങ്കിൽ ഡയറക്ടർ ബോർഡ് അംഗങ്ങളെ അയോഗ്യരാക്കാനും അവർക്കെതിരെ ക്രിമിനൽ കേസ് എടുക്കുവാനും കഴിയുമായിരുന്നു. സർക്കാർ പുതിയ തീരുമാനത്തിലൂടെ അവർക്ക് തുച്ഛമായ പിഴയൊടുക്കി ഇതിൽനിന്നും രക്ഷപ്പെടാനുള്ള അവസരമാണ് ഒരുക്കിയിരിക്കുന്നത്.

ആദായ, ചരക്ക് സേവന നികുതി അടയ്ക്കുന്നതിലെ സംവിധാനങ്ങൾ പരമാവധി ലളിതമാക്കുമെന്നാണ് ധനമന്ത്രി പറയുന്നത്. സാധാരണക്കാരും സത്യസന്ധരുമായ നികുതിദായകർ അവരുടെ ആദായനികുതി യഥാർത്ഥത്തിൽ കണക്കാക്കി അടയ്ക്കാറുണ്ട്. നികുതി വെട്ടിപ്പുകാരെ പ്രോസിക്യൂട്ട് ചെയ്ത് കോടതി കയറ്റുന്നതിനും ജയലിലാക്കുന്നതിനും പകരം പിഴ ഈടാക്കി കേസ് അവസാനിപ്പിക്കുമെന്നാണ് മന്ത്രിയുടെ പ്രഖ്യാപനം. ആദായനികുതിയിൽ വെട്ടിപ്പ് നടത്തുന്നത് രാജ്യത്തെ അതിസമ്പന്നരാണ്. അവർക്ക് രക്ഷപ്പെടാനുള്ള നിയമപ്പഴുത് ഒരുക്കി കൊടുക്കുകയാണ് സർക്കാർ. വായ്പ തട്ടിപ്പ് കേസിൽപ്പെട്ട ശേഷം വിദേശത്തേക്ക് കടന്ന വിജയ്മല്യയുടെ സ്ഥാപനം ആദായ നികുതിയിനത്തിൽ സർക്കാരിന് നല്കാനുള്ളത് ഏകദേശം 300 കോടി രൂപയാണ്. സർക്കാരിന്റെ പുതിയ തീരുമാനം നികുതി വരുമാനത്തിൽ വലിയ ചോർച്ചയുണ്ടാക്കും.

വിത്തെടുത്ത് കുത്തുന്നു

റിസർവ്വ് ബാങ്കിന്റെ കരുതൽ ധനം എടുത്താണ് സർക്കാർ പൊതുവിപണിയിൽ ധനലഭ്യത ഉറപ്പുവരുത്താൻ ശ്രമിക്കുന്നത്. 1.76 ലക്ഷം കോടി രൂപയാണ് റിസർവ്വ് ബാങ്കിൽനിന്നും സർക്കാർ വാങ്ങിയത്. സമ്പദ്വ്യവസ്ഥ പ്രതിസന്ധിയെ നേരിടുന്ന ഘട്ടത്തിൽ അതിനെ അതിജീവിക്കാനായിട്ടാണ് യഥാർത്ഥത്തിൽ റിസർവ്വ് ബാങ്കിന്റെ കരുതൽ ധനം ഉപയോഗിക്കേണ്ടത്. 2008 ന് സമാനമായ സാമ്പത്തിക മാന്ദ്യത്തിലേക്ക് ആഗോള സമ്പദ്വ്യവസ്ഥ പോകാനിടയുള്ള സാഹചര്യത്തിൽ രാജ്യ

ത്തിന്റെ സമ്പദ് വ്യവസ്ഥ കരുത്തോടെ നില്ക്കണമെങ്കിൽ റിസർവ്വ് ബാങ്കിന്റെ കൈവശം ശക്തമായ കരുതൽ ധനം വേണം. റിസർവ്വ് ബാങ്കിന്റെ കരുതൽ ശേഖരം കാലിയാകുന്നതോടെ ഒരു സാമ്പത്തിക പ്രതിസന്ധിയുണ്ടായാൽ അതിനെ നേരിടാനുള്ള കരുത്ത് സർക്കാരിനുണ്ടാവില്ല. റിസർവ്വ് ബാങ്കിന്റെ കരുതൽ ശേഖരത്തിലെ 315 കോടി ഡോളറിന്റെ (22,680 കോടി രൂപ) സ്വർണ്ണമാണ് ഇതിനിടയിൽ രണ്ട് ഘട്ടങ്ങളിലായി വരുമാനത്തിലുണ്ടാകുന്ന കുറവ് നികത്തുന്നതിനുവേണ്ടി സർക്കാർ വിറ്റത്. സർക്കാരിന്റെ സാമ്പത്തിക ഉത്തേജക പദ്ധതികളുടെ നേട്ടം കോർപ്പറേറ്റുകൾക്കാണ് ലഭിക്കുന്നത്, സാധാരണക്കാരുടെ ജീവിതം കൂടുതൽ ദുരിതപൂർണ്ണമാവുകയാണ്.

സാമ്പത്തിക പ്രതിസന്ധി മറികടക്കണമെങ്കിൽ ജനങ്ങളുടെ വരുമാനവും വാങ്ങൽ ശേഷിയും വർദ്ധിക്കണം. അതിന് തൊഴിലവസരങ്ങൾ വർദ്ധിക്കണം. രാജ്യത്തെ ജനങ്ങളിൽ 94 ശതമാനവും തൊഴിലെടുക്കുന്നത് അസംഘടിത മേഖലയിലാണ്. അവർക്ക് തൊഴിലും കൂലിയും കിട്ടാനുള്ള പദ്ധതികളാണ് സർക്കാർ ആവിഷ്കരിക്കേണ്ടത്. കോർപ്പറേറ്റുകൾക്ക് സൗജന്യം നല്കിയതുകൊണ്ട് മാത്രം തൊഴിലവസരങ്ങൾ സൃഷ്ടിക്കപ്പെടുകയില്ല. കാർഷിക മേഖലയുടെ തകർച്ച ഗ്രാമീണ ജനങ്ങളുടെ വാങ്ങൽ ശേഷിയിൽ വലിയ കുറവ് വരുത്തിയിരിക്കുന്നു. കാർഷിക മേഖലയിൽ നിക്ഷേപം വർദ്ധിപ്പിച്ച് തൊഴിലവസരങ്ങൾ സൃഷ്ടിക്കാനാണ് സർക്കാർ ശ്രമിക്കേണ്ടത്. മഹാത്മാഗാന്ധി തൊഴിലുറപ്പു പദ്ധതി പ്രകാരം 100 ദിവസം തൊഴിൽ 150 ദിവസമെങ്കിലും ആക്കി വർദ്ധിപ്പിക്കണം. സൽപതി കമ്മിറ്റിയുടെ ശുപാർശ പ്രകാരം ദേശീയ മിനിമം കൂലി 375 ഉയർത്തിയിരുന്നുവെങ്കിൽ ജനങ്ങളുടെ വാങ്ങൽ ശേഷി വർദ്ധിപ്പിക്കാൻ കഴിയും. അതിനുപകരം മോദി സർക്കാർ നിശ്ചയിച്ച മിനിമം കൂലി 178 രൂപയാണ്.

കോർപ്പറേറ്റ് പ്രീണന സാമ്പത്തിക പരിഷ്കാരങ്ങളാണ് രാജ്യത്തെ ഇന്നത്തെ സാമ്പത്തിക പ്രതിസന്ധിക്ക് കാരണം. ജനങ്ങൾ അനുഭവിക്കുന്ന ജീവിതദുരിതത്തിൽനിന്നും അവരുടെ ശ്രദ്ധ തിരിച്ചുവിടുന്നതിനുവേണ്ടിയാണ് കപട ദേശീയതയും വർഗ്ഗീയതയും പ്രചരണായുധമാക്കുന്നത്. അതിന്റെ ഏറ്റവും ഒടുവിലത്തെ ഉദാഹരണമാണ് കാശ്മീർ പ്രശ്നം. മോദി സർക്കാരിന്റെ വികലമായ സാമ്പത്തികനയം മൂലം ജനങ്ങളുടെ തൊഴിലും വരുമാനവും ഇല്ലാതാകുമ്പോൾ മറുവശത്ത് കോർപ്പറേറ്റുകളുടെ മോദി സർക്കാരിന്റെ അജണ്ട രാജ്യത്തിന്റെ സാമ്പത്തിക പുരോഗതിയല്ല. മറിച്ച് തങ്ങളുടെ രാഷ്ട്രീയ താല്പര്യങ്ങൾക്ക് കുടപിടിക്കുന്ന കോർപ്പറേറ്റുകളുടെ താല്പര്യങ്ങളാണ്.

ജി ഡി പി ഒരു മാർഗ്ഗമാണ് ലക്ഷ്യമല്ല

അഭിജിത് വി ബാനർജി, എസ്തെർ ഡുഫ്ലോ

ജി ഡി പി തൊഴിൽ സൃഷ്ടിക്കാനുള്ള മാർഗ്ഗമാണ്. എന്നാൽ ലക്ഷ്യം ഏറ്റവും പാവപ്പെട്ട മനുഷ്യന്റെയും ജീവിതത്തിന്റെ ഗുണനിലവാരം ഉയർത്തണമെന്നതായിരിക്കണം. “ആഗോള ദാരിദ്ര്യനിർമ്മാർജ്ജനത്തിനുള്ള പരീക്ഷണാത്മക സമീപനത്തിന്” 2019 ൽ നോബൽ പുരസ്കാരം നേടിയത് അഭിജിത് ബാനർജി, എസ്തർ ഡുഫ്ലോ, മൈക്കിൾ ക്രെമെർ എന്നീ എം ഐ ടി (Massachusetts Institute of Technology in Cambridge) സാമ്പത്തിക ശാസ്ത്രജ്ഞരാണ്. അവരുടെ *Good Economics, for Bad Times* എന്ന പുസ്തകം വിശദീകരിക്കുന്നത് ‘സമ്പദ് വ്യവസ്ഥ എവിടെ പരാജയപ്പെടുന്നുവോ, പ്രത്യയശാസ്ത്രം നമ്മെ അന്ധരാക്കുന്നുവോ അവിടെയാണ്, അപ്പോഴാണ് നല്ല സാമ്പത്തികശാസ്ത്രം പ്രയോജനകരമാവുക. പ്രത്യേകിച്ച് സമകാലിക ലോകത്തിൽ.

ആ പുസ്തകത്തിൽനിന്നുള്ള ഏതാനും ഭാഗങ്ങൾ വായിക്കൂ:

ചൈനയിലെപ്പോലെ ഇന്ത്യയിലും വളർച്ച മന്ദീഭവിക്കും. ചൈനയുടേതു പോലുള്ള പ്രതിശീർഷ വരുമാനം നേടിയാലും വളർച്ച കുറയുമോ എന്ന കാര്യത്തിൽ ഒരുറപ്പും ഇല്ല. ചൈന/റക്ക് ഇന്നത്തെ ഇന്ത്യയുടെ പ്രതിശീർഷ മൊത്ത ആഭ്യന്തര ഉല്പാദനം ഉണ്ടായിരുന്ന കാലത്ത് അവരുടെ വളർച്ചാനിരക്ക് പ്രതിവർഷം 12% ആയിരുന്നു. എന്നാൽ ഇന്ത്യ ഇപ്പോഴും എത്തിച്ചേരേണ്ട ലക്ഷ്യമായി കാണുന്നത് 8% മാത്രമാണ്. ഇതിന്റെയടിസ്ഥാനത്തിൽ അനുമാനിക്കുകയാണെങ്കിൽ ഇന്ത്യക്ക് ചൈനയേക്കാൾ വളരെതാണ ജി ഡി പിയിലേ എത്താനാവുകയുള്ളൂ. വളർച്ചയുടെ തിരമാലകൾ എല്ലാ ബോട്ടുകളെയും ഉയർത്തും. എന്നാൽ എല്ലാ ബോട്ടുകളെയും ഒരേ വിതാനത്തിലേക്കായിരിക്കുകയില്ല ഉയർത്തുന്നത്. ഇടത്തരം വരുമാനക്കെണി എന്നൊരു പ്രതിഭാസത്തെപ്പറ്റി സാമ്പത്തികശാ

സ്ത്രങ്ങൾ ഉൽക്കണ്ഠാലുക്കളാണ്. അതിനർത്ഥം ഒരു ശരാശരി ജി ഡി പിയിൽ തളച്ചിടപ്പെടാനിടയുണ്ടെന്നാണ്. ലോകബാങ്ക് കണക്കനുസരിച്ച് 1960 ലെ 101 ഇടത്തരം (ശരാശരി) സമ്പദ് വ്യവസ്ഥകളിൽ 13 എണ്ണം മാത്രമാണ് 2008 ൽ ഉയർന്ന വരുമാനക്കാരായി വളർന്നത്. മലേഷ്യ, തായ്ലാന്റ്, ഈജിപ്ത്, മെക്സിക്കോ, പെറു തുടങ്ങിയ രാജ്യങ്ങൾ വളർച്ചയുടെ കുഴപ്പങ്ങളിൽ ചെന്നുപെട്ടു.

ഇത്തരം അനുമാനങ്ങളിൽ പിഴവു പറ്റുന്നത് സ്വാഭാവികമാണ്. ഉള്ളതിനെ ഉള്ളതുപോലെ കാണാൻ ഇന്ത്യ തയ്യാറാകണം. ഇന്ത്യയെ സംബന്ധിച്ച് ഈ അനുഭവങ്ങൾ ഒരു മുന്നറിയിപ്പു തന്നെയാണ്. എല്ലാ പ്രശ്നങ്ങളും മറികടന്ന് ഇന്ത്യയുടെ വളർച്ച യാഥാർത്ഥ്യമായാൽ തന്നെ അത് ഇന്ത്യയുടെ സവിശേഷമായ ചില സ്വഭാവത്തെ ബാധിക്കാൻ പോകുന്നില്ല. ഇന്ത്യ ശ്രദ്ധിക്കേണ്ടത് തെറ്റായ സമ്പദ് വിതരണത്തിന്റെ അസന്തുലിതാവസ്ഥ പരിഹരിക്കുന്നതിനാണ്. പ്രത്യേകിച്ചും വളർച്ചാ ശേഷിയുള്ള ധാരാളം സ്ഥാപനങ്ങളും ഇനിയും കണ്ടെത്താവുന്ന അവസരങ്ങളുമുള്ളപ്പോൾ.

ദരിദ്രർക്കെതിരും പണക്കാർക്കനുകൂലവുമായ നയങ്ങൾ

കാര്യങ്ങൾ ശരിയാണെങ്കിൽ, അവസരങ്ങൾ കൈവിട്ടു പോകുന്നതിനെച്ചൊല്ലിയാണ് ഇന്ത്യ സങ്കടപ്പെടേണ്ടത്. എങ്ങനെയാണ് വളർച്ചയുണ്ടാകുന്നതെന്നറിയാത്തതുപോലെത്തന്നെ ചില രാജ്യങ്ങൾക്ക് അതു എങ്ങനെയുണ്ടാകുന്നില്ല എന്നും ഞങ്ങൾക്കറിയില്ല. ദക്ഷിണകൊറിയ വളരുമ്പോൾ എന്തുകൊണ്ട് മെക്സിക്കോ വളരുന്നില്ല. എന്നും അറിയില്ല. ഉയർന്ന വളർച്ചാ നിരക്കിനുവേണ്ടി പരക്കം പായുമ്പോൾ സാധാരണ മനുഷ്യർ അപകടപ്പെടും എന്ന കാര്യം ഇന്ത്യപോലുള്ള രാജ്യങ്ങൾ കാണാൻ മടിക്കരുത്. അമേരിക്കയിലും ബ്രിട്ടനിലും റിഗീൻ - താച്ചർ ഘട്ടത്തിൽ സമ്പദ് വ്യവസ്ഥയെ ബിസിനസ് സൗഹൃദപരമാക്കുക എന്നു പറഞ്ഞാൽ പാവപ്പെട്ടവർക്ക് എതിരും പണക്കാർക്ക് അനുകൂലവുമായ നടപടികൾ എന്നായിരുന്നു അർത്ഥം. നഷ്ടത്തിലായ സ്വകാര്യ സ്ഥാപനങ്ങളുടെ നഷ്ടം നികത്താൻ സന്നദ്ധമാകുന്ന സർക്കാരുകൾ സാധാരണ മനുഷ്യരുടെ ചെലവിൽ സമ്പന്നരെ കൂടുതൽ പുഷ്ടിപ്പെടുത്തുകയാണു ചെയ്യുന്നത്.

അമേരിക്കയുടെയും ഇംഗ്ലണ്ടിന്റെയും അനുഭവങ്ങൾ പാഠമാക്കിയാൽ ഒന്നു വ്യക്തമാകും. വികസനത്തിന്റെ സദ്ഫലങ്ങൾ താഴേത്തട്ടിലേക്ക് അരിച്ചിറങ്ങും എന്ന പ്രതീക്ഷയിൽ പാവങ്ങളോട് മുണ്ടു മുറുക്കിയുടുക്കാൻ പറയുന്നത് വികസനവുമല്ല പാവങ്ങൾക്ക് ഗുണം കിട്ടുന്നതുമല്ല. ഒരു സമ്പദ് വ്യവസ്ഥയിൽ അസത്യം പെരുകിയാൽ അത് വികസനത്തെയും കാര്യമായി ബാധിക്കും കാര്യമായ രാഷ്ട്രീയ തിരിച്ചടിക്കതു കാരണവുമാകും. അത്ഭുതങ്ങൾ കാണിക്കുമെന്ന പ്രതീക്ഷയിൽ ജനപ്രിയ നേതാക്കളെ തെരഞ്ഞെടുക്കുന്ന സാഹചര്യവും വന്നുചേരും. വെനിസ്വേല

യിൽ സംഭവിച്ചതുപോലുള്ള ദുരന്തങ്ങൾക്ക് അതിടവരുത്തും. വികസനത്തെ മാത്രം ലക്ഷ്യമാക്കി മുന്നേറാൻ പറഞ്ഞിരുന്ന അന്താരാഷ്ട്ര നാണയനിധി (IMF) തങ്ങളുടെ യാഥാസ്ഥിതിക നിലപാടുകൾ തിരുത്താൻ നിർബ്ബന്ധിതരാവുന്നു. ഐ എം എഫ് വായ്പയെടുക്കുന്ന രാജ്യങ്ങളോട് അസമത്വത്തിന്റെ കാര്യം കൂടി പരിഗണിക്കണമെന്ന് ആവശ്യപ്പെടാറുണ്ട്.

അന്തിമലക്ഷ്യം

ജി ഡി പി ഒരു മാർഗ്ഗമാണ് ലക്ഷ്യമല്ല എന്ന് തിരിച്ചറിയണം. ശരിയായ മാർഗ്ഗങ്ങൾ തൊഴിൽ സൃഷ്ടിക്കുകയും വേതനം വർദ്ധിപ്പിക്കുകയും സർക്കാർ ബജറ്റ് വലുതാക്കി കൂടുതൽ പുനർ വിതരണം ഉറപ്പാക്കുകയും ചെയ്യും. ഏറ്റവും പാവപ്പെട്ടവന്റെ ഉന്നമനമായിരിക്കും അന്തിമലക്ഷ്യം. കൂടുതൽ ഉപഭോഗം നടത്താനുള്ള അവസരം കൂടിയാണ് മെച്ചപ്പെട്ട ജീവിതം. അവർ സ്വന്തം ആരോഗ്യം ശ്രദ്ധിക്കുകയും മാതാപിതാക്കളുടെയും കുടുംബാംഗങ്ങളുടെയും ജീവിതം മെച്ചമാക്കാൻ ശ്രമിക്കുകയും കുട്ടികളുടെയും മുതിർന്നവരുടെയും ആരോഗ്യപരിപാലനത്തിൽ ഊന്നൽ നല്കുകയും കുട്ടികളെ വിദ്യാഭ്യാസം ചെയ്യിക്കുകയും സ്വന്തം സ്വപ്നങ്ങൾ യാഥാർത്ഥ്യമാക്കാൻ ശ്രമിക്കുകയും ചെയ്യും. ഉയർന്ന ജി ഡി പി പാവങ്ങൾക്കായി കൂടുതൽ നല്കാൻ അവസരമൊരുക്കും. അത് പലവഴികളിലൊന്നുമാത്രമാണ്. എന്നാൽ അത് എപ്പോഴും അങ്ങനെ ആയിക്കൊള്ളണമെന്നില്ല.

വഴുതി മാറുന്ന വളർച്ച

സാമ്പത്തിക ശാസ്ത്രജ്ഞർ പല തലമുറകളിലായി കിണഞ്ഞു ശ്രമിച്ചിട്ടും അടിത്തട്ടിലെ വികസനം വഴുതിമാറുന്നു. ധനികരാജ്യങ്ങൾക്ക് സ്ഥിരമായ വികസനം നിലനിർത്താനാകുമോ എന്ന കാര്യം സംശയമാണ്. അവർ എന്താണ് ചെയ്യാൻ പോകുന്നതെന്നും അറിയില്ല. അതിനിടയിൽ നമുക്ക് ചെയ്യാവുന്ന ചില കാര്യങ്ങളുണ്ട്. ധനികരാജ്യങ്ങൾക്കും ദരിദ്രരാജ്യങ്ങൾക്കും താന്താങ്ങളുടെ സമ്പദ് വ്യവസ്ഥകളിലെ ദുർവ്യയങ്ങൾ ഒഴിവാക്കാവുന്നതാണ്. അങ്ങനെ ചെയ്താൽ ചിലപ്പോൾ സ്ഥിരവും വേഗത്തിലുള്ളതുമായ വളർച്ച ഉറപ്പായില്ലെന്നുവരാം. എന്നാൽ സാധാരണ മനുഷ്യരുടെ ക്ഷേമം വർദ്ധിപ്പിക്കാനാവൂ. വികസനക്കുതിപ്പ് എപ്പോൾ തുടങ്ങുമെന്നു പ്രവചിക്കാനാവില്ല. അത് തുടങ്ങിക്കഴിഞ്ഞാൽ സാധാരണക്കാർ കൂടുതൽ മെച്ചപ്പെട്ട ആരോഗ്യത്തിനായും വിദ്യാഭ്യാസത്തിനായും ആഗ്രഹിക്കും. പരിമിതികൾക്കപ്പുറത്തേക്കു കടക്കാൻ പ്രേരിതമാകും. ആഗോളവല്ക്കരണം കൊണ്ടും നേട്ടമുണ്ടാക്കിയത് മുൻ കമ്യൂണിസ്റ്റ് രാജ്യങ്ങളാണെന്നത് യാദൃച്ഛികമല്ല. ചൈന, വിയറ്റ്നാം തുടങ്ങിയ രാജ്യങ്ങൾ മനുഷ്യവിഭവത്തിലാണ് കൂടുതൽ നിക്ഷേപിച്ചത്. കമ്യൂണിസം കടന്നുവന്നേക്കുമെന്നു ഭയപ്പെട്ട രാജ്യങ്ങളും (സൗത്ത് കൊറിയ,

തയ്വാൻ) ആ വഴി പിന്തുടർന്നു. അതിനാൽ ഇന്ത്യയെപ്പോലൊരു രാജ്യത്തിന് അഭികാമ്യം സ്വന്തം വിഭവങ്ങൾ പരമാവധി ഉപയോഗപ്പെടുത്തി ജനക്ഷേമം ഉറപ്പാക്കലാണ്, മെച്ചപ്പെട്ട ജീവിത നിലവാരം സൃഷ്ടിക്കലാണ്. മെച്ചപ്പെട്ട വിദ്യാഭ്യാസ, ആരോഗ്യ, നിയമപരിപാലന ബാങ്കിങ് സ്ഥാപനങ്ങൾ സൃഷ്ടിക്കണം. മെച്ചപ്പെട്ട അടിസ്ഥാന സൗകര്യങ്ങൾ സൃഷ്ടിക്കണം.

ലോകത്തെ നയരൂപീകരണ ശക്തികൾക്ക് ഈ കാഴ്ചപ്പാട് വഴി ലോകത്തെ കോടിക്കണക്കിന് പാവപ്പെട്ട മനുഷ്യരുടെ ജീവിതക്ഷേമം ഉറപ്പാക്കിയാൽ അത് സമ്പന്ന രാജ്യങ്ങളുടെ വികസനത്തിനും 2 മുതൽ 2.3% വരെ വളർച്ച നേടിയെടുക്കുന്നതിന് ഇടവരുത്തും.

(കടപ്പാട് ഹിന്ദു)

ഭരണസംവിധാനങ്ങളോട് ജനങ്ങൾക്കുള്ള വിശ്വാസക്കുറവ് മാന്ദ്യത്തിനുവഴിയൊരുക്കും

ഡോ. മൻമോഹൻസിങ്

ഇന്ത്യൻ സമ്പദ്‌വ്യവസ്ഥ ആഴത്തിലുള്ള പ്രതിസന്ധി അഭിമുഖികരിക്കുന്നു. പ്രതിപക്ഷ പാർട്ടിയുടെ നേതാവെന്ന നിലയ്ക്കല്ല ഒരു പൗരൻ എന്ന നിലയിലുള്ള പ്രതികരണമാണിത്. ഇന്ന് ഇക്കാര്യം എല്ലാവർക്കും ബോദ്ധ്യമായിക്കഴിഞ്ഞു. ജി ഡി പി യുടെ വളർച്ച 15 വർഷത്തിൽ ഏറ്റവും താണതും തൊഴിലില്ലായ്മ 45 വർഷത്തിൽ ഏറ്റവും ഉയർന്നതുമാണ്. നാലുപതിറ്റാണ്ടുകാലത്തെ ഏറ്റവും താണ ഗാർഹിക ഉപഭോഗ നിരക്കാണിപ്പോൾ. ഈ കണക്കുകളും സമ്പദ്‌വ്യവസ്ഥയുടെ സ്ഥിതിയും മാത്രമല്ല ഉൽകണ്ഠ ഉളവാക്കുന്നത്. ആഴത്തിലുള്ള പ്രതിസന്ധിയാണ് നമ്മുടെ സമ്പദ് വ്യവസ്ഥ നേരിടുന്നത്. സമ്പദ്‌വ്യവസ്ഥ സാമൂഹ്യാവസ്ഥയുടെ പ്രതിഫലനമാണ്. വ്യക്തികളുടെയും സ്ഥാപനങ്ങളുടെയും കൊള്ള കൊടുക്കലുകളാണ് സമ്പദ്‌വ്യവസ്ഥയെ മുന്നോട്ട് നയിക്കുന്നത്. ആളുകൾക്കിടയിലെ പരസ്പര വിശ്വാസവും ആത്മവിശ്വാസവും സാമ്പത്തിക വളർച്ചയുടെ അടിത്തറയാണ്. ഈ ആത്മവിശ്വാസവും പരസ്പര വിശ്വാസവും ഇന്ത്യയിൽ തകർക്കപ്പെട്ടിരിക്കുന്നു.

വ്യവസായികൾ സർക്കാരിന്റെ നിരന്തര ഭീഷണി നേരിടുന്നു. തിരിച്ചടവുകൾ മുടങ്ങുമെന്ന് ഭയന്ന് ബാങ്കുകൾ പുതിയ വായ്പകൾ നല്കുവാൻ തയ്യാറാകുന്നില്ല. പുതിയ പദ്ധതികൾ തുടങ്ങാൻ വ്യവസായികൾ മുന്നോട്ട് വരുന്നില്ല. നിഗൂഢ ശക്തികൾ തങ്ങളെ തകർത്തേക്കും എന്നവർ ഭയപ്പെടുന്നു. ടെക്നോളജി കേന്ദ്രീകൃതമായി തുടങ്ങുന്ന പുതിയ സംരംഭങ്ങൾ സാമ്പത്തിക വളർച്ചയുടേയും തൊഴിൽ സൃഷ്ടിക്കുന്നതിന്റെയും ചാലക ശക്തിയാകേണ്ടവയാണ്. നിരന്തര നിരീക്ഷണങ്ങളും സംശയിക്കലും അവരെ ഭയപ്പെടുത്തുന്നു. നയരൂപീകരണ വേദികളിലെയും സർക്കാർ സംവിധാനങ്ങളിലെയും പ്രമുഖർ ബൗദ്ധിക സത്യസന്ധതയോടെ സംസാരിക്കാൻ ഭയപ്പെടുന്നതിനാൽ യാഥാർത്ഥ്യം ചർച്ചചെ

യ്യപ്പെടുന്നില്ല. സാമ്പത്തിക വികസനത്തിന്റെ ഏജന്റുമാരാകേണ്ട ജനങ്ങൾക്കിടയിൽ ഭീതിയും അവിശ്വാസവും പരക്കുന്നു. എവിടെ അവിശ്വാസം രൂഢമൂലമാകുന്നുവോ അവിടെ സമൂഹത്തിലെ സാമ്പത്തിക ഇടപാടുകൾ നിശ്ചലമാകുന്നു. അങ്ങനെ സ്ഥാപനങ്ങളും വ്യക്തികളും തമ്മിൽ തമ്മിൽ നടത്തുന്ന കൊള്ളകൊടുക്കലുകൾ നിശ്ചലമായാൽ അത് സമ്പദ്വ്യവസ്ഥയെ മാന്ദ്യത്തിലാക്കും. ഭയത്തിന്റെ അന്തരീക്ഷവും പൗരന്മാർക്കിടയിലെ അവിശ്വാസവും ആത്മവിശ്വാസക്കുറവും സാമ്പത്തിക മാന്ദ്യത്തിലേക്ക് വഴി തുറക്കുന്നു. ഇതിനൊപ്പം പ്രതീക്ഷാരാഹിത്യവും നടമാടുന്നു. മുറിവേറ്റവർക്ക് എങ്ങുനിന്നും ആശ്വാസം ലഭിക്കുന്നില്ല. മാധ്യമങ്ങൾ, ജുഡിഷ്യറി, നിയന്ത്രണ സംവിധാനങ്ങൾ, അന്വേഷണ ഏജൻസികൾ എന്നീ സ്വതന്ത്രസംവിധാനങ്ങൾക്കുമേലുള്ള വിശ്വാസ്യതയ്ക്ക് ഊനം തട്ടിയിരിക്കുന്നു. ഭരണസംവിധാനങ്ങളുടെ വിശ്വാസ്യത തകർന്നപ്പോൾ അനാവശ്യമായി അപമാനിക്കപ്പെടുന്നവർക്ക് അഭയസ്ഥാനം ഇല്ലാതായിരിക്കുന്നു. ഈ സാഹചര്യത്തിൽ വ്യവസായികൾ റിസ്ക് എടുക്കാൻ തയ്യാറാവുന്നില്ല. ആഴത്തിലുള്ള അവിശ്വാസവും ഭയവും നൈരാശ്യവും കൂടിക്കലർന്ന മാരകമായ സാമൂഹ്യാവസ്ഥ സാമ്പത്തികപ്രവർത്തനങ്ങളെ മന്ദീഭവിപ്പിക്കുകയും അതു വഴി സാമ്പത്തിക വളർച്ചയെ മുരടിപ്പിക്കുകയും ചെയ്യുന്നു. സാമൂഹ്യസന്തുലനത്തെ തകർക്കുന്ന ഈ സാഹചര്യം സൃഷ്ടിച്ചത് മോദി സർക്കാരിന്റെ ദുരുദ്ദേശ്യപൂർവ്വമായ ഭരണ സിദ്ധാന്തങ്ങളാണ്. സാമ്പത്തിക പ്രവർത്തനത്തിലെ പങ്കാളികളാകെ ദുരുദ്ദേശ്യമുള്ളവരാണെന്ന മുൻവിധിയാണ് ഈ സർക്കാരിനെ ഭരിക്കുന്നത്. ഓരോ വ്യവസായിയും, ബാങ്കറും നയരൂപീകരണ വിദഗ്ദ്ധരും സാധാരണ പൗന്മാരും കുറ്റവാളികളാണെന്ന രീതിയിലുള്ള സമീപനം സമൂഹത്തിലെ വിശ്വാസ്യതയെ തകർത്തിരിക്കുന്നു. ഇത് സാമ്പത്തിക വളർച്ചയെ തടഞ്ഞുനിർത്തി. ബാങ്കുകൾ വായ്പ നല്കുവാൻ മടിക്കുന്നു. വ്യവസായത്തിൽ മുതൽ മുടക്കാൻ പലരും തയ്യാറാവുന്നില്ല. നയരൂപീകരണ വിദഗ്ദ്ധരുടെ കൈകൾ കെട്ടപ്പെട്ടിരിക്കുന്നു.

എല്ലാവരെയും എന്തിനെയും സംശയത്തിന്റെ കണ്ണായിലൂടെയാണ് മോദി സർക്കാർ വീക്ഷിക്കുന്നത്. സർക്കാർ തന്നെ നാണയം പിൻവലിക്കൽ പോലുള്ള കാര്യങ്ങളിൽ സദാചാര പൊലീസായാൽ സാമ്പത്തിക ഇടപാടുകൾ എത്രകാലം മുന്നോട്ടുപോകും?

സാമ്പത്തിക വികസനത്തിന് സാമൂഹ്യമായ വിശ്വാസ്യത അനിവാര്യമാണെന്ന് ആദംസ്മിത്തിന്റെ കാലം മുതൽ ഏറ്റവും പുതിയ സാമ്പത്തിക ശാസ്ത്രപഠന മേഖലയായ പെരുമാറ്റ സാമ്പത്തിക ശാസ്ത്രം (Behaviuoral Economics) വരെ രേഖപ്പെടുത്തുന്നു. നമ്മുടെ സാമൂഹ്യഘടനയിൽ വന്നു ചേരുന്ന വിള്ളൽ സാമ്പത്തികക്കുഴപ്പങ്ങളുടെ കൂടി ഭാഗമാണ്. സാമ്പത്തിക വളർച്ച പുനഃസ്ഥാപിക്കണമെങ്കിൽ ഈ വിള്ളൽ ഉണ്ടായ സാഹചര്യം ഇല്ലാതാക്കണം. അതിന് ഭയത്തിന്റെയും വിശ്വാസരാഹിത്യത്തിന്റെയും അന്തരീക്ഷം മാറണം.

(കടപ്പാട് : *ദി ഹിന്ദു*)

ശക്തമാകുന്ന പ്രതിഷേധങ്ങൾ പണിമുടക്കുകൾ

ഡോ. കെ ഹേമലത

തുടർച്ചയായി രണ്ടാം തവണ അധികാരത്തിലെത്തിയതിനെത്തുടർന്ന് മോദിയുടെ നേതൃത്വത്തിലുള്ള ബി ജെ പി ഗവൺമെന്റ് പ്രഖ്യാപിച്ച വിവിധ നടപടികൾക്കെതിരെ തൊഴിലാളിവർഗ്ഗത്തിനിടയിൽ രോഷം ശക്തമാകുന്ന തങ്ങളുടെ നവലിബറൽ അജണ്ട കൂടുതൽ അക്രാമകമായി പിന്തുടരുന്നതിനുള്ള ജനകീയ അംഗീകാരമെന്ന നിലയിൽ കഴിഞ്ഞ പാർലമെന്റ് തിരഞ്ഞെടുപ്പിലെ ജനവിധിയെ രണ്ടാം മോദി ഗവൺമെന്റ് തെറ്റായി ധരിച്ചിരിക്കുകയാണെന്ന് തോന്നുന്നു. ഈ ധാരണ പാടേ തെറ്റായതാണെന്ന് ഗവൺമെന്റിനെ ബോദ്ധ്യപ്പെടുത്താൻ തൊഴിലാളി വർഗ്ഗം ശ്രമിക്കുകയാണ്.

തങ്ങളുടെ ഉപജീവനമാർഗ്ഗങ്ങൾക്കും ജീവിതസാഹചര്യങ്ങൾക്കും മേൽ നവലിബറൽ നയങ്ങൾ ഏല്പിക്കുന്ന പ്രതികൂല ആഘാതത്തിനെതിരെ ഇന്ത്യയിലെ തൊഴിലാളിവർഗ്ഗവും മറ്റ് അദ്ധ്വാനിക്കുന്ന ജനങ്ങളും നിരന്തരം പൊരുതിക്കൊണ്ടിരിക്കുകയാണ്. 28 വർഷംമുമ്പ് നമ്മുടെ രാജ്യത്ത് നവലിബറൽ നയങ്ങൾ നടപ്പാക്കാനാരംഭിച്ചതിനെത്തുടർന്ന് അതിന്റെ പ്രത്യാഘാതങ്ങൾക്കെതിരെ തുടർ പ്രക്ഷോഭങ്ങൾ അനിവാര്യമാണ്.

നമ്മുടെ രാജ്യത്ത് നവലിബറൽ വാഴ്ച ഔദ്യോഗികമായി ആരംഭിച്ചത് കോൺഗ്രസായിരുന്നെങ്കിലും ബി ജെ പി ഗവൺമെന്റുകൾ കൂടുതൽ അക്രാമകമായും പ്രതിബദ്ധതയോടെയും അത് പിന്തുടരുകയാണ്. അതിനുപുറമെ, ഭരണവർഗ്ഗങ്ങളെ പ്രതിനിധാനംചെയ്യുന്ന ഈ രണ്ട് പ്രമുഖ രാഷ്ട്രീയ പാർട്ടികൾക്കും, കോർപ്പറേറ്റുകൾക്കനുകൂലമായതും തൊഴിലാളികൾ പൊരുതിനേടിയ അവകാശങ്ങൾ കവർന്നെടുക്കുന്നതുമായ നിയമങ്ങൾ പാർലമെന്റിൽ പാസാക്കുന്നതിനുവേണ്ടി കൈകോർക്കാൻ

ഒരുമടിയുമില്ല. പി എഫ് ആർ ഡി എ ബില്ലും അടുത്തകാലത്തെ വേജ് കോഡ് ബില്ലും രണ്ട് ഉദാഹരണങ്ങൾ മാത്രമാണ്.

വർദ്ധിച്ചുവരുന്ന തൊഴിലില്ലായ്മക്കെതിരെയും തൊഴിലാളിവർഗ്ഗത്തിന്റെ അടിസ്ഥാനാവകാശങ്ങൾ നിഷേധിക്കാനും കവർന്നെടുക്കാനും തൊഴിൽനിയമങ്ങൾ ഭേദഗതി ചെയ്യാനുമുള്ള നീക്കങ്ങൾക്കെതിരെയും തീവ്രമായിക്കൊണ്ടിരിക്കുന്ന കാർഷികപ്രതിസന്ധിക്കെതിരെയും ഒന്നാം മോദി ഗവൺമെന്റിന്റെ കാലത്ത് നടപ്പാക്കിയ നോട്ട് അസാധുവാക്കലും ജി എസ് ടിയും ചെറുകിട ഇടത്തരം സംരംഭങ്ങൾക്കും അസംഘടിതമേഖലയ്ക്കും മറ്റും ഉണ്ടാക്കിയ വിനാശകരമായ പ്രത്യാഘാതത്തിനെതിരെയും അസംതൃപ്തി നീറിപ്പുകയുകയാണ്.

വാസ്തവത്തിൽ 2014 ൽ അധികാരത്തിലെത്തിയ ഉടൻതന്നെ മോദി ഗവൺമെന്റ് സ്വകാര്യവൽക്കരണത്തിനും തൊഴിൽ നിയമഭേദഗതികൾക്കും മറ്റും നീക്കം ആരംഭിച്ചത് തൊഴിലാളികൾക്കിടയിലെ വ്യാമോഹം ഇല്ലാതാക്കുന്നതിനിടയാക്കി. ആ കാലത്ത് സംയുക്ത ട്രേഡ് യൂണിയൻ വേദിയുടെ ഘടകമായിരുന്ന ബി എം എസ്, ബി ജെ പി ഗവൺമെന്റിനു ചുരുങ്ങിയത് ഒരുവർഷത്തെ സമയമെങ്കിലും നല്കണമെന്ന് ആവശ്യപ്പെട്ടിരുന്നതിനാൽ ബി എം എസിനെക്കൂടി സംയുക്ത വേദിയിൽ ഉൾക്കൊള്ളിച്ചു കൊണ്ടുപോകാൻ സംയുക്ത ട്രേഡ് യൂണിയൻ പ്രസ്ഥാനത്തിന് ഒരുവർഷത്തിലേറെക്കാലം കാത്തിരിക്കേണ്ടതായി വന്നു. എന്നിട്ടും 2015 സെപ്തംബർ രണ്ടിന്റെ പൊതുപണിമുടക്കിനുള്ള സംയുക്താഹ്വാനത്തിൽ കക്ഷിയായിരുന്ന ബി എം എസ് പണിമുടക്കിന് ഏതാനും ദിവസങ്ങൾക്കുമുമ്പ് സംയുക്തവേദിയിൽനിന്നും വിട്ടുപോയി. അപ്പോൾമുതൽ ബി എം എസ് 'മുയലിനോടൊപ്പം ഓടുകയും ചെന്നായ്ക്കൊപ്പം വേട്ടയാടുകയും ചെയ്യുക' എന്ന അടവാണ് പിന്തുടർന്നുകൊണ്ടിരിക്കുന്നത്. ബി ജെ പി ഗവൺമെന്റ് ഇപ്പോഴത്തെ സാമ്പത്തികത്തകർച്ചയെ നേരിടുന്ന വിധം ഉൾപ്പെടെയുള്ള ബി ജെ പി ഗവൺമെന്റിന്റെ നയങ്ങളെ ഈ വർഷത്തെ വിജയദശമി പ്രസംഗത്തിലും ശക്തമായി പിന്തുണച്ച സർ സംഘ ചാലക് മോഹൻ ഭാഗവത് നയിക്കുന്ന ആർ എസ് എസിനോടുള്ള വിധേയത്വം ബി എം എസ് ഇപ്പോഴും തുടരുകയാണ്. അതേസമയംതന്നെ തൊഴിലാളികൾക്കിടയിലെ സ്വന്തം അടിത്തറ സംരക്ഷിക്കുന്നതിന് ബി എം എസ് തൊഴിലാളി താല്പര്യങ്ങളുടെ വക്താവായി സ്വയം നടിക്കുകയുമാണ്.

പാർലമെന്റ് തിരഞ്ഞെടുപ്പിൽ ജനങ്ങളെ തെറ്റിദ്ധരിപ്പിക്കാനും തൊഴിലും കൂലിയും വരുമാനവും സാമൂഹ്യസുരക്ഷയും സുരക്ഷിതത്വവും മറ്റും പോലെയുള്ള നിത്യജീവിതത്തിലെ നീറുന്ന പ്രശ്നങ്ങളിൽനിന്നും ജനങ്ങളുടെ ശ്രദ്ധ തിരിക്കാനും ബി ജെ പിക്ക് കഴിഞ്ഞു. സങ്കുചിത ദേശീയവികാരങ്ങൾ ഇളക്കിവിടാനും സ്വന്തം രാഷ്ട്രീയ നേട്ടത്തിനായി ജനങ്ങളുടെ യഥാർഥ ദേശാഭിമാനബോധത്തെ ചൂഷണം ചെയ്യാനും ബി ജെ പിക്ക് കഴിഞ്ഞു. കൂടുതൽ വലിയ ജനപിന്തുണയോടെ വീണ്ടും

അധികാരത്തിലെത്തിയത് പ്രതികാര ബുദ്ധിയോടെ നവലിബറൽ അജണ്ടയുമായി മുന്നോട്ടുപോകാൻ ബി ജെ പി ഗവൺമെന്റിനു കരുത്തു നൽകി. 1. സ്വകാര്യവൽക്കരണം 2. തൊഴിൽ നിയമഭേദഗതികൾ 3. വ്യവസായവൽക്കരണത്തിനായി ഭൂബാങ്കുകൾ സൃഷ്ടിക്കൽ എന്നിങ്ങനെയുള്ള മഹാവിസ്ഫോടന പരിഷ്കരണങ്ങൾ ഗവൺമെന്റ് പ്രഖ്യാപിച്ചുകഴിഞ്ഞു. പ്രതിരോധം, റെയിൽവേ എന്നിവ ഉൾപ്പെടെ വിവിധ മന്ത്രാലയങ്ങൾ ഈ ലക്ഷ്യം കൈവരിക്കുന്നതിന് 100 ദിന പദ്ധതികൾക്ക് രൂപം നല്കിയിരിക്കുന്നു.

തിരഞ്ഞെടുപ്പിൽ തങ്ങളെ പിന്തുണച്ച കോർപറേറ്റ് യജമാനന്മാർക്കുള്ള പ്രത്യുപകാരമായി 'മഹാവിസ്ഫോടന പരിഷ്കരണങ്ങൾ' നടപ്പാക്കാൻ എല്ലാ എതിർപ്പുകളെയും തൃണവല്ഗണിച്ച് മുന്നോട്ടുപോകുന്ന ബി ജെ പി ഗവൺമെന്റിന്റെ തിടുക്കത്തോടുള്ള പ്രതികരണമായിരുന്നു ഈ തീരുമാനം. ദേശീയ താല്പര്യത്തിന്റെയും ജനക്ഷേമത്തിന്റെയും എല്ലാ പരിഗണനകളെയും ബി ജെപി ഗവൺമെന്റ് ചവിട്ടിയരച്ചിരിക്കുകയാണ്.

ജനങ്ങൾ-തൊഴിലാളികളും ജീവനക്കാരും ആയിരുന്നല്ലോ വാസ്തവത്തിൽ ബി ജെ പിയെ അധികാരത്തിലെത്തിക്കാൻ വൻതോതിൽ വോട്ടുചെയ്തത്; എന്നാൽ, ഈ ജനവിഭാഗങ്ങൾ നിശ്ശബ്ദം, വിനയാന്വിതരായി, വിനാശകരമായ തങ്ങളുടെ തീരുമാനങ്ങൾ അംഗീകരിക്കുമെന്ന് ബി ജെ പി ഗവൺമെന്റ് ചിന്തിക്കുന്നുവെങ്കിൽ അവർക്ക് തെറ്റി. പാർലമെന്റ് തിരഞ്ഞെടുപ്പിൽ ബി ജെ പിക്കുവേണ്ടി വോട്ടുചെയ്തവരുൾപ്പെടെ വലിയ വിഭാഗം ജനങ്ങൾ ഈ ഗവൺമെന്റ് അധികാരത്തിലെത്തിയ ഉടൻ തന്നെ അതിന്റെ നയങ്ങളെ ശക്തമായി എതിർക്കാൻ ആരംഭിച്ചു.

ബി ജെ പി ഗവൺമെന്റ് സത്യപ്രതിജ്ഞ ചെയ്ത് ഏതാനും ദിവസത്തിനുശേഷം, ഛത്തീസ്ഗഢിലെ ദന്തെവാഡ ജില്ലയിലെ ബയ്ലാദി ലക്കുന്നുകളിലെ ഗോത്രവർഗ്ഗക്കാർ നാഷണൽ മിനറൽ ഡവലപ്മെന്റ് കോർപ്പറേഷൻ ഖനനത്തിനായി മൈനിങ് ഡെവലപ്പർ ആൻഡ് ഓപ്പറേറ്റർ ആയി നിയോഗിച്ച അദാനി എന്റർപ്രൈസസ് ഇരുമ്പ് അയിര് ഖനനം നടത്തുന്നതിനെതിരെ അതിശക്തമായ പ്രതിഷേധം നടത്തി. എല്ലാ ഖനന പ്രവർത്തനങ്ങളും തടയപ്പെട്ടു. ആ പ്രദേശത്ത് വനങ്ങൾ വെട്ടി നശിപ്പിക്കുന്നത് തടയുന്ന ഉത്തരവിറക്കാൻ ഗവൺമെന്റ് നിർബ്ബന്ധിതമായി.

റെയിൽവേ മന്ത്രാലയത്തിന്റെ '100 ദിനപദ്ധതി'യുടെ ഭാഗമായി, റെയിൽവേയുടെ ഉല്പാദന യൂണിറ്റുകൾ കോർപ്പറേറ്റുവല്ക്കരിക്കാനുള്ള ഗവൺമെന്റിന്റെ തീരുമാനം പ്രഖ്യാപിക്കപ്പെട്ട ഉടൻ തന്നെ ആ നീക്കത്തിനെതിരെ ഉല്പാദനയൂണിറ്റുകളിലെ റെയിൽവേ തൊഴിലാളികൾ ഒന്നടങ്കം മുൻകൂട്ടിയുള്ള തയ്യാറെടുപ്പോ തീരുമാനമോ ഒന്നും കൂടാതെ തന്നെ ഉശിരൻ പ്രകടനങ്ങൾ ആരംഭിച്ചു. ആയിരക്കണക്കിനു തൊഴിലാളികൾ തങ്ങളുടെ കുടുംബാംഗങ്ങൾക്കൊപ്പം തെരുവിലിറങ്ങി; ശക്തമായ യൂണി

യൻ ഇല്ലാതിരുന്ന യൂണിറ്റുകളിൽപോലും പ്രതിഷേധമുയർന്നു. റെയിൽവേ ജീവനക്കാരുടെ അംഗീകൃത ദേശീയ ഫെഡറേഷനുകളിൽ നിന്നും ശക്തമായ എതിരഭിപ്രായം ഉണ്ടാകാതിരുന്നിട്ടും വമ്പിച്ച പ്രതിഷേധങ്ങളാണ് ഉയർന്നുവന്നത്. സമരം തുടരുകയാണ്.

രാജ്യത്തുടനീളമുള്ള 41 ആയുധനിർമ്മാണ ഫാക്ടറികളിലെ ഒരു ലക്ഷത്തിലേറെ തൊഴിലാളികൾ സംയുക്തമായി ആഗസ്ത് 20 മുതൽ ഒരു മാസം നീണ്ട ചരിത്രപ്രധാനമായ പണിമുടക്ക് നടത്തി. പണിമുടക്ക് സമ്പൂർണ്ണമായിരുന്നു; 5 ദിവസം പിന്നിട്ടപ്പോൾ തൽക്കാലത്തേക്ക് പിന്നോട്ടുപോകാൻ ഗവൺമെന്റ് നിർബ്ബന്ധിതമായി.

കൽക്കരി മേഖലയിൽ 100 ശതമാനം എഫ് ഡി ഐ അനുവദിക്കുന്ന ഗവൺമെന്റ് തീരുമാനത്തിനെതിരെ സെപ്തംബർ 24 ന് കല്ക്കരിത്തൊഴിലാളികൾ ഒന്നടങ്കം പണിമുടക്ക് നടത്തി.

10 പൊതുമേഖലാബാങ്കുകൾ ലയിപ്പിച്ച് 4 എണ്ണം ആക്കുന്നതിനുള്ള ഗവൺമെന്റിന്റെ തീരുമാനത്തിനെതിരെ 2019 ഒക്ടോബർ 22 ന് രാജ്യവ്യാപകമായി പണിമുടക്കാനുള്ള ബാങ്ക് ജീവനക്കാരുടെ തീരുമാനത്തിന് ഓഫീസർമാരുടെ യൂണിയനിൽനിന്ന് സജീവ പിന്തുണ ലഭിച്ചതിനെ തുടർന്ന് ബാങ്കിങ് പ്രവർത്തനമാകെ ഏറക്കുറെ നിശ്ചലമാകുന്നതരത്തിൽ പണിമുടക്ക് വമ്പിച്ച വിജയമായി.

എണ്ണ - പെട്രോളിയം തൊഴിലാളികളുടെ മുംബൈയിൽ ചേർന്ന ദേശീയ കൺവെൻഷൻ, ഗവൺമെന്റിന്റെ സ്വകാര്യവൽക്കരണ നീക്കത്തെ അപലപിച്ചു. ബി പി സി എല്ലിലെയും എച്ച് പി സി എല്ലിലെയും എല്ലാ റിഫൈനറികളിലും മാർക്കറ്റിങ് പൈപ്പ്ലൈൻ വിഭാഗങ്ങളിലുമുള്ള തൊഴിലാളികൾ ലാഭമുണ്ടാക്കുന്നതും നല്ല നിലയിൽ പ്രവർത്തിച്ചുവരുന്നതുമായ ബി പി സി എൽ, എച്ച് പി സി എൽ എന്നീ പൊതുമേഖലാ സ്ഥാപനങ്ങൾ സ്വകാര്യവല്ക്കരിക്കുന്നതിനെതിരെ ശക്തമായ പ്രതിഷേധം ഉയർന്നു വരുന്നു.

ഈ സമരങ്ങളൊന്നും തന്നെ തൊഴിലാളികളുടെ സാമ്പത്തികാവശ്യങ്ങൾ കേന്ദ്രീകരിച്ചായിരുന്നില്ല എന്നതും ശ്രദ്ധിക്കപ്പെടേണ്ടതുണ്ട്. നാടനും മറുനാടനുമായ വൻകിട കോർപ്പറേറ്റുകൾക്ക് പൊതുവിഭവങ്ങളും ദേശീയ സമ്പത്തും കൈമാറുന്ന ഗവൺമെന്റ് നയത്തിനെതിരെയായിരുന്നു ഈ പോരാട്ടങ്ങളെല്ലാം. ഈ സമരങ്ങളെല്ലാം തന്നെ ദേശീയ താല്പര്യം, ജനകീയ താല്പര്യം സംരക്ഷിക്കാനുള്ളവയാണ്.

വിവരാവകാശനിയമത്തെ ദുർബ്ബലപ്പെടുത്താനുള്ള ഭേദഗതിയെയും നിയമവിരുദ്ധ പ്രവർത്തനങ്ങൾ തടയൽ നിയമത്തിൽ (UAPA) കൂടുതൽ കിരാതവും വൈരനിര്യാതനബുദ്ധിയോടുകൂടിയതുമാക്കിമാറ്റുന്ന ഭേദഗതിയെയും ജമ്മുകാശ്മീരിലെ ജനങ്ങളുടെ അഭിപ്രായം പരിഗണിക്കാതെ (വാസ്തവത്തിൽ അവരുടെ വായ്മൂടിക്കെട്ടുകയാണുണ്ടായത്) ആർട്ടിക്കിൾ 370 നീക്കം ചെയ്തതിനെയുമെല്ലാം സംയുക്ത ട്രേഡ് യൂണിയൻ കൺവെൻഷൻ വിമർശിച്ചു. ദേശീയ പൗരത്വ രജിസ്റ്റർ പ്രക്രിയയി

ലൂടെ ലക്ഷക്കണക്കിനാളുകളെ ഭവനരഹിതരും രാഷ്ട്രരഹിതരുമാക്കുന്ന നടപടിയെയും കൺവെൻഷൻ എതിർത്തു. ഈ വിനാശകരമായ പ്രക്രിയകളെ ഒറ്റക്കെട്ടായി നിന്ന് ചെറുക്കുന്നതിന് അത് ആഹ്വാനംചെയ്തു.

തൊഴിലാളിവർഗ്ഗത്തിനിടയിൽ വർദ്ധിച്ചുവരുന്ന പക്വതയാണ്, തങ്ങളുടെ സമരങ്ങൾ സ്വന്തം അടിയന്തരാവശ്യങ്ങളെ മാത്രം അടിസ്ഥാനപ്പെടുത്തിയുള്ളതാണെങ്കിൽ അവർ പൊരുതിനേടിയ അവകാശങ്ങളും ആനുകൂല്യങ്ങളും സംരക്ഷിക്കുന്നതിൽപ്പോലും വിജയിക്കാനാകില്ലെന്ന തിരിച്ചറിവിലേക്ക് ക്രമേണ തൊഴിലാളിവർഗ്ഗം എത്തുന്നതായാണ് ഇത് സൂചിപ്പിക്കുന്നത്; സ്വന്തം ആവശ്യങ്ങൾ നേടിയെടുക്കണമെന്നുണ്ടെങ്കിൽ തൊഴിലാളിവർഗ്ഗത്തിന്റെ പോരാട്ടം, നയങ്ങൾക്കെതിരെ തിരിച്ചുവിടപ്പെടണം എന്ന തിരിച്ചറിവിലേക്കാണ് അവർ എത്തിക്കൊണ്ടിരിക്കുന്നത്. ആ നയങ്ങളെ പരാജയപ്പെടുത്തുന്നതിന് അദ്ധ്വാനിക്കുന്ന എല്ലാ വിഭാഗം ജനങ്ങളുടെയും പിന്തുണ, സാമൂഹികമായി അടിച്ചമർത്തപ്പെടുന്നവരും സാമ്പത്തികമായി ചൂഷണം ചെയ്യപ്പെടുന്നവരുമായ എല്ലാ വിഭാഗം ജനങ്ങളുടെയും പിന്തുണ തൊഴിലാളിവർഗ്ഗത്തിനാവശ്യമുണ്ട് എന്നും അവർ തിരിച്ചറിയുന്നു. ഇനിയും കൂടുതൽ ശക്തിപ്പെടുത്തേണ്ടതായ ഒരു അനുകൂലസംഭവ വികാസമാണിത്; അങ്ങനെ ആയാൽ മാത്രമേ അദ്ധ്വാനിക്കുന്ന സമസ്തജനവിഭാഗങ്ങളും ഉൾപ്പെടുന്ന സംയുക്തസമരങ്ങളെ ഇനിയും കൂടുതൽ ഉയരങ്ങളിലേക്ക് കൊണ്ടുപോകാൻ കഴിയൂ.

സമ്പത്ത് സൃഷ്ടിക്കുന്നതിലുള്ള സ്വന്തം പങ്കിനെക്കുറിച്ച് ഇന്ത്യയിലെ തൊഴിലാളിവർഗ്ഗം മെല്ലെ ബോദ്ധ്യപ്പെട്ടുവരികയാണ്. വൻകിട കോർപ്പറേറ്റുകളെ ''സമ്പത്തിന്റെ സ്രഷ്ടാക്കൾ'' എന്ന് പ്രധാനമന്ത്രി സൂചിപ്പിച്ചതിനെ ചോദ്യം ചെയ്തുകൊണ്ട് പ്രഖ്യാപനം തറപ്പിച്ചുപറയുന്നു!

> ഞങ്ങളാണ് സമ്പത്തിന്റെ സ്രഷ്ടാക്കൾ. ഞങ്ങൾ സൃഷ്ടിക്കുന്ന സമ്പത്താകെ ഗവൺമെന്റിന്റെ ഒത്താശയോടുകൂടി കോർപറേറ്റുകൾ കൊള്ളയടിച്ചുകൊണ്ടിരിക്കുകയാണ്; ഫലപ്രദമായ ചോദനം ഇല്ലാതായതിന്റെയും അതേത്തുടർന്ന് സാമ്പത്തികത്തളർച്ച ഉണ്ടായതിന്റെയും കാരണമതാണ്. ഞങ്ങൾ സൃഷ്ടിക്കുന്ന സമ്പത്തിന്റെ തുല്യമായ വിതരണം നടത്തണം എന്നാണ് ഞങ്ങൾ ആവശ്യപ്പെടുന്നത്.

ഈ തിരിച്ചറിവാണ് തൊഴിലാളിവർഗ്ഗത്തിനു സാവകാശം ഉണ്ടായിക്കൊണ്ടിരിക്കുന്നത്; ഒരു വർഗ്ഗമെന്ന നിലയിൽ തൊഴിലാളികൾക്ക് ഇപ്പോഴത്തെ ചൂഷണാധിഷ്ഠിത വ്യവസ്ഥിതിയെ മാറ്റുന്നതിലുള്ള തങ്ങളുടെ പങ്ക് ബോദ്ധ്യപ്പെടാൻ അവരുടെ ഈ ബോധത്തെ പരിപോഷിപ്പിക്കേണ്ടതാവശ്യമാണ്. ഈ ലക്ഷ്യത്തോടെ ആയിരിക്കണം പണിമുടക്കങ്ങൾ സംഘടിപ്പിക്കേണ്ടത്. ''ഇതേവരെ എത്തിച്ചേർന്നിട്ടില്ലാത്തവരുടെ അടുത്തേക്ക് എത്തുക''; ''പ്രശ്നങ്ങളെ നയങ്ങളുമായി ബന്ധിപ്പി

ക്കുക, നയങ്ങൾ നിർണ്ണയിക്കുന്ന രാഷ്ട്രീയത്തെ തുറന്നുകാണിക്കുക'' എന്ന സി ഐ ടി യുവിന്റെ ഇരട്ടമുദ്രാവാക്യം പണിമുടക്കിനുമുൻപുള്ള കാലഘട്ടത്തിൽ പൂർണ്ണമായും പ്രയോഗത്തിൽ വരുത്തണം.

അടുത്തകാലത്ത് ഉപതിരഞ്ഞെടുപ്പുകൾ നടന്ന പല സംസ്ഥാനങ്ങളിലെയും ജനങ്ങൾ, പ്രത്യേകിച്ചും മഹാരാഷ്ട്രയിലെയും ഹരിയാനയിലെയും ജനങ്ങൾ പ്രകടമാക്കിയിരിക്കുന്നത് കപട ദേശീയതയുടെയും സങ്കുചിത ദേശസ്നേഹത്തിന്റെയും മുദ്രാവാക്യങ്ങൾ കൊണ്ട് തങ്ങളെ എക്കാലത്തും വഞ്ചിക്കാനാവില്ലെന്നാണ്. തൊഴിലുമായും കൂലിയുമായും വരുമാനവുമായും ബന്ധപ്പെട്ട തങ്ങളുടെ നിത്യജീവിതപ്രശ്നങ്ങളെ, ഭരിക്കുന്ന ഗവൺമെന്റുകൾ അവഗണിക്കുന്നത് അനുവദിക്കില്ലെന്നാണ് അവർ പ്രകടമാക്കുന്നത്. ലോക്സഭാ തിരഞ്ഞെടുപ്പിൽ ഹരിയാനയിലെ ആകെയുള്ള പത്തുസീറ്റുകളും മഹാരാഷ്ട്രയിലെ 48 ൽ 41 സീറ്റും തൂത്തുവാരിയ ബി ജെ പി കരുതിയത് നിയമസഭാ തിരഞ്ഞെടുപ്പിലും തങ്ങൾക്ക് അനായാസം വിജയിക്കാമെന്നാണ്. എന്നാൽ അവർക്ക് തിരിച്ചടിയാണ് നേരിട്ടത്. മികച്ച മറ്റൊരു ബദലിന്റെ അഭാവത്തിൽ ജനങ്ങൾ, ബദൽ നയങ്ങളൊന്നും മുന്നോട്ടുവയ്ക്കാത്ത കോൺഗ്രസിന്, ആഭ്യന്തരമായി തമ്മിലടിച്ച് കഴിയുന്ന, ഫലപ്രദമായ ക്യാംപെയ്ൻ നടത്താൻപോലും ശേഷിയില്ലാത്ത കോൺഗ്രസിനു വോട്ടുചെയ്തു.

ആഗോളമായിതന്നെ അവമതിക്കപ്പെട്ടതും ഈടില്ലാത്തതാണെന്ന് വ്യക്തമാക്കപ്പെട്ടതുമായ ജനവിരുദ്ധവും ദേശവിരുദ്ധവുമായ നവലിബറൽ നയങ്ങളെ പരാജയപ്പെടുത്തേണ്ടത് കാലഘട്ടത്തിന്റെ ആവശ്യമാണ്. എല്ലാ വിഭാഗങ്ങളിലുംപെട്ട അദ്ധ്വാനിക്കുന്ന ജനങ്ങളുടെ ശക്തമായ സംയുക്തസമരങ്ങളിലൂടെ മാത്രമേ ഇത് ചെയ്യാൻ കഴിയൂ. ഇത്തരം സംയുക്ത സമരങ്ങൾ വികസിപ്പിക്കുന്നതിന് നേതൃത്വം നല്കുന്ന തൊഴിലാളിവർഗ്ഗം കൃഷിക്കാരും കർഷകത്തൊഴിലാളികളും മറ്റും ഉൾപ്പെടെയുള്ള എല്ലാ വിഭാഗങ്ങളെയും ഒരുമിപ്പിക്കുന്നതിനും ജനപക്ഷവും തൊഴിലാളിപക്ഷവുമായ ബദലുകൾ ഉയർത്തിക്കാണിച്ചുകൊണ്ടും സമരങ്ങളുടെ തീവ്രത വർദ്ധിപ്പിച്ചുകൊണ്ടും ശക്തമായ പ്രക്ഷോഭങ്ങളിൽ അവരെയാകെ കൊണ്ടുവരാനും ഇനിയും കൂടുതൽ മുൻകൈയെടുക്കേണ്ടതുണ്ട്.

(അഖിലേന്ത്യാ പ്രസിഡന്റ്, സി ഐ ടി യു)

9 789389 410549

Printed by Libri Plureos GmbH in Hamburg,
Germany